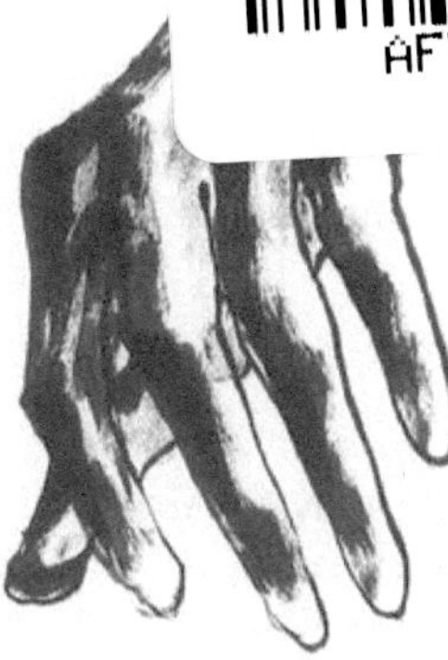

2024ನೇ
‘ಈ ಹೊತ್ತಿಗೆ’
ಕಥಾ ಪ್ರಶಸ್ತಿ
ವಿಜೇತ ಕೃತಿ

ಧ್ಯಾನಕ್ಕೆ ಕೂತ ನದಿ

ಸದಾಶಿವ ಸೊರಟೂರು

ಬಹುರೂಪಿ
ಎಂಬೆಸಿ ಸೆಂಟರ್, 111, ಮೊದಲನೇ ಮಹಡಿ,
ಕ್ರೆಸೆಂಟ್ ರಸ್ತೆ, ಕುಮಾರಪಾರ್ಕ್ ಈಸ್ಟ್,
ಬೆಂಗಳೂರು 560 001.
ದೂರವಾಣಿ: 70191 82729

103

DHYANAKKE KOOTA NADI
A Collection of Short Stories by **SADASHIVA SORATURU**
sadashivsoratur@gmail.com | 94488 98699

Published By **Bahuroopi**
Embassy Centre, 111, First Floor, Crescent Road,
Kumarapark East, Bangalore 560001

editor@bahuroopi.in

Mobile | Whats App Bookstore: **70191 82729**

online book store: **bahuroopi.in**

ISBN: 978-81-969988-0-6
First Edition: January 2024
Pages: 128 | Price: Rs 180

Cover and Inside Design: **Sagar M S**
Photo: **Paramesh Gowda**
Editing / Proof: **Sowmya Dayanand**
Foreward: **Devu Pattar**
Printers: **Repro**

ಗದ್ಯದಂತಹ ಮಗ

ಶಿಖರ

ಪದ್ಯದಂತಹ ಮಗಳು

ಶಿಪ್ಲಾ

ನನ್ನ ಈ

ಮುದ್ದು ಅವಳಿಗಳಿಗೆ

ಈ

ಕೃತಿ

ಸದಾಶಿವ ಸೊರಟೂರು

ದಾವಣಗೆರೆ ಜಿಲ್ಲೆ ಹೊನ್ನಾಳಿ ತಾಲ್ಲೂಕಿನ ಸೊರಟೂರಿನವರು. ಸದ್ಯ ಹೊನ್ನಾಳಿಯಲ್ಲಿ ವಾಸ. ವೃತ್ತಿಯಲ್ಲಿ ಪ್ರೌಢಶಾಲಾ ಶಿಕ್ಷಕ.

ಇದುವರೆಗೂ ಮೂರು ಕವನ ಸಂಕಲನ ಮತ್ತು ಒಂದು ಕಥಾ ಸಂಕಲನ ಪ್ರಕಟವಾಗಿದೆ. 'ಅಪ್ಪನ ವ್ಹೀಲ್‌ಚೇರ್ ಮಾರಾಟಕ್ಕಿದೆ' ಕವನ ಸಂಕಲನಕ್ಕೆ ಹರಿಹರಶ್ರೀ ಕಾವ್ಯ ಪ್ರಶಸ್ತಿ. 'ಗಾಯಗೊಂಡ ಸಾಲುಗಳು' ಕವನ ಸಂಕಲನಕ್ಕೆ ಹಸ್ತಪ್ರತಿಗೆ ಕೊಡಮಾಡುವ ಎನ್ ಗವಿಸಿದ್ದ ಬಳ್ಳಾರಿ ಕಾವ್ಯ ಪುರಸ್ಕಾರ ಬಂದಿದೆ. 'ಕೊಲ್ಲುವುದಕ್ಕೆ ಸದ್ದುಗಳಿವೆ' ಎಂಬ ಕವನ ಸಂಕಲದ ಹಸ್ತಪ್ರತಿಗೆ 'ಕಾವ್ಯಸಂಜೆ'ಯ ದಶಮಾನೋತ್ಸವ ಕಾವ್ಯ ಪುರಸ್ಕಾರ ಬಂದಿದೆ. ಮೊದಲ ಕಥಾ ಸಂಕಲನ 'ಅರ್ಧ ಬಿಸಿಲು ಅರ್ಧ ಮಳೆ' ಪುಸ್ತಕಕ್ಕೆ ಧಾರವಾಡದ ಭೂಮಿ ಸಾಹಿತ್ಯ ಪ್ರತಿಷ್ಠಾನದ ಕಥಾಪುರಸ್ಕಾರ ಮತ್ತು ಕಸಾಪ ದತ್ತಿ ಪ್ರಶಸ್ತಿ ಬಂದಿದೆ.

ಇವರ 'ಭಂಟಿ' ಎಂಬ ಕಥೆಯು ಮಂಗಳೂರು ವಿಶ್ವವಿದ್ಯಾಲಯದ ಪದವಿ ತರಗತಿಗೆ ಪಠ್ಯವಾಗಿದೆ.

'ಆ ಹಾದಿ' ಮತ್ತು 'ಕಂಡಕ್ಟರ್ ಕವಿತೆಗಳು' 'ಬಹುರೂಪಿ'ಯಿಂದ ಪ್ರಕಟವಾಗಿವೆ. ಇದು 'ಬಹುರೂಪಿ'ಯಡಿ ಇವರ ಮೂರನೇಯ ಕೃತಿ.

ಈಗ ನಿಮ್ಮ ಕೈಯಲ್ಲಿರುವ 'ಧ್ಯಾನಕ್ಕೆ ಕೂತ ನದಿ' ಕಥಾಸಂಕಲನವು 2024ನೇ ಸಾಲಿನ ಈ ಹೊತ್ತಿಗೆ ಕಥಾ ಪ್ರಶಸ್ತಿ ಪಡೆದಿದೆ.

ಅನೇಕ ಕಥೆ, ಕವನ ಸ್ಪರ್ಧೆಗಳಲ್ಲಿ ಬಹುಮಾನ ಬಂದಿದೆ. ಹಲವು ಕಥೆ, ಕವನಗಳು ಪತ್ರಿಕೆಗಳಲ್ಲಿ ಪ್ರಕಟಗೊಂಡಿವೆ. ನೂರಾರು ಲೇಖನ ಗಳನ್ನು, ಪ್ರಬಂಧಗಳನ್ನೂ ಬರೆದಿದ್ದಾರೆ.

ಬನ್ನಿ
ಕಥೆಯೊಳಗೆ
ಭೇಟಿಯಾಗೋಣ

ನಾ ಬರೆದ ಕವಿತೆಗಳ ಬಗ್ಗೆಯಾಗಲಿ, ಕಥೆಗಳ ಬಗ್ಗೆಯಾಗಲಿ ನಾನೆಂದೂ ಮಾತಾಡುವುದಿಲ್ಲ. ಇದೊಂಥರ 'ಅಹಂ' ಅಂತಲ್ಲ. ಅಸಲಿಗೆ ನನಗೆ ಅವುಗಳ ಬಗ್ಗೆ ಮಾತಾಡಲು ಬರುವುದಿಲ್ಲ. ಏಕೆ ಬರೆದೆ? ಹೇಗೆ ಬರೆದೆ? ನಿಜಕ್ಕೂ ಗೊತ್ತಿಲ್ಲ. ಪಡೆದುಕೊಂಡೆನೊ, ಕಳೆದುಕೊಂಡೆನೊ ಅದೂ ಕೂಡ ಗೊತ್ತಿಲ್ಲ. ನನ್ನ ಕಥೆಯೊಳಗಿನ ಪಾತ್ರಗಳೇ ಎದುರು ಬಂದರೆ ತಪ್ಪಿಸಿಕೊಂಡು ಓಡಾಡಬೇಕು ಅನಿಸುತ್ತದೆ. ಆ ಪಾತ್ರಗಳು ಇದೇಕೆ ಹೀಗೆ ಬರೆದೆ ಅಂತ ಕೇಳಿದರೆ ಅದಕ್ಕೂ ನನ್ನ ಬಳಿ ಉತ್ತರವಿಲ್ಲ. ಕಥೆ ಬರೆಯದಿದ್ದರೆ ಏನಾಗುತ್ತಿತ್ತು? ಕಥೆ ಬರೆದ ಮೇಲೆ ಏನು ಸಿಕ್ಕಿತು? ಅದೂ ಗೊತ್ತಿಲ್ಲ. ನಾನು ನನ್ನ ಹೊರ ಜಗತ್ತು ಕಂಡುಕೊಳ್ಳಲು ಕಥೆಯೊಳಗೆ ನುಗ್ಗುತ್ತೇನಾ? ಕಥೆಗಳನ್ನು ಒಂದು ನೆಪವಾಗಿ ಬಳಸುತ್ತೇನಾ? ಗೊತ್ತಿಲ್ಲ. ಕೆಲವರು ಹಾಗೆ ಅಂದಿದ್ದಾರೆ. ನೀವು ನಮ್ಮ ಎದುರಿಗಿಂತ ಹೆಚ್ಚಾಗಿ ನಿಮ್ಮ ಕಥೆಗಳಲ್ಲಿ ಹೆಚ್ಚು ಸ್ಪಷ್ಟವಾಗಿ ಸಿಗುತ್ತೀರಿ ಅನ್ನುತ್ತಾರೆ ಕೆಲವರು. ಅದು ಹೌದೊ ಅಲ್ಲವೋ ನನಗೂ ಗೊತ್ತಿಲ್ಲ. ಅದು ನಿಜವೇ ಆಗಿದ್ದರೆ ಬನ್ನಿ ಕಥೆಯೊಳಗೆ ಭೇಟಿಯಾಗೋಣ. ನಾವು ನೀವು ಅಲ್ಲೇ ಕಥೆಯೊಳಗೆ ಕೂತು ಮಾತಾಡೋಣ, ಕಾಫಿ ಕುಡಿಯೋಣ..

ಇಲ್ಲಿರುವ ಕಥೆಗಳೆಲ್ಲವೂ ಕಳೆದ ವರ್ಷ ಬರೆದಂತವು. ಕೆಲವು ಸ್ಪರ್ಧೆಯಲ್ಲಿ ಗೆದ್ದವು, ಕೆಲವು ಮೆಚ್ಚುಗೆ ಪಡೆದವು. ಕೆಲವು ಪ್ರಕಟಗೊಂಡವು ಮತ್ತು ಆ ಅಷ್ಟೂ ಕಥೆಗಳ ಒಂದು ಕಟ್ಟಿಗೆ ಈಗ '2024ರ ಈ ಹೊತ್ತಿಗೆ ಕಥಾ ಪುರಸ್ಕಾರ' ಬಂದಿದೆ. ಹೀಗೆ ಅಜ್ಞಾತವಾಗಿರುವ ಒಳ್ಳೆಯ ಕಥೆಗಳನ್ನು ಹುಡುಕಿ ಅದಕ್ಕೊಂದು ಪ್ರಶಸ್ತಿ ರೂಪದಲ್ಲಿ ಗೌರವ ಮತ್ತು ಇನ್ನಷ್ಟು ಬರೆಯಲು ಕುಮ್ಮಕ್ಕು ನೀಡುವ 'ಈ ಹೊತ್ತಿಗೆ' ಮತ್ತು ಅದರ ಮುಖ್ಯಸ್ಥರಾದ ಜಯಲಕ್ಷ್ಮಿ ಪಾಟೀಲ್ ಅವರ ಈ ಕೆಲಸ ದೊಡ್ಡದು. ಅವರಿಗೆ ಧನ್ಯವಾದ. ತೀರ್ಪುಗಾರರಾಗಿದ್ದ ದೇವು ಪತ್ತಾರ್ ಅವರು ಕಥೆಗಳನ್ನು ಮೆಚ್ಚಿಕೊಂಡು ಆಯ್ಕೆ ಮಾಡಿದ್ದಾರೆ, ಅಲ್ಲದೇ ಈ ಕಥೆಗಳೇ ಏಕೆ ಆಯ್ಕೆ ಆದವು ಎಂಬುದನ್ನು ಬರೆದಿದ್ದಾರೆ. ನಾನೂ, ನನ್ನ ಕಥೆಯೊಳಗಿನ ಪಾತ್ರಗಳೂ ಅವರನ್ನು ನೆನೆಯುತ್ತೇವೆ.

'ಬಹುರೂಪಿ'ಯ ಜಿ.ಎನ್. ಮೋಹನ್ ಸರ್ ಅವರು ನನ್ನೆಲ್ಲಾ ಒಳ್ಳೆಯ ಕಾರ್ಯಕ್ಕೆ ಸದಾ ಕಣ್ಬೆಳಕು. ಈಗ ಅವರ ಕಾಳಜಿಯಲ್ಲಿ 'ಬಹುರೂಪಿ'ಯಿಂದ ಈ ಪುಸ್ತಕ ಹೊರ ಬರುತ್ತಿದೆ. ಇದು ನನಗೆ ಅತೀವ ಖುಷಿ. ಇದು 'ಬಹುರೂಪಿ'ಯಿಂದ ಬರುತ್ತಿರುವ ನನ್ನ ಮೂರನೇ ಪುಸ್ತಕ.

ಉಳಿದಂತೆ ನನ್ನ ಕಥೆ, ಕವನಗಳನ್ನು ಓದಿ ತಿದ್ದುವ, ಮಾರ್ಗದರ್ಶನ ಮಾಡುವ, ಬರೆಯಲು ಪ್ರೋತ್ಸಾಹಿಸುವ ನನ್ನ ಗೆಳೆಯ–ಗೆಳತಿಯರ ಸಂಖ್ಯೆ ದೊಡ್ಡದಿದೆ. ಅವರ ಬಗ್ಗೆ ಬರೆಯುತ್ತಾ ಹೋದರೆ ಅದೇ ಒಂದು ಕಥೆಯಾಗಿಬಿಡುತ್ತದೆ. ಅವರೆಲ್ಲರನ್ನೂ ನಾನಿಲ್ಲಿ ನೆನೆಯುತ್ತೇನೆ.

ನನ್ನ ಅಪ್ಪ ಅಮ್ಮ, ಮಡದಿ ಮಕ್ಕಳು, ಅಣ್ಣ ಮತ್ತು ಅಕ್ಕಂದಿರ ಸಹಕಾರ ತುಂಬಾ ದೊಡ್ಡದು. ನಾನು ಅವರಿಗೆ ಎಂದೂ ಕೂಡ ಋಣಿ.

ನನ್ನ ಬರಹವನ್ನು ಮೆಚ್ಚುವ, 'ಚೆನ್ನಾಗಿ ಬರೀತೀರಿ ಸರ್' ಎನ್ನುವ, 'ಇದು ಸರಿಯಿಲ್ಲ ಸರ್' ಎಂದು ತಿದ್ದುವ, ಕೊಂಡು ಓದುವ ನನ್ನ ಬಹುಜನ ಓದುಗರಿಗೂ ಮತ್ತು ಈಗ ಓದಲು ಶುರುವಿಟ್ಟ ನಿಮಗೂ ಕೃತಜ್ಞತೆಗಳು.

– ಸದಾಶಿವ ಸೊರಟೂರು

ದೇವು ಪತ್ತಾರ ಕಂಡಂತೆ ಈ ಕೃತಿ

ಪ್ರಶಸ್ತಿಗೆ ಭಾಜನವಾದ 'ಧ್ಯಾನಕ್ಕೆ ಕೂತ ನದಿ' ಸಂಕಲನದ ಹತ್ತೂ ಕತೆಗಳು ಗಮನ ಸೆಳೆದು ಬೇರೆ ಸಂಕಲನಗಳಿಗಿಂತ ಭಿನ್ನ ಎಂದು ಸಾಬೀತು ಪಡಿಸಿತು. ಕತೆಯಿಂದ ಕತೆಗೆ ಭಿನ್ನವಾಗುತ್ತ ಹೋಗುವ ವಸ್ತು ವೈವಿಧ್ಯ, ಜಾಳಾಗದೇ ಇರುವ ನಿರೂಪಣೆ, ಭಾಷೆಯ ಬಳಕೆಯಲ್ಲಿ ತೋರಿದ ಕಾಳಜಿ, ಹೇಳಲು ಬಳಸಿದ ತಂತ್ರಗಳ ಜೊತೆಗೆ ಪ್ರಜ್ಞಾಪೂರ್ವಕವಾಗಿ ಸೇರಿಸಿರದ ಹಾಗೆ ಕಾಣುವ ರೂಪಕಗಳ ಸೃಷ್ಟಿ ವಿಶೇಷ ಗಮನ ಸೆಳೆಯಿತು. ಕಾವ್ಯಾತ್ಮಕ ಭಾಷೆ (ಕವಿತೆ ಅಲ್ಲ)ಯು ಓದುಗನ ಗಮನ ಸೆಳೆಯುತ್ತದೆ. ಅಷ್ಟೇ ಭಾಷೆಯೇ ಮಿತಿಯೂ ಆಗಿ ಬಿಡುವ ಅಪಾಯದಿಂದ ಪಾರಾಗಿದೆ. 'ಹದ' ಮತ್ತು 'ರುಚಿ'ಗಳೆರಡು ಸಮಪ್ರಮಾಣದಲ್ಲಿ ಇವೆ.

'ಧ್ಯಾನಕ್ಕೆ ಕೂತ ನದಿ' ಸಂಕಲನದ ಕತೆಗಳ ಸರಾಗ ಓದಿಸಿಕೊಂಡು ಹೋಗುವ ಗುಣ. ಮನರಂಜನೆಯ ಜೊತೆಗೇ ಬುದ್ಧಿಗೂ ಕೆಲಸ ಕೊಡುವ ರೀತಿ. ಭಾಷೆಯಲ್ಲಿಯೇ ಸಂಭವಿಸಿದ ಅಥವಾ ಕತೆಯನ್ನು ಕಟ್ಟಿದ ಕ್ರಮದಲ್ಲಿ ಉಳಿಸಿಕೊಂಡು ಏಕತಾನವಾಗದ ರೀತಿಯಲ್ಲಿ ನಿರ್ವಹಿಸಲಾಗಿದೆ. 'ಧ್ಯಾನಕ್ಕೆ ಕೂತ ನದಿ' ಕತೆಯು ಭಾವನಾತ್ಮಕ ಹಾಗೂ ಕಲಾತ್ಮಕ ಅಂಶಗಳ ಮೂಲಕ ಗಮನ ಸೆಳೆದು ಉಳಿದೆಲ್ಲ ಕತೆಗಳಿಗಿಂತ ಭಿನ್ನವಾಗಿ ನಿಲ್ಲುತ್ತದೆ. ತನ್ನ ಚೆಲುವು ಮತ್ತು ಸೊಗಸುಗಾರಿಕೆಯಿಂದ ಕವಿತೆಯಾಗಿ ಬಿಡುತ್ತದೆ. (ಕವಿತೆಯಲ್ಲ). 'ಅರ್ಧ ನೇಯ್ದಿಟ್ಟ ಸ್ವೆಟರ್' ಯುದ್ಧದ ಭೀಕರತೆಯನ್ನು ತಣ್ಣಗೆ ದಾಖಲಿಸುತ್ತದೆ. 'ಹಲಗೆಯ ಸದ್ದು' ಕತೆಯಲ್ಲಿ ಪ್ರತಿರೋಧವನ್ನು ದಾಖಲಿಸಿದ್ದರಲ್ಲಿ ಹೊಸದಿಲ್ಲದಿದ್ದರೂ ಅದು ಹೇಳುವ ಕ್ರಮದಲ್ಲಿನ ನಾವೀನ್ಯತೆ ಪ್ರಿಯವಾಗುತ್ತದೆ.

– ದೇವು ಪತ್ತಾರ

ತೀರ್ಪುಗಾರರ ಟಿಪ್ಪಣಿಯಿಂದ

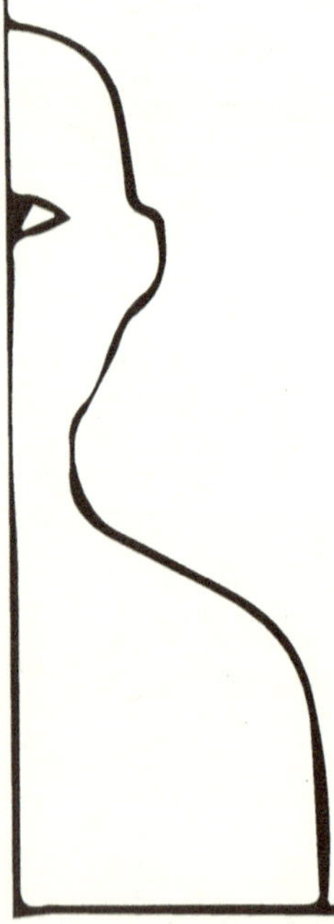

ನದಿಯ ಹಾದಿಗುಂಟ

1.	ಹರಿದ ಕುಪ್ಪಸದ ಬೆಳಕು..	9
2.	ಧ್ಯಾನಕ್ಕೆ ಕೂತ ನದಿ..	28
3.	ಮರಣಕೆ ತೊಡಿಸಿದ ಅಂಗಿ..	42
4.	ಸಂಕನ ಪೂಜೆ	51
5.	ಅರ್ಧ ನೇಯ್ದಿಟ್ಟ ಸ್ವೆಟರ್	64
6.	ಹತ್ತಿರವಿದ್ದೂ ದೂರನಿಂತು	70
7.	ಹಲಗೆಯ ಸದ್ದು..	80
8.	ಪಲ್ ಪಲ್ ದಿಲ್ ಕೆ ಪಾಸ್..	90
9.	ದೇವರ ಮುಖದ ಕಲೆ	105
10.	ಚೆಕ್‌ಔಟ್...	116

1

ಹರಿದ ಕುಪ್ಪಸದ ಬೆಳಕು..

ರಾತ್ರಿಯಿಡೀ ನಿದ್ದೆಗೆಟ್ಟು ಓಡಿದ ಬಸ್ಸು ಒಂದು ದಘೂತಿ ನಿಲ್ದಾಣದ ಮುಂದೆ ಬಂದು ಗಕ್ಕನೆ ನಿಂತಾಗ ಎಂದೂ ಮಲಗದ ಊರು ಮೈ ಮುರಿಯುತ್ತಿತ್ತು. ಬಸ್ಸನ್ನು ಎದುರುಗೊಳ್ಳಲು ಹತ್ತಾರು ಆಟೋಗಳು ಬಂದು ನಿಂತವು. ಬಸ್ಸಿನಿಂದ ಇಳಿದ ಶರ್ವನಿಗೆ ಆಟೋ ಬೇಕಿತ್ತಾದರೂ ಅವರೆಲ್ಲರನ್ನೂ ಬಿಟ್ಟು ದೂರದಲ್ಲಿ ತನ್ನ ಪಾಡಿಗೆ ತಾನು ಒಂಟಿಯಾಗಿ ನಿಂತ ಒಂದು ಆಟೋದ ಕಡೆ ನಡೆದ. ಅವನ ಗುಂಗುರು ಕೂದಲು ಅಷ್ಟೊಂದು ಕೆದರಿರಲಿಲ್ಲ. ಮುಖದಲ್ಲಿ ಬೆಳೆದ ಗಡ್ಡ ಇತ್ತು. ಮುಖದ ಮೇಲೆ ಇನ್ನೂ ತೊಳೆಯದ ರಾತ್ರಿಯ ದಣಿವಿತ್ತು. ಅಪ್ಪನಂಥದ್ದೇ ತುದಿ ಮೂಗು, ಅವರಷ್ಟೇ ಸಾಧಾರಣ ಮೈಕಟ್ಟಿನ ಶರ್ವ ತಿಳಿನೀಲಿ ಬಣ್ಣದ ಟೀ ಶರ್ಟ್, ಮಂಡಿ ಮೇಲೆ ಹರಿದ ಜೀನ್ಸ್ ತೊಟ್ಟಿದ್ದ.

ಅವನು ಬೆಂಗಳೂರಿಗೆ ಬರುತ್ತಿರುವುದು ಇದೇ ಮೊದಲ ಬಾರಿಯೇನಲ್ಲ. ಬೆಂಗಳೂರಿನಲ್ಲಿ ಒಂದು ವರ್ಷ ಕಾಲ ಆನ್‌ಲೈನ್ ಮ್ಯಾಗಜೀನೊಂದರಲ್ಲಿ ಕೆಲಸ ಮಾಡಿ, 'ನಿಮ್ಮಪ್ಪ ಹೋಗಿಬಿಟ್ರಪ' ಅನ್ನುವ ಸುದ್ದಿ ಹೊತ್ತುಕೊಂಡು, ಕಣ್ಣಲ್ಲಿ ನೀರು ತುಂಬಿಕೊಂಡು ಬಸ್ಸು ಹತ್ತಿದ್ದ. ಹೊರಡುವ ಮುನ್ನ ಗೆಳತಿ ನೀತಾಗೆ 'ಅಪ್ಪ ಹೋಗಿಬಿಟ್ರು ನೀತಾ' ಅನ್ನುವ ಮೆಸೇಜ್ ಹಾಕಿ, ಮೊಬೈಲ್ ಸ್ವಿಚ್ ಆಫ್ ಮಾಡಿ ಅಕ್ಷರಶಃ ಮೌನಿಯಾಗಿದ್ದ. ನಂತರ ಸುಮಾರು ಒಂದು ವರ್ಷ ಕಾಲ ಅವನಿಗೊಂದು ಕೆಲಸ ಅನ್ನುವುದೂ ಇರಲಿಲ್ಲ. ಇದರ ನಡುವೆ ಮೂರ್‍ನಾಲ್ಕು ಬಾರಿ ಪತ್ರಿಕೆಗಳಲ್ಲಿ ಕೆಲಸಕ್ಕೆ ಸೇರಲು ಸಂದರ್ಶನಕ್ಕೆಂದು ಬಂದು ಹೋಗಿದ್ದ. ಇವನು ಹೇಳುವುದಕ್ಕೂ ಅವರು ಕೇಳುವುದಕ್ಕೂ ಹೊಂದದೆ ಕೆಲಸ ಕೈ ಹಿಡಿದಿರಲಿಲ್ಲ. ಸೆಂಟ್ರಲ್ ಕಾಲೇಜು ಮುಂದಿನ ರಸ್ತೆಯಲ್ಲಿ ಏನನ್ನೋ ಹುಡುಕುತ್ತಿದ್ದ. ಹುಡುಕಿ-ಹುಡುಕಿ ಸೋತು ಮತ್ತೆ ಊರಿನ ಬಸ್ಸು ಹತ್ತುತ್ತಿದ್ದ.

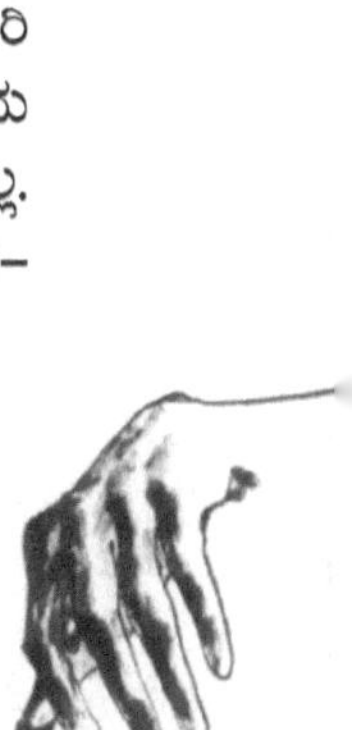

ಈಗ ಮತ್ತೆ ಬಯೋಡೇಟಾ ಹಿಡಿದುಕೊಂಡು ಮೆಜೆಸ್ಟಿಕ್‌ಗೆ ಬಂದು ಇಳಿದಿದ್ದ. ಹರಿವ ನೀರಿನ ಮೂಲಕ ನದಿ ಕ್ಷಣ ಕ್ಷಣಕ್ಕೂ ಹೊಸತಾಗುವಂತೆ ಬೆಂಗಳೂರು ಬಂದು ಹೋಗುವವರ ನಡುವೆ ಬದಲಾಗುತ್ತಲೇ ಇದೆ. ಎಷ್ಟೊ ಬಾರಿ ಬಂದು ಹೋದರೂ ಮತ್ತೆ ಹೊಸತಾಗಿಯೇ ಕಾಣುವ ಬೆಂಗಳೂರಿನ ಬಗ್ಗೆ ಅವನಿಗೆ ಅಚ್ಚರಿ.

ಆಟೋ ಚಾಲಕ ಬಣ್ಣಗೆಟ್ಟ ತನ್ನ ಆಟೋದಷ್ಟೆ ಸೋತು ಹೋಗಿದ್ದ. ಎಡಗೈಯಲ್ಲಿ ಅದರ ಸ್ಟಾರ್ಟರನ್ನು ಜೋರಾಗಿ ಎಳೆದು ಅದರ ಪಾಡಿಗೆ ಅದನ್ನು ಬಿಟ್ಟ. ಅದು ಆಟೋದ ಪಕ್ಕೆಗೆ ಗುದ್ದಿದಂತಾಯ್ತು. ಹೊಟ್ಟೆಯಲ್ಲಿನ ಯಾವುದೊ ಹುಣ್ಣಿನ ನೋವಿಗೆ ಕನಲುವಂತೆ ಆಟೋ ಡಬಡಬಗುಟ್ಟಿತು. ಅವನು 'ಎಲ್ಲಿಗೆ..?' ಅನ್ನುವಂತೆ ತನ್ನ ದೀನ ಕಣ್ಣುಗಳಿಂದ ನೋಡಿದ.

'ಸೂರ್ಯ ರೆಸಿಡೆನ್ಸಿ.. ಮೆಜೆಸ್ಟಿಕ್ ಪಕ್ಕ ಇರುವ ಹೋಟೆಲ್' ಶರ್ವ ಚುಟುಕಾಗಿ ಉತ್ತರಿಸಿದ. ಆಟೋ ಹಳೆಯ ನೋವು ನೆನೆಸಿಕೊಂಡಂತೆ ಧುಮುಗುಡುತ್ತಾ ಓಡತೊಡಗಿತು. ರಸ್ತೆಗಳು ಅವನ ಮನಸಿನಂತೆಯೇ ಕಿಕ್ಕಿರಿದು ಹೋಗಿದ್ದವು. ಚಾಲಕನನ್ನು ಮಾತಿಗೆಳೆಯುವ ಮನಸಾಯಿತು. ತನ್ನ ಪಾಡಿಗೆ ನಿಚ್ಚಳ ಕೊಳದಂತಿರುವ ಅವನ ಮನಸ್ಸಿಗೆ ತಾನೇಕೆ ಪ್ರಶ್ನೆಗಳ ಕಲ್ಲು ಎಸೆಯಲಿ? ಎಂದು ಯೋಚಿಸಿ ಜೇಬಿನಿಂದ ಮೊಬೈಲ್ ತೆಗೆದ.

ನಿನ್ನೆ ರಾತ್ರಿ ಊರು ಬಿಡುವಾಗ ರೂಮಿಯ ಒಂದು ಸಾಲನ್ನು ಅನುವಾದಿಸಿ ಫೇಸ್ಬುಕ್ಕಿಗೆ ಹಾಕಿದ್ದ. 'ಬೆಳಕು ನಿನ್ನೊಳಗೆ ಪ್ರವೇಶಿಸಬೇಕಾದರೆ ಅದಕ್ಕೆ ಗಾಯಕ್ಕಿಂತ ಉತ್ತಮ ದಾರಿ ಬೇರೊಂದಿಲ್ಲ' ಎಂದು ಅದನ್ನು ಅನುವಾದಿಸಿದ್ದ. ಅನುವಾದ ಮಾಡುವಾಗ ಅವನಿಗೆ ಪದೇ ಪದೇ ಅಪ್ಪ ನೆನಪಾಗಿದ್ದರು. ಅಪ್ಪನಿಗೆ ಬದುಕಿನ ತುಂಬಾ ಗಾಯಗಳಿದ್ದವು. ಆದರೆ ಒಂದೇ ಒಂದು ತುಂಡು ಬೆಳಕು ಅಪ್ಪನಿಗೆ ದಕ್ಕಲಿಲ್ಲ. ಅಪ್ಪ ಕೊನೆವರೆಗೂ ಚೂರೇ ಚೂರು ಬೆಳಕಿಗೆ ಹಂಬಲಿಸಿದ. ರೂಮಿ ಎಂತಹ ಸುಳ್ಳ ಅನಿಸಿತು. ಫೇಸ್ಬುಕ್ ತೆರೆದು ಆ ಪೋಸ್ಟ್ ಅನ್ನು ಮುಲಾಜಿಲ್ಲದೆ ಅಳಿಸಿ ಹಾಕಿದ.

ಬೆಂಗಳೂರು ಇಷ್ಟಿಷ್ಟೇ ಚಿಗುರತೊಡಗಿತ್ತು. ಊರು ಬಿಟ್ಟು ಬಂದವರ ತಲ್ಲಣಗಳಿಂದ ಮುಂಜಾನೆಯ ಚಳಿಗೂ ಬಿಸಿಯ ಲೇಪನವಿತ್ತು. ಆಟೋದೊಳಗೆ ಕೂತೇ ಊರು ನೋಡತೊಗಿದ. ಪತ್ರಿಕೆ ಹಾಕುವ ಹುಡುಗರು ಕಾಣಿಸಿದರು. ಹೋಟೆಲ್‌ಗಳಲ್ಲಿ ಚಟ್ನಿ ರುಬ್ಬುವ ಸದ್ದು ಅಲ್ಲಿಂದ ತಪ್ಪಿಸಿಕೊಂಡು ಬಂದು ರಸ್ತೆಗೆ ಬೀಳುತ್ತಿತ್ತು. ಇಡೀ ರಾತ್ರಿ ಕಣ್ಣಿಗೆ ನಿದ್ದೆ ಸುಳಿದಿರಲಿಲ್ಲ. ಈಗಲೂ ಸುಳಿಯುವ ಯಾವ ಲಕ್ಷಣಗಳೂ ಇರಲಿಲ್ಲ.

ಸಂಪಾದಕರು ಕೇಳಬಹುದಾದ "ನಿಮ್ಮ ಬಗ್ಗೆ ಹೇಳಿ? ಈ ಪೇಪರ್‌ನಲ್ಲಿ ಯಾಕೆ ಕೆಲಸ ಬಯಸ್ತೀರಿ? ಈ ಪತ್ರಿಕೆ ಬಗ್ಗೆ ನಿಮಗೇನು ಗೊತ್ತು? ನಮ್ಮ ಪೇಪರ್‌ನಲ್ಲಿ ನಿಮಗೇನು ಇಷ್ಟ? ಪತ್ರಿಕೆಯಲ್ಲಿ ಏನು ಬದಲಾವಣೆ ತರಬಲ್ಲಿರಿ? ಸ್ಯಾಲರಿ ಎಷ್ಟು ಎಕ್ಸ್‌ಪೆಕ್ಟ್ ಮಾಡ್ತೀರಿ...?" ಮುಂತಾದ ಪ್ರಶ್ನೆಗಳು ನೆನಪಾಗಿ ರೇಜಿಗೆ ಎನಿಸಿತು. ತಾನು ನಿಜಕ್ಕೂ ಕೆಲಸದ ಬೆನ್ನು ಹತ್ತಿ ಬಂದೆನಾ? ನೆನಪಾದದ್ದೆ ಆ ಚಳಿಯಲ್ಲೂ ಸಣ್ಣಗೆ ಬೆವರಿದ. ತೊಡೆ ಮೇಲಿಂದ ಜಾರುತ್ತಿದ್ದ ಬ್ಯಾಗನ್ನು ಮತ್ತೆ ಸರಿ ಪಡಿಸಿಕೊಂಡ. ಬ್ಯಾಗಿನೊಳಗಿದ್ದ ಚಪ್ಪಲಿ ಅವನ ಕೈಗೆ ತಗುಲಿತು. ಗಲಿಬಿಲಿಗೊಂಡ. ತನ್ನ ಕಾಲುಗಳನ್ನೊಮ್ಮೆ ನೋಡಿಕೊಂಡ. ಹೊರಡುವಾಗ ಅಪ್ಪನ ಚಪ್ಪಲಿಗಳನ್ನೇ ಹಾಕಿಕೊಂಡು ಬಂದಿದ್ದ. ಅಪ್ಪನ ಚಪ್ಪಲಿ ಅವನಿಗೆ ಸರಿಯಾಗಿಯೆ ಹೊಂದಿದ್ದವು..

'ಸಾರ್..' ಆಟೋದವನು ಕರೆದ. ತನ್ನ ನೂರು ತೊಳಲಾಟಗಳಿಂದ ತಪ್ಪಿಸಿಕೊಂಡು ಶರ್ವ ಆಟೋದವನ ಕಡೆ ನೋಡಿದ.

'ಸಾರ್ ಹೋಟ್ಲು ಬಂತು.. ರೂಮ್ ಕೊಡ್ಸೋಕೆ ಏನಾದ್ರೂ ಹೆಲ್ಪ್ ಬೇಕಿತ್ತಾ..?' ಆಟೋದವನು ತುಸು ಆಸೆಯಲ್ಲಿ ಕೇಳಿದ.

'ಇಲ್ಲ ಇಲ್ಲ ನೀವು ಹೊರಡಿ..' ಆಟೋದವನ ಕೈಗೆ ದುಡ್ಡು ಇಟ್ಟ. ದುಡ್ಡು ಇಡುವಾಗ ಆಟೋದವನು ಮೆಟ್ಟಿದ್ದ ಚಪ್ಪಲಿಗಳ ಕಡೆ ಕಣ್ಣು ಹಾಯಿಸಿದ. ಸಮಾಧಾನವಾಗಲಿಲ್ಲ. ಅವನಿಗೆ ಅಲ್ಲೇನು ಸಿಗಲಿಲ್ಲ. ಅದೆಷ್ಟೋ ಬಾರಿ ಬಂದು ಉಳಿದುಕೊಂಡು ಹೋಗಿದ್ದ ಸೂರ್ಯ ರೆಸಿಡೆನ್ಸಿಗೆ ಇಂದು ಮತ್ತೆ ಬಂದಿದ್ದ.

ರೂಮು ನಂಬರ್ 103 ಅನ್ನೆ ಕೇಳಿ ಪಡೆದು ಚೆಕ್‌ಇನ್ ಆದ. ಬ್ಯಾಗ್ ಹೊತ್ತುಕೊಂಡು ಮೊದಲನೆ ಮಹಡಿ ತಲುಪಿ ರೂಮಿನ ಮುಂದೆ ನಿಂತ. ಇಡೀ ರೆಸಿಡೆನ್ಸಿ ಮೌನದಲ್ಲಿತ್ತು. ಜನ ಮಾತುಗಳನ್ನು ಊರಲ್ಲೆ ಬಿಟ್ಟು ಬಂದವರಂತೆ ರೂಮಿನೊಳಗೆ ಸೇರಿಕೊಂಡಿದ್ದರು. ಸುಖಕ್ಕೆ ಸದ್ದುಗಳಿರುವುದಿಲ್ಲ. ರೆಸಿಡೆನ್ಸಿಯಲ್ಲಿ ಉಳಿಯಲು ಬಂದವರು ಮತ್ತು ಹೋಗುವವರ ಕಡೆ ಕಣ್ಣು ಹಾಯಿಸುವುದನ್ನು ಈಗೀಗ ಬಿಟ್ಟು ಬಿಟ್ಟಿದ್ದ. ಹುಡುಗ-ಹುಡಗಿಯರು, ಗಂಡಸರು-ಹೆಂಗಸರು, ಒಂಟಿಗರು ಹೀಗೆ ನಾನಾ ತರಹದ ಜನ ಬಂದು ಹೋಗುತ್ತಿದ್ದರು. ರೂಮಿನ ಬಾಗಿಲಿಗೆ ಕೀಲಿಯ ಬಿಲ್ಲೆಯನ್ನು ಅಡ್ಡ ಹಿಡಿದಾಗ ಹಸಿರು ಮಿಣುಕು ದೀಪ ಬೆಳಗಿ ಬಾಗಿಲು ತೆರೆಯಿತು. ಇದು ಅವನ ಇಷ್ಟದ ರೂಮು.

ಬಾಗಿಲು ತೆರೆಯುತ್ತಿದ್ದಂತೆ ಅವನಿಗೆ ಗಾಬರಿಯಾಯಿತು. ರೂಮಿನಲ್ಲಿ ಆಫೀಸ್ ಕೆಲಸ ಮಾಡಲು ಹಾಕಿದ್ದ ಕುರ್ಚಿಯ ಮೇಲೆ ಅವನ ತಂದೆ ಕೂತಿದ್ದರು. ನೋಡಿ, ಇವನಿಗೆ ಮೈ ತುಂಬಾ ಬೆವರು ಇಳಿಯತೊಡಗಿತು. ಅಪ್ಪ ಅವನನ್ನು ನೋಡಿ ನಕ್ಕರು. ಇವನಿಗೆ ಏನು ಮಾಡಬೇಕೆಂದು ತೋಚಲಿಲ್ಲ. ಅದೇನೆಂದು ಅವನಿಗೆ

ಅರ್ಥವೂ ಆಗಲಿಲ್ಲ. ಇವನು ರೂಮಿನೊಳಗೆ ಕಾಲಿಡುತ್ತಲೆ ಅವನ ತಂದೆ ಪಾರಿವಾಳವಾಗಿ ಫಡಫಡಿಸುತ್ತಾ ಕಿಟಕಿಯಿಂದ ಆಚೆ ಹಾರಿ ಹೋದರು. ಒಂದು ಕ್ಷಣ ತಲ್ಲಣಿಸಿ ಹಾಗೆಯೇ ಕೂತ. ಅಲ್ಲೆ ಪಕ್ಕದಲ್ಲಿದ್ದ ರಿಮೋಟ್ ಎತ್ತಿಕೊಂಡು ಎಸಿ ಆನ್ ಮಾಡಿದ. ಅರೆಕ್ಷಣ ಕಣ್ಮುಚ್ಚಿ ಕೂತ.

ಮೊಬೈಲ್ ಹೊಡೆದುಕೊಳ್ಳತೊಡಗಿತು. ನಾಳೆ ಪ್ರಕಟವಾಗಬೇಕಿದ್ದ ಲೇಖನ ಇನ್ನೂ ಕಳುಹಿಸಿರಲಿಲ್ಲ. ಆನ್ಲೈನ್ ಮ್ಯಾಗ್‌ಜೀನ್‌ಗೆ ವಾರಕ್ಕೊಂದು ಲೇಖನ ಕೊಡ್ತಿದ್ದ. ಅವನು ಕೆಲಸ ಬಿಟ್ಟು ಹೊರಟಾಗ ಸಂಪಾದಕರು ವಾರಕ್ಕೊಂದು ಅಂಕಣ ಬರೆಯಲು ಕೋರಿದ್ದರು. ಸಾಕಷ್ಟು ಅನುಭವ ಇಲ್ಲದ್ದಾಗಿಯೂ ಅವನ ಬರವಣಿಗೆ ನೋಡಿ ಸಂಪಾದಕರು ಬರೆಯಲು ಹೇಳಿದ್ದರು. ಅವನು ಶರ್ವ ಅನ್ನುವ ಹೆಸರಿನ ಬದಲು ಕರ್ಣ ಎನ್ನುವ ಹೆಸರಿನಲ್ಲಿ ಬರೆಯಲು ಒಪ್ಪಿಕೊಂಡಿದ್ದ. ಅವನ ಅಂಕಣದ ಕೇಂದ್ರ ವಸ್ತು ಗಂಡು ಹೆಣ್ಣಿನ ಸಂಬಂಧಗಳು. ಮದುವೆಯ ಒಳಗಿನದು ಮತ್ತು ಮದುವೆಯ ಆಚೆಗಿನದು. ಎಷ್ಟೊ ಜನ ಆ ಅಂಕಣಕ್ಕೆ ವಿರೋಧ ವ್ಯಕ್ತಪಡಿಸಿದ್ದರು. ಇದು ಅನೈತಿಕ ಸಂಬಂಧವನ್ನು ಪ್ರೋತ್ಸಾಹಿಸುತ್ತದೆ ಎಂದು ದೂರಿದ್ದರು. ದೂರುವವರಿಗಿಂತ ಓದುವವರು ಹೆಚ್ಚಿದ್ದರು. ಜನ ತಾವೇನು ಬದುಕಿದ್ದಾರೊ ಅದನ್ನೇ ಓದುತ್ತಾರೆ ಎಂದು ಶರ್ವ ಒಂದು ಲೇಖನದಲ್ಲಿ ಬರೆದಿದ್ದ.

"ಐ ವಿಲ್ ಸೆಂಡ್ ಯೂ ಶಾರ್ಟ್ಲೀ.." ಎಂದು ಒಂದು ಮೆಸೇಜ್ ಹಾಕಿ ಕಿಂಗ್‌ಸೈಜಿನ ಹಾಸಿಗೆಯ ಮೇಲೆ ಮೈ ಚೆಲ್ಲಿದ. ನೀಟಾಗಿ ಜೋಡಿಸಿಟ್ಟ ಹಾಸಿಗೆ ಹಿತವಾಗಿತ್ತು. ಹಾಸಿಗೆಯ ಹಿತಕ್ಕೆ ನೀತಾಳ ನೆನಪಾಯಿತು. ಅವಳೂ ಒಮ್ಮೆ ಈ ರೂಮಿಗೆ ಅವನೊಂದಿಗೆ ಬಂದಿದ್ದಳು. ಇಬ್ಬರೂ ಇದೇ ಹಾಸಿಗೆಯ ಮೇಲೆ ಮಲಗಿದ್ದರು. ನೀತಾ ಇಡೀ ರಾತ್ರಿ ಅವನ ಜೊತೆ ಇದ್ದಳು. ಅವನು ಅವಳ ಬೆತ್ತಲೆಯ ಮೊಲೆಗೆ ಮುತ್ತಿಟ್ಟಿದ್ದು ಬಿಟ್ಟರೆ ಮತ್ತೇನು ಮಾಡಿರಲಿಲ್ಲ. ಅವನಿಗೆ ಅವಳ ಹಂಬಲ ಅರ್ಥವಾಗುತ್ತಿತ್ತು. ಆದರೆ ಅವನು ಸಿಗರೇಟು ಹಚ್ಚಿಕೊಂಡು ಹೊಗೆ ಬಿಡುತ್ತಾ ರಾತ್ರಿಯಿಡೀ ಕಿಟಕಿಯಾಚೆ ನೋಡುತ್ತಾ ಕೂತಿದ್ದ. ಯಾವುದೊ ನಕ್ಷತ್ರವೊಂದರ ಜೊತೆ ಸಖ್ಯಕ್ಕಾಗಿ ಹಂಬಲಿಸುವವನಂತೆ ಕಾಣುತ್ತಿದ್ದ. ಇವತ್ತು ಅವಳ ನೆನಪಾದದ್ದೆ ಎದ್ದು ಕೂತ. ಒಂದು ಸಣ್ಣ ಟಿವಿ, ಒಂದು ಸೋಫಾ, ಟೀಪಾಯಿ, ಕ್ಲೋಸೆಟ್ ಎಲ್ಲವೂ ಅಂದವಾಗಿದ್ದವು.

ಎದ್ದು ಮುಖ ತೊಳೆಯಲು ಹೋದ. ಕನ್ನಡಿ ನೋಡಿಕೊಂಡವನಿಗೆ ಅದರಲ್ಲಿ ಕಾಣಿಸಿದ್ದು ಒಂಟಿ ಚಪ್ಪಲಿ. ಊರ ದೇವಸ್ಥಾನದಲ್ಲಿ ಅದರ ಜೋಡಿ ಚಪ್ಪಲಿಯೊಂದು ಕಾಣೆಯಾಗಿತ್ತು. ಅಂದಿನಿಂದ ಉಳಿದು ಹೋದ ಈ ಚಪ್ಪಲಿ ಮನೆಯ ಕನ್ನಡಿಯಲ್ಲೂ ಬಂದು ಕಾಡುತ್ತಿತ್ತು. ಈಗೀಗ ಕನ್ನಡಿ ನೋಡಿಕೊಳ್ಳುವುದನ್ನೇ ಕಡಿಮೆ ಮಾಡಿದ್ದ.

"ನಾನು ಈ ಬಾರಿ ನಿಜಕ್ಕೂ ಕೆಲಸಕ್ಕಾಗಿ ಬಂದೆನಾ ಇಲ್ಲಿಗೆ?" ಪ್ರಶ್ನೆ ಎದೆಯೊಳಗಿಂದ ಚಿಮ್ಮಿ ಬಂದದ್ದೆ ಮುಖ ತೊಳೆಯುವುದನ್ನು ಬಿಟ್ಟು ಮತ್ತೆ ಬಂದು ಹಾಗೆ ಕೂತ..

ಪತ್ರಿಕೆಯಲ್ಲಿ ಸಂದರ್ಶನವಿರುವುದು ನಾಳೆ. ಅಷ್ಟರೊಳಗೆ ತನ್ನ ಸಾವು ಸಾಧ್ಯವಾಗಬಹುದಾ? ಸಾವಿಗೂ ಮೊದಲು ಇಡೀ ಬದುಕನ್ನು ಒಂದು ದಿನದಲ್ಲಿ ಸಂಭ್ರಮಿಸಲು ಬಂದವನಂತೆ ಅವನು ಕಾಣುತ್ತಿದ್ದ.

ನಮ್ಮೊಂದಿಗೆ ಯಾರೂ ಇಲ್ಲ ಅನಿಸಿದಾಗ, ತಾನು ಒಂಟಿ ಅನಿಸಿದಾಗ ಮನುಷ್ಯನಿಗೆ ಬದುಕಲು ಒಂದೇ ಒಂದು ಕಾರಣವಾದರೂ ಇರಬೇಕು ಅನಿಸುತ್ತೆ ಆದರೆ ತನಗೇ ಯಾವ ಕಾರಣಗಳಿವೆ ಬದುಕಲು? ಅಪ್ಪನ ದುಡ್ಡಿದೆ.. ತನಗೆ ಕಥೆ, ಕವನ ಬರೆಯುವ ಖಯಾಲಿ ಇದೆ.. ಕುಡಿಯಲು ವ್ಹಿಸ್ಕಿ ಇದೆ.. ಇದೆಲ್ಲವು ಒಬ್ಬ ಮನುಷ್ಯನನ್ನು ಬದುಕುವಂತೆ ಪ್ರೋತ್ಸಾಹಿಸಬಲ್ಲವಾ? ತಲೆ ಕೊಡವಿಕೊಂಡು ಎದ್ದ.

ವಿಚ್ ಇಸ್ ದಿ ಹ್ಯಾಪಿಯೆಸ್ಟ್ ವೇ? ಹಾಗೆ ಅನಿಸಿದ್ದೆ ಮೊಬೈಲ್ ಎತ್ತಿಕೊಂಡು

'ಎಳ್ಳಷ್ಟೂ ನೋವಾಗದೆ ಸಾಯುವುದು ಹೇಗೆ?'

ಎಂದು ಟೈಪ್ ಮಾಡಿ ಸರ್ಚ್ ಕೊಟ್ಟ. ಸಾವಿನ ದಾರಿಗಳ ರಾಶಿಯೇ ಸಿಕ್ಕಿತು. ಸಾಯಲು ಕೂಡ ಸಲಹೆ ನೀಡುವ ಕಾಲದಲ್ಲಿದ್ದೇವೆ ನಾವು. ಅಷ್ಟನ್ನೂ ಪರೀಕ್ಷಿಸಿ ನೋಡುವುದು ಹೇಗೆ? ಒಂದನ್ನು ಮಾತ್ರ ಪರೀಕ್ಷಿಸಬಹುದು.. ಪರೀಕ್ಷೆಯೂ ಅದೇ ಫಲಿತಾಂಶವೂ ಅದೇ. ಅವನಷ್ಟಕ್ಕೆ ಅವನೇ ಮಲ್ಲನೆ ನಕ್ಕ.

ಹೊರಗೆ ಹೋಗಲು ಮನಸಾಗಲಿಲ್ಲ. ಈಗ ನೀತೂ ಬೆಂಗಳೂರಿನಲ್ಲಿ ಇಲ್ಲ. ಮದುವೆ ಆದ್ಮೇಲೆ ಕೆಲಸ ಬಿಟ್ಟಳು ಎಂದು ಲಕ್ಷ್ಮೀಶ ಹೇಳಿದ್ದು ನೆನಪಾಯಿತು. ಈಗ ಎಲ್ಲಿದ್ದಾಳೊ ಏನೊ? ಇಲ್ಲೆ ಇದ್ದಿದ್ದರೆ ತಾನು ಅವಳನ್ನು ಖಂಡಿತ ಭೇಟಿಯಾಗಲು ಬಯಸುತ್ತಿರಲಿಲ್ಲ ಎಂಬ ಸತ್ಯದ ಅರಿವಾಗಿ ಹಾಗೆ ಹಾಸಿಗೆಯ ಮೇಲೆ ಹೊರಳಿ ಮಗ್ಗಲು ಬದಲಿಸಿದ. ಎಷ್ಟೊ ಹೊತ್ತಿನ ಬಳಿಕ ರೂಮಿಗೆ ತಿಂಡಿ ತರಿಸಿಕೊಂಡು ತಿಂದು.. ನಿದ್ದೆ ಹೋದ.

ಎದ್ದಾಗ ಸಂಜೆ ನಾಲ್ಕು ದಾಟಿತ್ತು. ಕನ್ನಡಿ ನೋಡದೆ ಮುಖ ತೊಳೆದುಕೊಂಡು ಬಂದ. ಮೊಣಕಾಲಿನವರೆಗೂ ಬರುವ ಪ್ಯಾಂಟಿನೊಳಗೆ ಕಾಲು ತೂರಿಸಿ, ಒಂದು ದೊಗಳೆ ದೊಗಳೆ ಟೀ ಶರ್ಟ್ ತೊಟ್ಟು ರೂಮಿನಿಂದ ಆಚೆ ಬಿದ್ದ. ರೆಸಿಡೆನ್ಸಿ ಹತ್ತಿರದಲ್ಲೇ ಒಂದು ಬಾರಿತ್ತು. ಅಲ್ಲಿ ಹೋಗಿ ಕೂತ. ಒಳಗೆ ಮಂದ ನೀಲಿ ಬೆಳಕಿತ್ತು. ನೀಲಿ ಬಣ್ಣದೊಳಗೆ ಸಿಗರೇಟಿನ ಬಿಳಿ ಧೂಮವು ನೀಲಿಯಾಗಿಯೇ ಕಾಣಿಸುತ್ತಿತ್ತು. ಅಲ್ಲಿ ಕೂತು ಕುಡಿಯುತ್ತಿದ್ದವರೆಲ್ಲಾ ಬೀಳುವ ಹಿಮದ ನಡುವೆ ಕೂತ ದೇವತೆಗಳೇನೊ ಎನ್ನುವಂತೆ ಭಾಸವಾಯಿತು. ಅವರ ಕಾಲುಗಳಲ್ಲಿರುವ

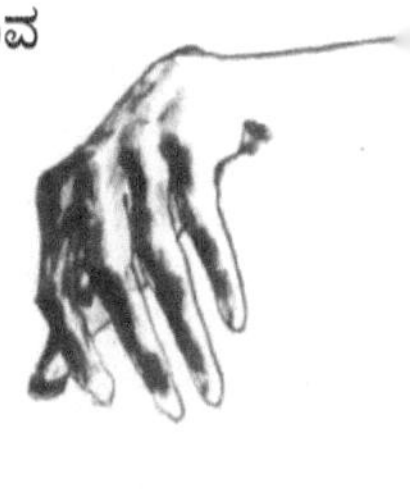

ಚಪ್ಪಲಿಗಳನ್ನು ನೋಡಲು ಮಾತ್ರ ಮರೆಯಲಿಲ್ಲ. ಅವನು ಎಂದೂ ಕೂಡ ಕುಡಿಯಲು ಹೋಗುತ್ತಿದ್ದ ಜಾಗ ಅದು. ಮೊಬೈಲ್ ತೆಗೆದು ಹಿಂದೆ ಎಲ್ಲೊ ಓದಿದ್ದ 'ಒಂಟಿತನದ ದುಃಖ ಒಂದು ರೀತಿಯಲ್ಲಿ ನಮಗೆ ನಾವೇ ಗಾಯ ಮಾಡಿಕೊಂಡು ಅದರ ಉರಿ ತಗ್ಗಿಸಲು ನೆಕ್ಕುತ್ತಾ ಗಾಯದ ರಕ್ತದ ರುಚಿಯನ್ನು ಸುಖಿಸುವಂತೆ!' ಎಂಬ ಸಾಲನ್ನು ಫೇಸ್ಬುಕ್‌ಗೆ ಹಾಕಿದ. ಇದು ಅವನಿಗೆ ತುಂಬಾ ಇಷ್ಟದ ಸಾಲು. ಆ ಸಾಲುಗಳಲ್ಲಿ ತನ್ನನ್ನು ಹುಡುಕಿಕೊಳ್ಳಲು ಪ್ರಯತ್ನಿಸುತ್ತಿದ್ದ. ಕೂತವನೇ ಡ್ರಿಂಕು ತರಿಸಿಕೊಂಡು ಗ್ಲಾಸ್ ಎತ್ತಿ ಒಂದು ಗುಟುಕು ಎಳೆದು ಸಿಗರೇಟು ಹಚ್ಚಿದ. ಒಂದು ದಮ್ಮು ಎಳೆದು ಬಿಟ್ಟ. ಬಾಯಿಂದ ಹೊರಟ ಸುರುಳಿ ಸುರುಳಿ ಹೊಗೆಯಲ್ಲಿ ಅವನ ಬದುಕಿನ ಚಿತ್ರಣವೂ ಬಿಚ್ಚಿಕೊಳ್ಳತೊಡಗಿತು.

***

ಅವತ್ತು ಇನ್ನೇನು ಕೆಲಸಕ್ಕೆ ಹೊರಡಬೇಕು ಅನ್ನುವ ಧಾವಂತದಲ್ಲಿದ್ದಾಗ ಊರಿಂದ ಅಪ್ಪನ ಸಾವಿನ ಸುದ್ದಿ ಬಂದಿತ್ತು. ಕೆಲಸಕ್ಕೆ ಹೊರಡಬೇಕಾದವನು ಅಪ್ಪನ ದೇಹ ನೋಡಲು ಹೊರಡಬೇಕಾಗಿ ಬಂದ ಸ್ಥಿತಿಗೆ ತುಂಬಾ ಸಂಕಟಗೊಂಡಿದ್ದ. ಮೆಜೆಸ್ಟಿಕ್‌ಗೆ ಬಂದು ಬಸ್ ಹಿಡಿದು ಕೂತಾಗ ಅಪ್ಪನ ಇಡೀ ಬದುಕು ಅವನ ಕಣ್ಣ ಮುಂದೆ ಬಂದಿತ್ತು.

ಅವನ ಅಪ್ಪ ಅವನಿಗಿಂತ ಒಂಟಿಯಾಗಿ ಬದುಕಿದವ. ಶರ್ವ ಏಳು ವರ್ಷದವನಾಗಿದ್ದಾಗಲೇ ಅವನ ತಾಯಿ ಲಿವರ್ ಸೋಂಕಿಗೆ ಒಳಗಾಗಿ ಸತ್ತು ಹೋಗಿದ್ದಳು. ಶರ್ವ ಅಮ್ಮನನ್ನು ನೋಡಿ 'ಇದೇನು ಅಮ್ಮನು ಇಷ್ಟೊಂದು ಹಳದಿ ಬಣ್ಣದಲ್ಲಿ!' ಎಂದು ಅಚ್ಚರಿಗೊಂಡಿದ್ದ. ಅಮ್ಮ ಸತ್ತಳು ಎಂಬುದು ಅವನಿಗೆ ಗೊತ್ತಾಗಿತ್ತಾದರೂ ಅಮ್ಮ ಇಲ್ಲದೆ ಹೋದರೇನು ಎಂಬುದರ ತೀವ್ರತೆಯ ಅರಿವಿರಲಿಲ್ಲ.

ಅವನ ಅಪ್ಪ ಶರ್ವನನ್ನು ಬೋರ್ಡಿಂಗ್ ಸ್ಕೂಲ್‌ಗೆ ಹಾಕಿ ಓದಿಸುತ್ತಿದ್ದ. ಮಗ ಮನೆಯಲ್ಲಲ್ಲ, ಈ ಊರಲ್ಲೇ ಇದ್ದು ಓದುವುದು ಬೇಡ ಎಂಬುದು ತಂದೆಯವರ ಕಠೋರ ತೀರ್ಮಾನವಾಗಿತ್ತು. ಹೆಂಡತಿಯ ಮಾತನ್ನೂ ಅವರು ಕೇಳಿರಲಿಲ್ಲ. ಶರ್ವನಿಗೆ ಅಪ್ಪ ಅಮ್ಮ ರಜೆಯಲ್ಲಿ ಸಿಗುವ ಬಂಧುಗಳಾಗಿದ್ದರು. ನೆಂಟರ ಮನೆಗೆ ಬಂದು ಹೋಗುವಂತೆ ಶರ್ವ ರಜೆಗೆ ಬಂದು ಹೋಗುತ್ತಿದ್ದ.

ಶರ್ವನ ಅಪ್ಪ ಉತ್ತರ ಕರ್ನಾಟಕದ ಯಾವುದೊ ಊರಿನಿಂದ ಬಂದು ಇತ್ತ ನಗರವೂ ಅಲ್ಲದ ಹಳ್ಳಿಯೂ ಅಲ್ಲದ ಮಲೇಬೆನ್ನೂರಿನಲ್ಲಿ ಒಂದು ಕಿರಾಣಿ ಅಂಗಡಿ ಹಾಕಿಕೊಂಡಿದ್ದ. ಜೊತೆಗೆ ಹೆಂಡತಿಯನ್ನು ಕರೆದು ತಂದಿದ್ದ. ಆಗಿನ್ನು ಶರ್ವ ಹುಟ್ಟಿರಲಿಲ್ಲ. ಊರಿನ ಜನಕ್ಕೆ ಯಾವ ಜಾಡು ಸಿಕ್ಕಿತೊ ಏನೊ ಇವರು

ಗಂಡ ಹೆಂಡತಿಯರಲ್ಲ ಎಂಬ ಗುಲ್ಲು ಹಬ್ಬಿಸಿದರು. ಅವನು ಅದೇ ಊರಿನ ಬೇರೆಯವನ ಹೆಂಡತಿಯನ್ನು ಹಾರಿಸಿಕೊಂಡು ಬಂದಿದ್ದಾನೆ ಎಂದು ಜನ ಮಾತಾಡಿಕೊಳ್ಳುತ್ತಿದ್ದರು. ಅವಳ ಕೊರಳಿನಲ್ಲಿ ಇರುವ ತಾಳಿ ಇವನದೊ ಅಥವಾ ಬಿಟ್ಟು ಬಂದಿರುವ ಅವಳ ಗಂಡನದೊ ಎಂದು ಜನ ಕುಹುಕವಾಡುತ್ತಿದ್ದರು. ಇದು ಇವರಿಬ್ಬರ ಕಿವಿಗೆ ಬೀಳುತ್ತಿದ್ದರೂ ಅದರ ಕಡೆ ಗಮನ ಕೊಡದೆ ತಮ್ಮ ಪಾಡಿಗೆ ತಾವಿದ್ದರು. ಅವರು ಈ ಊರಿಗೆ ಬಂದ ಎರಡು ವರ್ಷಕ್ಕೆ ಶರ್ವ ಹುಟ್ಟಿದ್ದ. ಜನ ಕ್ರಮೇಣ ಇವರ ಬಗೆಗಿನ ಗುಸು ಗುಸು ನಿಲ್ಲಿಸಿದ್ದರು. ಅವನು ಅವಳನ್ನು ತುಂಬಾ ಪ್ರೀತಿಸುತ್ತಿದ್ದ. ಒಮ್ಮೆಯೂ ಅವಳಿಗೆ ಅವನು ಗದರಿದ ನೆನಪಿಲ್ಲ. ಅವಳ ಮುಂಗೋಪ, ಹಠ, ಸಿಡುಕು, ಮೂಡಿತನವನ್ನೆಲ್ಲವನ್ನೂ ಅವನು ಮೆಚ್ಚಿಕೊಂಡಿದ್ದ.

ಆದರೆ ಶರ್ವಗೆ ಐದು ವರ್ಷ ಇರುವಾಗ ದೂರದ ಊರಿನಲ್ಲಿರುವ ಅವಳ ಮೊದಲ ಗಂಡ ಸತ್ತು ಹೋದ ಸುದ್ದಿ ಇವಳನ್ನು ತಲುಪಿತ್ತು. ಅವತ್ತು ಇವಳು ಅಕ್ಷರಶಃ ಕಂಗಾಲಾಗಿದ್ದಳು. ಸತ್ತು ಹೋದವನು ಕಟ್ಟಿದ ತಾಳಿ ಇನ್ನೂ ಕೊರಳಲ್ಲಿತ್ತು. ಅದನ್ನು ನೋಡಿಕೊಂಡು ಅವಳ ದುಃಖ ಇನ್ನಷ್ಟು ಹೆಚ್ಚಾಗಿತ್ತು. ಆ ಕ್ಷಣಕ್ಕೆ ಹೊಳೆ ಹತ್ತಿರ ಹೋಗಿ ತಾಳಿ ತೆಗೆದು, ಬಳೆ ಒಡೆದು ಹಾಕಿ, ಕುಂಕುಮ ಅಳಿಸಿಕೊಂಡು ಬಂದಿದ್ದಳು. ಮನೆಗೆ ಬಂದು ಇವನಿಗೆ ಇನ್ನೆಂದೂ ತಾನು ಬಳೆ ತೊಡುವುದಿಲ್ಲ, ಕುಂಕುಮ ಇಡುವುದಿಲ್ಲ ಎಂದು ಬಿಟ್ಟಿದ್ದಳು. ಅವನಿಗೆ ಏನು ಹೇಳಬೇಕೆಂದು ತೋಚಲಿಲ್ಲ. ಆದರೆ ತುಂಬಾ ನೋವಾಗಿತ್ತು.

ತಾನು ತಾಳಿ ಕಟ್ಟದೆ ಇರಬಹುದು ಆದರೆ ಅದಕ್ಕಿಂತ ಹೆಚ್ಚಾಗಿ ನೋಡಿಕೊಂಡೆ. ತಾಳಿಯೇ ಮುಖ್ಯ ಅನ್ನುವುದಾಗಿದ್ದರೆ ಎಂದೊ ಆ ತಾಳಿ ಕಿತ್ತು ಹಾಕಿ ಹೊಸದು ಕಟ್ಟುತ್ತಿದ್ದೆ ಎಂದು ಹೇಳಬೇಕು ಅನಿಸಿತ್ತು ಅವನಿಗೆ. ಅವಳ ಕಡೆ ನೋಡಲಿಲ್ಲ. ಮನೆ ಕೊಲ್ಲುವಷ್ಟು ಮೌನವಾಯಿತು. ಅಂದಿನಿಂದ ಮಾತು ಕಡಿಮೆ ಮಾಡಿಬಿಟ್ಟ, ಯಾರೊಂದಿಗೂ ಅಷ್ಟಾಗಿ ಮಾತಾಡುತ್ತಿರಲಿಲ್ಲ. ಅವಳ ಈ ನಡೆಯಿಂದ ಊರಿನವರಿಗೆ ಎಲ್ಲವೂ ಗೊತ್ತಾಗಿ ಹೋಗಿತ್ತು. ಅವನಿಗೆ ಎಂದೂ ತನ್ನದು ಅಕ್ರಮ ಸಂಬಂಧ ಅನಿಸಿಯೇ ಇರಲಿಲ್ಲ. ಆದರೂ ಅವನು ತನ್ನ ಮಗನನ್ನು ಈ ಕೂಪದಿಂದ ದೂರ ಇಡಬೇಕು ಎಂದು ನಿರ್ಧರಿಸಿ, ಮಗನ ಮೇಲೆ ಊರಿನವರ ಮಾತಿನಿಂದ ಆಗಬಹುದಾದ ಪರಿಣಾಮಗಳನ್ನು ಊಹಿಸಿ ಅವನನ್ನು ಹೊರಗೆ ಇಟ್ಟು ಓದಿಸತೊಡಗಿದ್ದ. ಆ ದಿನಗಳಲ್ಲೆ ಶರ್ವನ ತಾಯಿಗೆ ಲಿವರ್ ಸೋಂಕು ಹೆಚ್ಚಾಗಿ ಆಸ್ಪತ್ರೆ ಸೇರಿದ್ದಳು. ಅವನು ಅವಳನ್ನು ಉಳಿಸಿಕೊಳ್ಳಲು ಸಾಕಷ್ಟು ಪ್ರಯತ್ನಿಸಿದರೂ ಸಾಧ್ಯವಾಗದೆ ಹೊರಟು ಹೋಗಿದ್ದಳು. ಶರ್ವನ ತಂದೆ ಒಂಟಿಯಾಗಿದ್ದ.

ಅಪ್ಪನ ಮೌನ ಶರ್ವನಿಗೆ ಕ್ರಮೇಣ ಗೊತ್ತಾಗತೊಡಗಿತ್ತು. ಊರಿಗೆ ಬಂದಾಗ ಅಪ್ಪನ ಬಳಿ ಇದೆಲ್ಲವನ್ನೂ ಕೇಳಬೇಕು ಅನಿಸುತ್ತಿತ್ತು. ಆದರೆ ಅಪ್ಪನ ಮೌನ

ಅವನನ್ನು ಸುಮ್ಮನಿರಿಸುತ್ತಿತ್ತು. ಕೇಳಿದರೆ ಅಪ್ಪ ಇನ್ನಷ್ಟು ನೊಂದುಕೊಳ್ಳಬಹುದೆಂದು ಯೋಚಿಸುತ್ತಿದ್ದ. ಅವರ ಅಪ್ಪ ಕ್ರಮೇಣ ಅಂಗಡಿ ನಡೆಸುವುದನ್ನು ಬಿಟ್ಟು ಬಿಟ್ಟ. ಮನೆಯಲ್ಲಿಯೇ ಒಂಟಿಯಾಗಿ ಇರುತ್ತಿದ್ದ. ಆಗಾಗ ಪುಸ್ತಕ ಓದುವುದು.. ಹಸಿವಾದರೆ ಏನಾದ್ರೂ ಮಾಡಿಕೊಂಡು ತಿನ್ನುವುದು.. ಕಿಟಕಿ ಎದುರಿಗೆ ಕೂತು ಯಾರದೊ ದಾರಿ ಕಾಯುವುದು.. ಎಂದೊ ಒಮ್ಮೆ ಮಗನಿಗೆ ಫೋನ್ ಮಾಡಿ ಮಾತಾಡುವುದು ಮಾಡುತ್ತಿದ್ದ. ಒಮ್ಮೆ ಶರ್ವ ಊರಿಗೆ ಬಂದಾಗ 'ಅಪ್ಪ ನೀವು ಯಾಕೆ ಇನ್ನೊಂದು ಮದುವೆ ಆಗಬಾರದು?' ಎಂದು ಸುಮ್ಮನೆ ಸ್ವಾಭಾವಿಕವಾಗಿ ಕೇಳಿದ್ದ. ಆಗ ಅವನ ತಂದೆ ಅವನ ಕಡೆ ನೋಡಿ ಎದ್ದು ಬಂದು ಅವನನ್ನು ತಬ್ಬಿ ಹಣೆಗೊಂದು ಮುತ್ತು ನೀಡಿದ್ದರು ಹೊರತು ಏನನ್ನೂ ಮಾತಾಡಿರಲಿಲ್ಲ.

ಜರ್ನಲಿಸಂ ಮುಗಿಸಿ ಮಗ ಕೆಲಸಕ್ಕೆ ಹೊರಟು ನಿಂತಾಗ ಅಪ್ಪ ಅವನನ್ನು ಕರೆದು ಒಂದು ಮಾತು ಹೇಳಿದ್ದರು 'ಏನಾದ್ರು ಕೆಲಸ ಮಾಡು, ಎಷ್ಟಾದರೂ ದುಡಿ ಮಗಾ.. ಆದರೆ ಬೇಗ ಒಂದು ಮದುವೆ ಆಗು. ಹೆಗಲು ಬೇಕು ಕಣೊ ಹೆಗಲು..' ಅಂದಿದ್ದರು. ಅವರ ಕಣ್ಣಲ್ಲಿ ನೀರು ತುಳುಕಿತ್ತು. ಮಗ 'ಆಗಲಿ..' ಎಂಬಂತೆ ಕತ್ತು ಆಡಿಸಿ, ಕಾಲಿಗೆ ನಮಸ್ಕರಿಸಿ ಹೊರಟು ಬಂದಿದ್ದ..

ಅವತ್ತು ಬೆಂಗಳೂರಿಗೆ ಬಂದವನು ಇಂದು ತಂದೆಯ ಸಾವಿನ ಸುದ್ದಿ ಹೊತ್ತುಕೊಂಡು ಬಸ್ಸಿನಲ್ಲಿ ಕೂತಿದ್ದ. ಊರು ಸೇರಿದಾಗ ಸಂಜೆ ಆರಾಗಿತ್ತು. ಅವನಿಗೆ ಅಲ್ಲಿ ಇನ್ನೊಂದು ಸಿಡಲಿನಂತಹ ವಿಷಯ ಎದುರಾಗಿತ್ತು. ತಂದೆ ಸತ್ತದ್ದು ಸಹಜ ಸಾವಲ್ಲ, ಆತ್ಮಹತ್ಯೆ. ಅವನ ತಂದೆ ನೇಣು ಬಿಗಿದುಕೊಂಡು ಆತ್ಮಹತ್ಯೆ ಮಾಡಿಕೊಂಡಿದ್ದರು. ಪೊಲೀಸ್ ದೂರು, ಪೋಸ್ಟ್ ಮಾರ್ಟಂ ಆಗಿ ದೇಹವನ್ನು ಇವನ ಬರುವಿಕೆಗಾಗಿ ಕಾದಿರಿಸಿದ್ದರು. ಶರ್ವ, ಕೊಯ್ದು ಮಲಗಿಸಿದ್ದ ಅಪ್ಪನ ಬಳಿ ಹೋಗಿ ನಿಂತಿದ್ದ. ಅಪ್ಪನು ಬದುಕಿದ್ದಾಗಲೂ ಮೌನಿ, ಸತ್ತಾಗಲೂ ಮೌನಿ. ಆಗಲೂ ಒಂಟಿ, ಸತ್ತು ಮಲಗಿದಾಗಲೂ ಒಂಟಿ. ಇವನಿಗೆ ಅಂತಹ ವ್ಯತ್ಯಾಸವೇನು ಕಾಣಲಿಲ್ಲ. ಎದುರಿಗಿರುವ ಅಪ್ಪನನ್ನು ನೋಡಿ ಶರ್ವಗೆ ಅಳು ಬರಲಿಲ್ಲ. ಇವನು 'ಹೂಂ..' ಅಂದು ಅನುಮತಿಸಿದ್ದೆ ಎತ್ತಿಕೊಂಡು ಹೋಗಿ ಅಂತ್ಯಸಂಸ್ಕಾರ ಮಾಡಲಾಗಿತ್ತು. ಅಪ್ಪನ ಚಿತೆಯ ಬಳಿ ತಡರಾತ್ರಿಯವರೆಗೂ ಕೂತು ಎದ್ದು ಬಂದಿದ್ದ. ಅಪ್ಪನು ಒಂಟಿಯಾಗಿಯೇ ಬದುಕಿದ, ಒಂಟಿಯಾಗಿ ಸತ್ತ.. ಈಗ ದೇಹ ಕರಗುವಾಗಲಾದರೂ ತಾನು ಜೊತೆ ಇರಬಾರದೆ ಅನಿಸಿತ್ತು ಶರ್ವನಿಗೆ.

ಮರುದಿನ ಪೊಲೀಸರು ಆತ್ಮಹತ್ಯೆ ಜಾಗದಲ್ಲಿ ಸಿಕ್ಕ ಡೆತ್ ನೋಟನ್ನು ಅವನ ಕೈಗಿಟ್ಟು ಇದು ನಿಮ್ಮ ತಂದೆಯ ಅಕ್ಷರಗಳಾ? ಹೌದೊ ಅಲ್ಲವೊ ಎಂಬುದನ್ನು ಖಚಿತಪಡಿಸಲು ಸಾಧ್ಯವಾ? ನೋಡಿ ಎಂದು ಅಂಗೈಯಷ್ಟು ಅಗಲದ ಒಂದು ಚೀಟಿಯನ್ನು ಕೊಟ್ಟಿದ್ದರು.

'ನನ್ನ ಸಾವು ಸಾವಷ್ಟೆ ಅದಕ್ಕೆ ಕಾರಣಗಳು ಅಂತ ಇಲ್ಲ..'

ಎಂಬ ಒಂಟಿ ಸಾಲೊಂದು ಒಂದು ಪುಟದ ತುಂಬೆಲ್ಲಾ ಅನಾಥವಾಗಿತ್ತು. ಅಪ್ಪ ಒಂದೇ ಸಾಲನ್ನು ಬರೆದು ಬದುಕು ಮುಗಿಸಿದ್ದರು. ಅಪ್ಪ 'ವ' ಬರೆಯುವ ಶೈಲಿ ಶರ್ವನಿಗೆ ಗೊತ್ತಿತ್ತು. ವ ಬರೆಯುವಾಗ ಮೊದಲ ಆರಂಭದ ಸುರುಳಿ ಕೆಳಗೆ ಬಚ್ಚಿಟ್ಟುಕೊಳ್ಳುತ್ತಿತ್ತು. ಸ್ಕೂಲಿಗೆ ಪತ್ರ ಬರೆಯುವಾಗ ಅದರಲ್ಲಿ 'ಶರ್ವ ಹುಷಾರು, ಶರ್ವ ಅರಾಮಾಗಿ ಓದು ಟೆನ್ಷನ್ ಬೇಡ.. ಶರ್ವ ದುಡ್ಡು ಏನಾದ್ರೂ ಬೇಕಿತ್ತಾ..' ಅಂತ ಬರೆಯುವಾಗಲೆಲ್ಲಾ ಅವರು ವ ಬರೆಯುತ್ತಿದ್ದ ಶೈಲಿ ಅವನಿಗೆ ಮನದಟ್ಟಾಗಿತ್ತು.

'ಹೌದು ಸರ್.. ಈ ಅಕ್ಷರಗಳು ಅಪ್ಪನವೇ..' ಶರ್ವ ಖಚಿತಪಡಿಸಿದ್ದ.

ಅವನ ಹೇಳಿಕೆ ದಾಖಲಿಸಿಕೊಂಡು ಸಹಿ ಪಡೆದು ಅವರು ಹೊರಟು ಹೋಗಿದ್ದರು.

'ಬಂದೆಯಾ ಬಾ ಮಗನೇ..' ಎಂದು ಖಾಲಿ ಮನೆ ಕರೆದಂತಾಯ್ತು. ಆ ಮನೆಯಲ್ಲಿ ಅವನು ಹೆಚ್ಚು ದಿನವಿದ್ದ ನೆನಪಿಲ್ಲ. ತಂದೆ ಇಲ್ಲಿರಬೇಡ ಜಾಸ್ತಿ ದಿನ, ಹೊರಡು ಅನ್ನುತ್ತಿದ್ದರು. ಆದರೆ ಇದೇ ಮನೆಯಲ್ಲಿ ಅಮ್ಮ ಇದ್ದದ್ದು ಎಂದು ನೆನಸಿಕೊಂಡಾಗ ಎದೆ ತುಂಬಿ ಬಂದಿತ್ತು. ಅಮ್ಮನ ಜೊತೆಗೆ ಅವನಿಗೆ ಅಷ್ಟೊಂದು ನೆನಪುಗಳಿಲ್ಲ. ಏಳೇ ವರ್ಷಕ್ಕೆ ಕೈ ಬಿಟ್ಟು ಹೋದ ಅಮ್ಮನ ಬಗ್ಗೆ ಇನ್ನೆಷ್ಟು ನೆನಪುಗಳಿರಲು ಸಾಧ್ಯ.

ಒಮ್ಮೆ ಮನೆಯ ಎಲ್ಲಾ ಕಡೆ ಓಡಾಡಿ ಬಿಟ್ಟ. ಒಂದೆರಡು ಬಾರಿ 'ಅಪ್ಪಾ ಅಪ್ಪಾ' ಎಂದು ಕರೆದ. 'ಓ' ಅನ್ನಲು ಅವರಾದ್ರೂ ತಾನೇ ಎಲ್ಲಿದ್ದರು? ಆಚೆ ಬಂದು ಹೊಸ್ತಿಲ ಬಳಿ ಬಂದು ಕೂತ. ಅಪ್ಪ ಯಾಕೆ ಹೀಗೆ ಮಾಡಿಕೊಂಡರು ಅನ್ನುವ ಯೋಚನೆ ಬಂತು. ಅಪ್ಪನಿಗೆ ಒಂಟಿತನವನ್ನು ನಿಭಾಯಿಸಲು ಸಾಧ್ಯವಾಗಲಿಲ್ವ? ಅದರಿಂದ ಆಚೆ ಬರಲು ಸಾಧ್ಯವಾಗದೆ ಬದುಕಿನಿಂದಲೇ ಆಚೆ ಬರುವ ಪ್ರಯತ್ನ ಮಾಡಿದ್ರಾ..? ಉತ್ತರ ಹೇಳಲು ಅವನ ಅಪ್ಪ ಇರಲಿಲ್ಲ.

ತನ್ನ ಮನೆಗೆ ಇರಬಹುದಾದ ಬಂಧು ಬಳಗದ ಬಗ್ಗೆ ಶರ್ವನಿಗೆ ಅಷ್ಟಾಗಿ ತಿಳಿದಿರಲಿಲ್ಲ. ಯಾವ ಬಂಧುಗಳೂ ಅವರು ಬದುಕಿದ್ದಾಗ ಮನೆಗೆ ಬಂದು ಹೋಗುವುದು ಮಾಡುತ್ತಿರಲಿಲ್ಲ. ಊರಿನವರೇ ಸೇರಿಕೊಂಡು ಅವನನ್ನು ಮಣ್ಣುಗಾಣಿಸಿದ್ದರು. ಈಗ ಮನೆಯಲ್ಲಿ ಶರ್ವ ಒಬ್ಬನೇ ಆಗಿದ್ದ. ಕೆಲವು ಪರಿಚಿತರು ತಮ್ಮ ಮನೆಗಳಿಗೆ ಕರೆದಿದ್ದರೂ ಅವನು ಹೋಗಲಿಲ್ಲ. ಇನ್ನೂ ಕೆಲವರು ತಾವೇ ಬಂದು ಒಂದೆರಡು ದಿನ ಇರುತ್ತೇವೆ ಅಂದರೂ ಅದಕ್ಕೂ ಅವಕಾಶ ಕೊಡಲಿಲ್ಲ.

ರಾತ್ರಿ ಮೊಬೈಲ್ ಆನ್ ಮಾಡಿದ. ಅಪ್ಪನ ಬಗ್ಗೆ ವಿಚಾರಿಸಿ ಕೆಲವರು ಮೆಸೇಜ್ ಮಾಡಿದ್ದರು. ನೀತಾಳ ಒಂದಷ್ಟು ಮೆಸೇಜ್ ಮತ್ತು ಮಿಸ್ಡ್‌ಕಾಲ್‌ಗಳಿದ್ದವು. ಅಷ್ಟರಲ್ಲೇ ಮತ್ತೊಮ್ಮೆ ಅವಳ ಕರೆಯು ಬಂತು. ಸ್ವೀಕರಿಸಿ ಕಿವಿಗಿಟ್ಟುಕೊಂಡ. ನೀತಾ ಏನೇನೊ ಸಮಾಧಾನ ಮಾಡುತ್ತಿದ್ದಳು. ಬೆಳಗ್ಗೆಯಿಂದ ತಡೆದಿದ್ದ ದುಃಖವು ಬಿರುಸು ಮಳೆಯಂತೆ ಸುರಿಯಿತು. ಅವಳ ಮುಂದೆ ಬಿಕ್ಕಿ ಬಿಕ್ಕಿ ಅತ್ತು ಬಿಟ್ಟ. ನೀತಾ ಏನೇನೊ ಹೇಳುತ್ತಲೇ ಇದ್ದಳು. ಕರೆ ಕಟ್ ಮಾಡಿ ಸ್ವೀಚ್ ಆಫ್ ಮಾಡಿ ಹಾಕಿದ. ರಾತ್ರಿಯಿಡೀ ಹೊರಗೆ ಕೂತು ಸಂತೆಗೆ ಹೋದ ಅಪ್ಪನನ್ನು ಕಾಯುವಂತೆ ಕೂತಿದ್ದ.

ದಿನಗಳು ಅಪ್ಪನ ನೆನಪಲ್ಲೆ ಕಳೆಯತೊಡಗಿದವು. ಬೆಂಗಳೂರಿನಿಂದ ಕೆಲಸಕ್ಕೆ ಎಂದು ಬರುವಿರಿ? ಎಂದು ಪದೇ ಪದೇ ಫೋನ್ ಬರುತ್ತಿತ್ತು. ಆದರೆ ಅವನಿಗೆ ಮನೆ ಬಿಟ್ಟು ಹೊರಡಲು ಮನಸಾಗುತ್ತಿರಲಿಲ್ಲ. ನಾನು ಇನ್ನು ಕೆಲಸಕ್ಕೆ ಬರುವುದಿಲ್ಲ ಎಂದು ಮೇಲ್ ಕಳುಹಿಸಿದ್ದ. ಸಂಪಾದಕರು ಫೋನ್ ಮಾಡಿ ಒಂದು ಅಂಕಣವಾದರೂ ಬರೆಯಬೇಕು ಅಂದಾಗ ಒಪ್ಪಿಕೊಂಡಿದ್ದ. ಅಪ್ಪ ಹೋಗಿ ಎರಡು ತಿಂಗಳಾಗಿತ್ತು. ಇತ್ತೀಚಿಗೆ ನೀತಾ ಅಷ್ಟೊಂದು ಕರೆ ಮಾಡುತ್ತಿರಲಿಲ್ಲ. ಮಾಡಿದಾಗ 'ಹೌದಾ.. ಹೂಂ.. ಓಕೆ.. ಸರಿ ಸರಿ..ಇಲ್ಲ ಕಣೋ..' ಇಷ್ಟೇ ಪದಗಳಲ್ಲಿ ಮಾತು ಮುಗಿಸುತ್ತಿದ್ದಳು. ಅವಳ ಕೈ ಬೆರಳುಗಳು ತನ್ನ ಕೈ ಬೆರಳುಗಳ ಮಧ್ಯೆ ಇನ್ನು ಉಳಿಯುವುದಿಲ್ಲ ಎನಿಸುತ್ತಿತ್ತು. ಅವನು ಅಂದುಕೊಂಡಂತೆ ಅದೊಂದು ದಿನ ಅವಳ ಕರೆ ಬಂದಿತ್ತು 'ಅಕ್ಚುವಲಿ.. ಅದು.. ಅಪ್ಪ.. ಮದುವೆ.. ಅನಿವಾರ್ಯ.. ಇಷ್ಟ ಅಂತ ಅಲ್ಲ.. ಕ್ಷಮೆ..' ಹೀಗೆ ಒಂದೊಂದು ಪದವನ್ನು ಒಂದೊಂದು ವಾಕ್ಯವನ್ನಾಗಿ ಮಾಡಿ ತಾನು ಏನು ಹೇಳಬೇಕು ಅಂದುಕೊಂಡಿದ್ದಳೊ ಅದನ್ನು ಅವನಿಗೆ ದಾಟಿಸುವ ಪ್ರಯತ್ನ ಮಾಡಿದ್ದಳು.

ಅವನಿಗೆ ತುಂಬಾ ಸಂಕಟವಾಗಿತ್ತು. ಆದರೂ ತೋರಿಸಿಕೊಳ್ಳದೆ 'ನೀತಾ ಡೋಂಟ್ ವರಿ. ಹೊರಡು. ಈಗಾಗಲೇ ತುಂಬಾ ತಡವಾಗಿದೆ. ಹುಷಾರು ದಾರಿ ನೋಡಿಕೊಂಡು ನಡಿ. ಎಲ್ಲಾ ದಾರಿಗಳಲ್ಲೂ ಹೂವುಗಳಿರುವುದಿಲ್ಲ..' ಅಂದುಬಿಟ್ಟ. ಕರೆಯ ಅತ್ತ ಕಡೆ ಬರೀ ಮೌನ ಇತ್ತು. ಅದು ಕೊಲ್ಲುವ ಮೌನ. ಅಪ್ಪನ ಬಳಿಯೂ ಇಂತದ್ದೇ ಮೌನವಿರುತ್ತಿತ್ತು. ಇವೆಲ್ಲಾ ಇರಿಯುವ ಮೌನಗಳು. ಇವನಿಗೆ ಇನ್ನೂ ಕಾಯಲಾಗಲಿಲ್ಲ. ಮೌನದ ಇರಿತದಿಂದ ಬಚಾವ್ ಆಗಲು ಕರೆ ಕಟ್ ಮಾಡಿದ. ನಂತರ ಅವಳ ನಂಬರ್ ಅನ್ನು ಬ್ಲಾಕ್ ಮಾಡುವ, ನಂಬರ್ ಡಿಲೀಟ್ ಮಾಡುವ ಹುಚ್ಚಾಟಗಳಿಗೆ ಹೋಗಲಿಲ್ಲ. ಒಮ್ಮೆ ಸುಮ್ಮನೆ ನಕ್ಕು, ಕಣ್ಣಂಚಲ್ಲಿ ಬಂದ ನೀರನ್ನು ತಡೆಯದೇ ಸರಾಗವಾಗಿ ಹರಿದು ಹೋಗಲು ಬಿಟ್ಟ, ತಾನ್ಹೇಗೆ ಇಷ್ಟೊಂದು ಸುಲಭಕ್ಕೆ ಎಲ್ಲವನ್ನೂ ಒಪ್ಪಿಕೊಳ್ಳುವಂಥಾದೆ ಎಂದು ಅಚ್ಚರಿಪಟ್ಟ.

ಅಪ್ಪನ ವಿಮಾಪತ್ರಗಳು, ಆಸ್ತಿಯ ವಿವರ, ಬ್ಯಾಂಕಿನಲ್ಲಿರುವ ಹಣ ಇದ್ಯಾವುದರ ಬಗ್ಗೆಯೂ ಗಮನಿಸಲು ಹೋಗಲಿಲ್ಲ.

"ಅಪ್ಪ ಈ ಮನೆಯಲ್ಲಿರುತ್ತಿದ್ದ, ಈಗ ನಾನಿದ್ದೇನೆ. ಅಪ್ಪ ಒಂಟಿಯಾಗಿದ್ದ. ಈಗ ನಾನೂ ಕೂಡ ಒಂಟಿ. ಹೆತ್ತವರು ತನ್ನ ಸಂತತಿ ಉಳಿಯಲಿ ಎಂದು ಸಂತಾನ ಬಿಟ್ಟು ಹೋಗುತ್ತಾರೆ. ತಮ್ಮ ಕಷ್ಟಗಳನ್ನು ಸುಖಗಳನ್ನು ಆಸೆಗಳನ್ನು ತಮ್ಮ ಮುಂದಿನ ಸಂತಾನಕ್ಕೆ ದಾಟಿಸುತ್ತಾರೆ. ಈಗ ನನ್ನ ಅಪ್ಪ ನನಗೆ ತನ್ನ ಒಂಟಿತನವನ್ನು ತುಂಬಾ ನಿಷ್ಠೆಯಿಂದ ದಾಟಿಸಿಹೋಗಿದ್ದಾರೆ. ಒಬ್ಬ ಒಂಟಿಗ ತಂದೆ ಮಗನಿಗೆ ಇನ್ನೇನು ಕೊಟ್ಟು ಹೋಗಬಹುದು..?" ಹೀಗೆ ಅಪ್ಪನ ಬಗ್ಗೆ ಯೋಚಿಸುತ್ತಲೇ ಶರ್ವನ ಕಣ್ಣುಗಳು ತುಂಬಿ ಬಂದಿದ್ದವು. ಅಪ್ಪ ಬಳಸುತ್ತಿದ್ದ ಮನೆಯನ್ನು ಈಗ ಮಗ ಸಂಪೂರ್ಣ ಆವರಿಸಿಬಿಟ್ಟ.

ಸುಮಾರು ನಾಲ್ಕು ತಿಂಗಳು ಕಳೆದವು. ಇಡೀ ಜಗತ್ತಿನ ಸಂಪರ್ಕ ಕಡೆದುಕೊಂಡು ಕೂತಿದ್ದ ಶರ್ವ. ಒಂದಿಬ್ಬರು ಗೆಳೆಯರು ಇವನ ಪರವಾಗಿ ಪತ್ರಿಕೆಗಳಲ್ಲಿ ಕೆಲಸಕ್ಕೆ ಅರ್ಜಿ ಹಾಕಿ ಬಲವಂತ ಮಾಡಿ ಸಂದರ್ಶನಕ್ಕೂ ಕಳುಹಿಸಿದ್ದರು. ಅಲ್ಲಿ ಯಾವುದಕ್ಕೂ ಸರಿಯಾಗಿ ಉತ್ತರಿಸದೆ ಎದ್ದು ಬರುತ್ತಿದ್ದ. ಕೆಲಸ ಮಾಡುವ ಮನಸ್ಥಿತಿಯಲ್ಲಿ ಅವನು ಇರಲಿಲ್ಲ. ಯಾರಿಗಾಗಿ ದುಡಿಯಬೇಕು ಅನಿಸುತ್ತಿತ್ತು. ತನ್ನವರು ಅಂತ ಯಾರಿದ್ದಾರೆ? ಎಂದು ತನ್ನಷ್ಟಕ್ಕೆ ತಾನು ಕೇಳಿಕೊಂಡು ಕುಗ್ಗಿ ಹೋಗುತ್ತಿದ್ದ.

ಅವನ ಅಪ್ಪ ಎಂದಾದರೊಮ್ಮೆ ಶಿವನ ಗುಡಿಗೆ ಹೋಗಿ ಕೂತಿದ್ದು ಬರುತ್ತಿದ್ದರು. ಇದು ಅವನಿಗೆ ಗೊತ್ತಿತ್ತು. ಒಮ್ಮೊಮ್ಮೆ ಅಪ್ಪನನ್ನು ಹುಡುಕಿಕೊಂಡು ಅಲ್ಲಿಗೂ ಹೋಗಿ ಬರುತ್ತಿದ್ದ. ಅಪ್ಪ ಎಂದೂ ಅವನನ್ನು ಜೊತೆಯಲ್ಲಿಟ್ಟುಕೊಳ್ಳಲಿಲ್ಲ. ಆದರೆ ತೀರಿ ಹೋಗಿ ಮಗನ ಮನಸಿನೊಳಗೆ ಕೂತು ಅವನನ್ನು ಅಲೆದಾಡಿಸುತ್ತಿದ್ದರು. ಅವತ್ತು ಅಪ್ಪನನ್ನು ಹುಡುಕಿಕೊಂಡು ಶಿವನ ಗುಡಿಗೆ ಹೋಗಿದ್ದ. ಹೊರ ಬಂದು ನೋಡಿದರೆ ಅಲ್ಲಿ ಬಿಟ್ಟು ಹೋಗಿದ್ದ ಚಪ್ಪಲಿಗಳಲ್ಲಿ ಒಂದು ಚಪ್ಪಲಿ ಕಾಣಲಿಲ್ಲ. ಒಂದು ಇಲ್ಲಿದೆ ಅಂದ್ರೆ ಇನ್ನೊಂದು ಕೂಡ ಇಲ್ಲೆ ಇರುತ್ತೆ. ಕದ್ದು ಒಯ್ಯುವವನು ಒಂದನ್ನು ಮಾತ್ರ ಹೇಗೆ ಒಯ್ಯಲು ಸಾಧ್ಯ? ಹಾಗೆ ತನ್ನಷ್ಟಕ್ಕೆ ತಾನೇ ಕೇಳಿಕೊಂಡು, ಆ ರಾಶಿಯ ನಡುವೆ ಹುಡುಕತೊಡಗಿದ. ಉಹೂಂ ಇನ್ನೊಂದು ಚಪ್ಪಲಿ ಸಿಗಲಿಲ್ಲ.

ಆದರೆ ಅವನಿಗೆ ಆ ಒಂಟಿ ಚಪ್ಪಲಿಯನ್ನು ಅಲ್ಲೇ ಬಿಟ್ಟು ಬರಲು ಮನಸಾಗಲಿಲ್ಲ. ಅದನ್ನು ಎತ್ತಿಕೊಂಡು ಬಂದ. ಅದನ್ನು ಮನೆಯಲ್ಲಿ ನಿತ್ಯ ಇಡುವ ಜಾಗದಲ್ಲಿ ಇಟ್ಟ, ಅದು ಅಲ್ಲಿ ಒಂಟಿಯಾಗಿ ಕೂತು ತನ್ನ ಇನ್ನೊಂದು ಜೋಡಿಯ ನೆನಪಲ್ಲಿ ಮುಳುಗಿದಂತೆ ಕಾಣುತ್ತಿತ್ತು. ಸಂಕಟದಲ್ಲಿರುವಂತೆ ತೋರುತ್ತಿತ್ತು. ಅದನ್ನು ನೋಡಿ ಅವನಿಗೆ ಮರುಕವೆನಿಸಿತು.

ಅಪ್ಪ ಎದ್ದು ಹೋದ ಆ ಮನೆಯಲ್ಲಿ ಶರ್ವನಿಗೆ ತಾನು ಮತ್ತು ಆ ಒಂಟಿ ಚಪ್ಪಲಿ ಬೇರೆ ಬೇರೆ ಅನಿಸಲಿಲ್ಲ. ಅದಕ್ಕೊಂದು 'ಜೊತೆಗಾರನನ್ನು' ಹುಡುಕಬೇಕು ಅಂದುಕೊಂಡ. ಆದರೆ ಎಲ್ಲಿ ಹುಡುಕುವುದು? ಕದಿಯಬೇಕು ಇಲ್ಲವೇ ಖರೀದಿಸಬೇಕು.. ಈ ಎರಡರಲ್ಲೂ ಇನ್ನೊಂದು ಜೋಡಿಯನ್ನು ಒಂಟಿ ಮಾಡುವ ಪ್ರಯತ್ನವೇ ಇತ್ತು. ಆದರೂ ಕದಿಯುವ ಯೋಚನೆ ಜಾರಿಯಲ್ಲಿಟ್ಟ, ಕದ್ದು ತನ್ನ ಒಂಟಿ ಚಪ್ಪಲಿಗೆ ಜೋಡಿ ಮಾಡಿಕೊಳ್ಳುವ ಬಗ್ಗೆ ಯೋಚಿಸಿದ. ಜನರ ಕಾಲುಗಳನ್ನು ನೋಡುತ್ತಲೇ ದಿನ ಕಳೆಯ ತೊಡಗಿದ. ಕಾಲುಗಳನ್ನು ನೋಡುತ್ತಾ ನೋಡುತ್ತಾ ಬದುಕಿನ ಒಂದು ಹೊಸ ಲೋಕವೇ ಅವನಿಗೆ ಕಾಣಿಸಿತು. ಪಾದಗಳನ್ನು ನೋಡಿಯೇ ಜನರನ್ನು ಅಳೆದುಬಿಡುವಷ್ಟು ಸೂಕ್ಷ್ಮನಾದ. ಸಿಗುವವರೆಗೂ ಹುಡುಕುವುದನ್ನು ಬಿಡಬಾರದೆಂದು ನಿರ್ಧರಿಸಿದ್ದ. ಆಗಲೇ ಕನ್ನಡಿಯಲ್ಲಿ ಅವನ ಮುಖದ ಬದಲು ಒಂಟಿ ಚಪ್ಪಲಿ ಕಾಣಿಸತೊಡಗಿತ್ತು.

ಇತ್ತೀಚೆಗೆ ಮತ್ತಷ್ಟು ಒಂಟಿಯಾಗಿ ಬಿಟ್ಟಿದ್ದ. ಕಾಟಾಚಾರಕ್ಕೆ ಅಂಕಣಕ್ಕೆ ಲೇಖನ ಬರೆದು ಕಳುಹಿಸುತ್ತಿದ್ದ. ಖಿನ್ನತೆ ಆವರಿಸುತ್ತಿತ್ತು. ಒಂಟಿ ಚಪ್ಪಲಿಯೂ ಅವನನ್ನು ಬಿಡದಂತೆ ಕಾಡುತ್ತಿತ್ತು. ಕುಡಿತ, ಸಿಗರೇಟು ಹೆಚ್ಚಾಗತೊಡಗಿದ್ದವು. ನೀತಾ ಬೇಕು ಅನಿಸುತ್ತಿತ್ತು. ಅಪ್ಪನ ತೊಡೆಯ ಮೇಲೆ ಮಲಗಬೇಕು ಅನಿಸುತ್ತಿತ್ತು. ಈ ನಡುವೆ ಮೂರ್‍ನಾಲ್ಕು ಬಾರಿ ಬೆಂಗಳೂರಿಗೆ ಹೋಗಿದ್ದ. ಅಲ್ಲಿರಲಾರದೆ ಊರಿಗೆ ವಾಪಸ್ ಆಗಿದ್ದ. ಜನರ ನೂರೆಂಟು ಪ್ರಶ್ನೆಗಳಿಗೆ ಏನೆಂದೂ ಉತ್ತರಿಸುತ್ತಿರಲಿಲ್ಲ. ಆಗಲೇ ಅವನೊಳಗೆ ಆತ್ಮಹತ್ಯೆಯ ಬೀಜವೊಂದು ಮಿಸುಕಾಡಿತ್ತು. ಈ ಎಲ್ಲದರಿಂದ ಪಾರಾಗಿಬಿಡಬೇಕು ಅನಿಸುತ್ತಿತ್ತು.

ಮತ್ತೊಂದು ಪತ್ರಿಕೆಗೆ ಸಂದರ್ಶನದ ಕರೆ ಬಂದಾಗ ತನ್ನ ಒಂಟಿ ಚಪ್ಪಲಿ ಮತ್ತು ಒಂದು ಜೊತೆ ಬಟ್ಟೆ ತುಂಬಿಕೊಂಡು ಹೊರಟುಬಿಟ್ಟಿದ್ದ. ಬಸ್ಸು ಹತ್ತಿ ಕೂತಾಗಲೇ ಅನಿಸಿದ್ದು ನೀತಾಳನ್ನು ತಬ್ಬಿದ್ದ ರೂಮಿನಲ್ಲೇ ಸತ್ತು ಹೋಗಬೇಕು ಅಂತ. ಎಷ್ಟೋ ಬಾರಿ ಅಪ್ಪ ನೇಣುಹಾಕಿಕೊಂಡ ಅದೇ ಕಂಬಿಗೆ ನೇಣು ಬಿಗಿದುಕೊಂಡು ಸತ್ತು ಹೋಗುವುದು ಹೆಚ್ಚು ಸೂಕ್ತವೆನಿಸುತ್ತಿತ್ತು. ಸಾಯುವುದು ಎಲ್ಲಾದರೇನು? ಎಲ್ಲಿ ಸತ್ತರೂ ಹೋಗುವುದು ಅದೇ ಜೀವ ತಾನೇ? ತನಗೆ ತಾನೇ ಸಮಾಧಾನಿಸಿಕೊಂಡಿದ್ದ. ತನಗೆ ತಾನೇ ಹೀಗೆ ನಿತ್ಯ ಸಂತೈಸಿಕೊಂಡು ತಾನೊಬ್ಬ ಸಂತನಾಗುತ್ತಿದ್ದೇನೇನೊ ಎಂದು ಹಲವು ಬಾರಿ ಅವನಿಗೆ ಅನಿಸಿತ್ತು. ರಾತ್ರಿ ಹತ್ತರ ಬಸ್ಸಿಗೆ ಊರು ಬಿಟ್ಟಿದ್ದ.

***

ಶರ್ವ ಬಾರಿನಿಂದ ಹೊರಟಾಗ ರಾತ್ರಿ ಹತ್ತು ದಾಟಿತ್ತು. ಅವನು ಅಷ್ಟೇನೂ ತೂರಾಡುವಷ್ಟು ಕುಡಿದಿರಲಿಲ್ಲ. ಊಟವನ್ನೂ ಸರಿಯಾಗಿ ಮಾಡಿರಲಿಲ್ಲ.

ಹಾಗೆಯೇ ಎದ್ದು ಬಂದಿದ್ದ. ಬಾರಿನೊಳಗೆ ಜನ ಬದುಕಿನ ಯಾವುದೋ ನಿಗೂಢ ಸಮಸ್ಯೆಗೆ ಉತ್ತರ ಹುಡುಕುವ ಚರ್ಚೆಯಲ್ಲಿ ತೊಡಗಿರುವಂತೆ ಕಾಣಿಸಿತು. ಆಚೆ ಬಂದು ಒಮ್ಮೆ ಬಾರಿನ ಕಡೆ ನೋಡಿದ. "ಇದೇ ಕೊನೆಯ ಬಾರಿ.. ಬಹುಶಃ ನಾನು ಮುಂದೆಂದೂ ಇತ್ತಕಡೆ ಬರಲಾರೆ.." ಎಂದು ಅದಕ್ಕೆ ಹೇಳಿ ಅಲ್ಲಿಂದ ಕದಲಿದ. ತನ್ನ ಬದುಕು ಇನ್ನು ಎರಡು ದಿನದ್ದು. ಹಾಗೆ ನೆನೆದಾಗ ಅವನಿಗೇನು ದುಃಖವೆನಿಸಲಿಲ್ಲ. ಅಲ್ಲಿಂದ ನಿಧಾನಕ್ಕೆ ಸೆಂಟ್ರಲ್ ಕಾಲೇಜು ಕಡೆ ನಡೆಯತೊಡಗಿದ. ರಸ್ತೆಯಲ್ಲಿ ಜನ ವಿರಳವಾಗತೊಡಗಿದ್ದರು. ಅವರು ತೊಟ್ಟ ಚಪ್ಪಲಿಗಳನ್ನೆ ಗಮನಿಸತೊಡಗಿದ. ಯಾರ ಕಾಲಿನಲ್ಲೂ ತಾನು ಹುಡುಕುತ್ತಿರುವ ಚಪ್ಪಲಿ ಕಾಣಿಸಲಿಲ್ಲ. ವಾಹನಗಳು ಕೂಡ ಅಷ್ಟಾಗಿ ಓಡಾಡುತ್ತಿರಲಿಲ್ಲ. ರಸ್ತೆ ಬದಿಯ ಅಂಗಡಿಗಳು ತಮ್ಮ ವ್ಯಾಪಾರ ಮುಗಿಸಿ ಹೊರಡಲು ಅಣಿಯಾಗುತ್ತಿದ್ದವು. ಇವರೆಲ್ಲಾ ಯಾವುದೊ ಸುಖಕ್ಕೆ ಅಣಿಯಾಗುತ್ತಿದ್ದಾರೆ ಎನಿಸುತ್ತಿತ್ತು. ಮೇಲೆ ಆಕಾಶದಲ್ಲಿ ಅರ್ಧ ಚಂದ್ರ ಮೋಡದೊಳಗೆ ಸಿಕ್ಕಿಹಾಕಿಕೊಂಡು ಒದ್ದಾಡತೊಡಗಿದ್ದ. ಈ ಜನರೇನು ತನ್ನಂತೆ ಒಂಟಿಯೇ? ಅವರಿಗೆಲ್ಲಾ ಬದುಕಿದೆ, ಅಪ್ಪ ಇದಾನೆ, ಹೆಂಡತಿ ಇದಾಳೆ, ಹೇಳಲು ಕೇಳಲು ಜನರಿದ್ದಾರೆ. ಹಾಗಾಗಿ ಅವರೆಲ್ಲಾ ರಾತ್ರಿಯಾಗುತ್ತಲೇ ಮನೆ ಸೇರಿದ್ದಾರೆ. ತನಗೆ? ತನಗೆ ತಾನೇ ಪ್ರಶ್ನೆ ಕೇಳಿಕೊಂಡ. ತನಗೆ ತಾನೇ ಪ್ರಶ್ನೆ ಕೇಳಿಕೊಂಡು ತಾನೇ ಉತ್ತರಿಸಿಕೊಳ್ಳಬೇಕಾದ ಹಣೆಬರಹಕ್ಕೆ ಯಾಕಾದರೂ ಪ್ರಶ್ನೆ ಕೇಳಿಕೊಳ್ಳಬೇಕೆಂದು ಯೋಚಿಸಿ ಸುಮ್ಮನಾದ.

ಸೆಂಟ್ರಲ್ ಕಾಲೇಜಿನ ಮುಂದೆ ರಸ್ತೆಯಲ್ಲಿ ಏನನ್ನೊ ಹುಡುಕುವವನಂತೆ ಅಲೆದಾಡಿದ. ಕುಡಿದದ್ದು ಈಗಾಗಲೇ ಬಹುಪಾಲು ಇಳಿದಿತ್ತು. ನೀತಾಳ ನೆನಪು ಒತ್ತರಿಸಿ ಬಂತು. ಅಲ್ಲೆ ರಸ್ತೆಯ ಬದಿಯಲ್ಲಿ ಕೂರಬೇಕು ಅನಿಸಿತು. ಕೂತನು ಕೂಡ. ಆ ರಸ್ತೆಯ ಮೇಲಿನ ತನ್ನೆಲ್ಲಾ ನೆನಪುಗಳನ್ನು ಕಣ್ಣುಮುಂದೆ ತಂದುಕೊಂಡ. ರಸ್ತೆ ನಿಧಾನಕ್ಕೆ ಮೌನಕ್ಕೆ ಜಾರತೊಡಗಿತ್ತು. ರಸ್ತೆ ಬದಿಯಲ್ಲಿ ಕೂತ ಅರೆಕ್ಷಣಕ್ಕೆ ನಾಳೆಯ ಅಂಕಣಕ್ಕೆ ಇನ್ನೂ ಲೇಖನ ಕಳುಹಿಸಿಲ್ಲ ಎಂದು ನೆನಪಾಗಿ ಜೇಬಿನಿಂದ ಮೊಬೈಲ್ ಎತ್ತಿಕೊಂಡ. 'ಮದುವೆಯ ಬೇಲಿ ಆಚೆಗೆ ಕೈ ಚಾಚುವ ಪ್ರೀತಿಗೂ ಒಂದು ಪ್ರಾಮಾಣಿಕತೆ ಇರುತ್ತದೆ' ಎಂಬ ವಿಚಾರವನ್ನಿಟ್ಟುಕೊಂಡು ಅರ್ಧಗಂಟೆಯಲ್ಲಿ ಒಂದು ಲೇಖನವನ್ನು ಬರೆದು ಮುಗಿಸಿ ಮೇಲ್ ಮಾಡಿದ. ಅಷ್ಟೊತ್ತಿಗಾಗಲೇ ಬೀಟ್ ಪೊಲೀಸ್ ಬಂದು ಅವನನ್ನು ಅಲ್ಲಿಂದ ಎಬ್ಬಿಸಿ ಕಳುಹಿಸಿದರು. ಖಾಲಿ ರಸ್ತೆಯಲ್ಲಿ ಶರ್ವ ತಾನು ಉಳಿದುಕೊಂಡಿದ್ದ ರೆಸಿಡೆನ್ಸಿಯ ಕಡೆ ಹೆಜ್ಜೆ ಹಾಕತೊಡಗಿದ. ಅರ್ಧ ಚಂದಿರ ಇನ್ನೂ ಮೋಡದೊಂದಿಗೆ ತನ್ನ ಜಗಳವನ್ನು ಮುಂದುವರೆಸಿದ್ದ.

ರೆಸಿಡೆನ್ಸಿಯ ಮೆಟ್ಟಿಲುಗಳನ್ನು ಹತ್ತುವಾಗ ಆಗಲೇ ರಾತ್ರಿ ಒಂದು ಗಂಟೆ ಕಳೆದಿತ್ತು. ಯಾವುದೇ ಹುರುಪುಗಳಿಲ್ಲದೇ ಮೆಟ್ಟಿಲು ಹತ್ತುತ್ತಿದ್ದ. ನಾಳೆ ಪತ್ರಿಕೆಯ

ಸಂದರ್ಶನಕ್ಕೆ ಹೋಗಿ ಬಂದು ಅಥವಾ ಹೋಗುವ ಮುಂಚೆಯೇ ಸತ್ತು ಹೋಗಿಬಿಡಬೇಕು ಎಂದು ಗುಣಿಸಿಕೊಳ್ಳುತ್ತಾ ತನ್ನ ರೂಮಿನ ಬಳಿ ಬಂದು ನಿಂತ.

ಸಣ್ಣಗೆ ಅಳುವ ದನಿಯೊಂದು ಅವನ ಕಿವಿಗೆ ಬಿತ್ತು. ಇಡೀ ರೆಸಿಡೆನ್ಸಿಯ ಮೌನದಲ್ಲಿ ಆ ಸದ್ದು ಎದ್ದು ಕೇಳಿಸುತ್ತಿತ್ತು. ಬಹುಪಾಲು ಜನ ಸುಖದಲ್ಲಿ ಮೈ ಮುರಿಯಲು ಇಲ್ಲಿಗೆ ಬಂದು ಹೋಗುವಾಗ ಇದ್ಯಾರು ಅಳಲು ಬಂದವರು ಎಂದು ಕಾಳಜಿಯಾಯಿತು. ಒಂದು ಹೆಣ್ಣಿನ ದನಿ. ಆ ದನಿಯಲ್ಲಿ ಆಳವಾದ ನೋವು ಚಿಮ್ಮುತ್ತಿತ್ತು. ಇದು ತಾನು ಕುಡಿದ ಮಂಪರಿನ ಪ್ರಭಾವ ಇರಬೇಕೆಂದು ಒಮ್ಮೆ ತನಗೆ ತಾನೇ ಗದರಿಕೊಂಡ. ದನಿ ನಿಲ್ಲಲಿಲ್ಲ. ಅದು ನಿಲ್ಲುವ ದನಿಯಾಗಿರಲಿಲ್ಲ. ದನಿ ಸುಳಿದು ಬರುತ್ತಿದ್ದ ಕಡೆ ಒಮ್ಮೆ ತಿರುಗಿ ನೋಡಿದ. ಅವನ ರೂಮಿನ ಬಲಕ್ಕೆ ಎರಡನೇ ರೂಮಿನ ಮುಂದೆ ಒಂದು ಹೆಂಗಸು ಕೂತು ಅಳುತ್ತಿದ್ದಳು. ಕೂದಲು ಕೆದರಿತ್ತು. ಉಟ್ಟ ಸೀರೆ ಅಸ್ತವ್ಯಸ್ತವಾಗಿತ್ತು. ಚೆಲ್ಲಿದ್ದ ಮಂದ ಬೆಳಕಿನಲ್ಲಿ ಹೆಚ್ಚೇನು ಸ್ಪಷ್ಟವಾಗಿ ಕಾಣಲಿಲ್ಲ. ಈಗಾಗಲೇ ತುಂಬಾ ಅತ್ತು ಸೋತ ದನಿಯ ಕೀರಲು ಅಳು ಮಾತ್ರ ಉಳಿದಿತ್ತು. ಅರೆಕ್ಷಣ ಸುಮ್ಮನೆ ನಿಂತು ನೋಡಿದ. ಅವಳ ಕುಪ್ಪಸ ಹರಿದದ್ದು ಅಸ್ಪಷ್ಟವಾಗಿ ಕಾಣಿಸುತ್ತಿತ್ತು. ಇದರ ಉಸಾಬರಿಯಾದರೂ ತನಗೇಕೆ? ಯಾರದೊ ಸಂಸಾರದ ಗಲಾಟೆ ಇರಬಹುದೆಂದು ಯೋಚಿಸಿಕೊಂಡು ತನ್ನ ಪಾಡಿಗೆ ತಾನು ರೂಮಿನ ಬೀಗ ತೆಗೆದುಕೊಂಡು ಒಳಗೆ ಹೋದ. ಆದರೆ ಅವಳ ಅಳು ನಿರಂತರವಾಯಿತು. ಆ ಅಳುವಿನಲ್ಲಿ ಅಡಗಿದ್ದ ನೋವು ತಾಕಿ ಕಂಗಾಲಾದ. ಹಾಸಿಗೆಯ ಮೇಲೆ ಕೂತ. ದನಿ ಬರುತ್ತಲೇ ಇತ್ತು. ಸ್ವಲ್ಪ ಸಮಯ ಹೇಗೋ ಸಮಾಧಾನಿಸಿಕೊಂಡ, ಆಗಲಿಲ್ಲ. ಆಚೆ ಬಂದ. ರೆಸಿಡೆನ್ಸಿಯ ಕಾರಿಡಾರ್ ನಿರ್ಜನವಾಗಿತ್ತು. ಅವಳ ಬಳಿ ನಡೆದು ಹೋದ.

ಮೆಲು ದನಿಯಲ್ಲಿ 'ಯಾಕ್ರೀ ಏನಾಯ್ತು..?' ಎನ್ನುತ್ತಾ ಅವಳ ಕಡೆ ನೋಡಿದ. ಅವಳನ್ನು ನೋಡಿದ್ದೆ ದಿಗಿಲು ಬಿದ್ದ. ಅವಳ ಮುಖದ ತುಂಬಾ ರಕ್ತ. ತುಟಿ, ಕೆನ್ನೆಗಳು ಒಡೆದು ಹೋಗಿವೆ. ಹಣೆಯ ಜಾಗದಲ್ಲಿ ಗಾಯ. ಕುಪ್ಪಸ ಒಂದು ಕಡೆ ಸಣ್ಣಗೆ ಹರಿದಿದೆ. ಕಣ್ಣಿಗೂ ಏಟು ಬಿದ್ದಿದೆ. ಆ ಕ್ಷಣಕ್ಕೆ ಅವನಿಗೆ ಏನು ಮಾಡಬೇಕೆಂದು ತೋಚಲಿಲ್ಲ. ಈ ರೂಮಿನ ಒಳಗೆ ಯಾರಿರಬಹುದು? ನಾನು ಮಾತಾಡಿಸಿದ್ದನ್ನು ಕೇಳಿ ಮತ್ತೇನಾದರೂ ನಡೆದು ಬಿಟ್ಟರೆ? ಮತ್ತೇನಾದರೂ ಅವಾಂತರವಾಗಿಬಿಟ್ಟರೆ ಎಂಬುದರ ಬಗ್ಗೆ ಸಾಕಷ್ಟು ಚಿಂತಿಸಿದ. ಯಾರಾದರೂ ನೋಡಿದರೆ ಇನ್ನೇನಾಗಬಹುದು ಎಂಬ ತೊಳಲಾಟದಲ್ಲೇ ಅರೆಕ್ಷಣ ಕಳೆದ. ಅವಳು ಮಾತಾಡುವ ಸ್ಥಿತಿಯಲ್ಲಿರಲಿಲ್ಲ. ಬಿಕ್ಕಳಿಸುತ್ತಿದ್ದಳು.

ಅವಳನ್ನು ಅವಳ ಪಾಡಿಗೆ ಬಿಟ್ಟು ಹೋಗಿ ಮಲಗಲು ಮನಸಾಗಲಿಲ್ಲ. ಕೊನೆಗೆ ಯಾವುದೊ ಒಂದು ನಿರ್ಧಾರಕ್ಕೆ ಬಂದವನಂತೆ 'ಬರ್ರಿ.. ನನ್ನ ರೂಮಿನಲ್ಲಿ ಇರಿ..

ಬೆಳಗ್ಗೆ ಏನಾದ್ರು ಮಾಡಬಹುದ ನೋಡುವಾ..' ತುಸು ಅಂಜಿಕೆಯಲ್ಲಿ ಅಂದ. ಅವಳಿಗೆ ಬೇರೆ ದಾರಿ ಇರಲಿಲ್ಲ. ಮುಚ್ಚಿದ ಬಾಗಿಲು ತೆರೆಯುವ ಬಗ್ಗೆ ಅವಳಿಗೆ ಖಚಿತತೆ ಇರಲಿಲ್ಲ. ತೆಗೆದರೂ ಹೋಗುವುದು ಅವಳಿಗೆ ಬೇಕಾಗಿರಲಿಲ್ಲ. ಹರಿವ ನೀರಿಗೆ ಬಿದ್ದಾಗ ಒಂದು ಸಣ್ಣ ಹುಲ್ಲು ಕಡ್ಡಿಯನ್ನೂ ಬದುಕಿಕೊಳ್ಳಲು ಬಳಸುವಂತೆ ಅವನ ಮಾತನ್ನು ತಬ್ಬಿದಳು. ನಿಧಾನಕ್ಕೆ ಎದ್ದಳು. ಅಳುವ ಬಿಕ್ಕಳಿಕೆಯಂತೂ ನಿಂತಿರಲಿಲ್ಲ. ಅವನು ಅವಳನ್ನು ರೂಮಿಗೆ ಕರೆದುಕೊಂಡು ಹೋಗಿ ಕೂರಿಸಿದ. ಅವನಿಗೆ ಕುಡಿದದ್ದು ಪೂರ್ತಿ ಇಳಿದು ಹೋಗಿತ್ತು.

ಮುಖದ ಮೇಲಿನ ರಕ್ತ ಒರೆಸಬಹುದಾ ಕೇಳಿದ. ಅವಳು ಸುಮ್ಮನಿದ್ದಳು. ಬಟ್ಟೆ ತೆಗೆದುಕೊಂಡು ಅವಳ ಮುಖದ ಮೇಲಿನ ರಕ್ತ ಒರೆಸಿದ. ರಕ್ತ ನಿಂತಿರಲಿಲ್ಲ. ನಿಲ್ಲುವಂತೆಯೂ ಇರಲಿಲ್ಲ. ಈ ಅಪರಾತ್ರಿಯಲ್ಲಿ ಏನೂ ಕೂಡ ಸಿಗುವಂತಿರಲಿಲ್ಲ. ಅವಳಿಗೆ ನೀರು ಕುಡಿಸಿದ. ತಿನ್ನಲಿಕ್ಕೆ ಕೊಡಲು ಅವನ ಬಳಿ ಏನೂ ಇರಲಿಲ್ಲ. ಯಾರು ನೀವು? ಇದೆಲ್ಲಾ ಏನು? ಎಂದು ಯಾವ ಪ್ರಶ್ನೆಯನ್ನೂ ಕೇಳಲಿಲ್ಲ. ಹಾಸಿಗೆಯ ಮೇಲೆ ಮಲಗಿಸಿದ. ಅವಳು ನರಳುತ್ತಾ ಮಲಗಿದಳು. ಪರಿಚಯ ಇಲ್ಲದ ಒಂದು ಹೆಂಗಸನ್ನು ತಾನು ಹೀಗೆ ಕರೆದುಕೊಂಡು ಬಂದದ್ದು ಸರಿಯೆ? ಎಂಬ ಯೋಚನೆಯಾಯಿತು. ಕಣ್ಣೆದುರಿಗೆ ಇರುವ ನೋವಿಗಿಂತ ಪರಿಚಯ ಬೇಕೆ? ಮತ್ತೊಮ್ಮೆ ಅವಳ ಕಡೆ ನೋಡಿದ. ಪಾಪ ಇನ್ನೂ ಬಿಕ್ಕಳಿಸುತ್ತಲೇ ಮಲಗಿದ್ದಳು. ಅವಳ ಮೇಲೆ ಅದೆಷ್ಟು ಹಲ್ಲೆಯಾಗಿರಬಹುದು? ಅವಳ ಸ್ಥಿತಿಯನ್ನು ನೋಡಿದ ಮೇಲೆ ತಾನು ಮಾಡಿದ್ದೇ ಸರಿ ಎಂದುಕೊಂಡ. ಕ್ರಮೇಣ ರಕ್ತ ಸುರಿಯುವುದು ಕಡಿಮೆಯಾಗತೊಡಗಿತ್ತು. ತುಂಬಾ ಸುಸ್ತಾಗಿದ್ದ ಅವಳು ನಿದ್ದೆ ಹೋಗಿಬಿಟ್ಟಳು.

ಅವನು ಹೋಗಿ ಸೋಫಾದ ಮೇಲೆ ಕೂತ. ಅಲ್ಲೆ ಒರಗಿ ನಿದ್ದೆ ಮಾಡಲು ನೋಡಿದ ಆಗಲಿಲ್ಲ. ಮತ್ತೊಮ್ಮೆ ಅವಳ ಕಡೆ ನೋಡಿದ. ನಿದ್ರಿಸುತ್ತಿದ್ದಳು. ಸುಮಾರು ಮೂವತ್ತು ದಾಟಿರುವ, ತುಸು ಗುಂಗುರು ಕೂದಲಿನ, ಸಣ್ಣ ಮೈಕಟ್ಟಿನ ಅವಳನ್ನು ತುಸು ಹೆಚ್ಚೇ ಗಮನಿಸುವಂತೆ ನೋಡಿದ. ಅವಳ ಕೊರಳಲ್ಲಿರುವ ತಾಳಿ ಕಾಣಿಸಿತು. ಅದರ ಕಡೆ ಹೆಚ್ಚು ಗಮನ ಕೊಡಲಿಲ್ಲ. ಈಗ ಆ ಹೆಂಗಸು ತನ್ನ ನೀತಾ ಮಲಗಿದ್ದ ಜಾಗದಲ್ಲಿ ಮಲಗಿದ್ದಳು. ಎರಡು ವರ್ಷದ ಹಿಂದೆ ಇಂತದ್ದೆ ರಾತ್ರಿಯಲ್ಲಿ ಇದೇ ರೂಮಿನಲ್ಲಿ ಇದೇ ಜಾಗದಲ್ಲಿ ನೀತಾ ಮಲಗಿದ್ದಳು. ಅಂದು ಪ್ರೀತಿಸಿದ ಹುಡುಗಿ ನೀತಾಳೊಂದಿಗೆ ಇಂದು ಯಾರಿಂದಲೊ ಹೊಡಿಸಿಕೊಂಡು ಬಂದ ನತದೃಷ್ಟ ಹೆಂಗಸಿನೊಂದಿಗೆ ತಾನಿದ್ದೇನೆ ಎಂದು ಯೋಚಿಸಿದ. ಅಂದು ನೀತಾಳ ಅಮಲಿತ್ತು ಆದರೆ ಇಂದು ಯಾಕೊ ಎಂದೂ ತನ್ನ ಅರಿವಿಗೆ ಬರದ ಸಮಾಧಾನವಿದೆ ಅಂದುಕೊಂಡ. ಬದುಕು ಎಷ್ಟೊಂದು ವಿಚಿತ್ರದ್ದು ಎನಿಸಿತು.

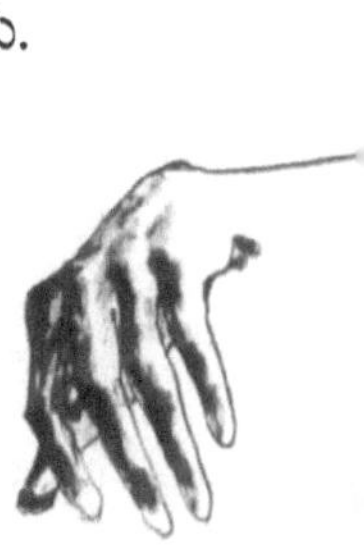

ಸಾವಿನ ಮುನ್ನಾದಿನ ಇವೆಲ್ಲಾ ತನಗೆ ಬೇಕಿತ್ತಾ? ಅದು ಪ್ರಶ್ನೆಯೊ, ಉತ್ತರವೊ ಸ್ವತಃ ಅವನಿಗೇ ಅಂದಾಜಾಗಲಿಲ್ಲ.

ಸಿಗರೇಟು ಸೇದುವ ಆಸೆಯಾಯಿತು. ಆದರೆ ಅವಳಿಗೆ ಇದು ಸೇರದಿದ್ದರೆ ಎಂದುಕೊಂಡು ಸುಮ್ಮನಾದ. ಇದೇ ಮೊದಲ ಬಾರಿಗೆ ಬೇರೆಯವರಿಗಾಗಿ ಒಂದು ಸಿಗರೇಟು ಸೇದುವ ಅವಕಾಶ ತ್ಯಜಿಸಿದ. ಇಂತಹ ತೊಳಲಾಟಗಳ ಮಧ್ಯೆ ಸೋಫಾದ ಮೇಲೆಯೇ ಕಣ್ಮುಚ್ಚಿದ. ಯಾವ ಜಾವದಲ್ಲೊ ಅವನಿಗೆ ನಿದ್ರೆ ಆವರಿಸಿಕೊಂಡಿತ್ತು.

ಬೆಳಗ್ಗೆ ಎದ್ದಾಗ ಬಿಸಿಲು ಆಗಲೇ ಕಿಟಕಿ ನುಗ್ಗಿ ಒಳ ಬಂದಿತ್ತು. ಸಮಯ ಎಂಟು ದಾಟಿತ್ತು. ಹಿತವೆನಿಸುವ ಚಳಿ ಇತ್ತು. ಅವಳು ಇನ್ನೂ ಮಲಗಿಯೇ ಇದ್ದಳು. ಇವನು ಮುಖ ತೊಳೆದುಕೊಂಡು ಬರಲು ಎದ್ದ. ಅವಳು ಆಗ ನರಳುತ್ತಾ ಕಣ್ಣು ಬಿಟ್ಟಳು. ಮುಖ ಸ್ವಲ್ಪ ಊದಿಕೊಂಡಿತ್ತು. ರಕ್ತ ನಿಂತಿತ್ತು.

'ಸಾರಿ ನಿಮ್ಮನ್ನು ಕೇಳದೆ ರೂಮಿಗೆ ಕರೆತಂದೆ. ಆದರೆ ಅದು ಅನಿವಾರ್ಯವಾಗಿತ್ತು. ನೀವು ತುಂಬಾ ನೋವಿನಲ್ಲಿ ಇದ್ರಿ..' ಅಂದ.

ಅವಳು ಅವನ ಕಡೆ ತುಂಬಾ ದೈನ್ಯದಿಂದ ನೋಡಿದಳು. ಅವಳಿಗೇನು ಮಾತಾಡಬೇಕೆಂದು ಗೊತ್ತಾಗಲಿಲ್ಲ.

'ಯಾವ ಊರು ಹೇಳಿ? ತಲುಪಿಸುವೆ? ಯಾರು ಹೊಡೆದದ್ದು? ಏನಾಯ್ತು?..' ಮೂರ್ನಾಲ್ಕು ಪ್ರಶ್ನೆಗಳನ್ನು ಒಟ್ಟಿಗೆ ಕೇಳಿದ.. ಅವಳಿಗೆ ಏನು ಹೇಳಬೇಕೆಂದು ತೋಚಲಿಲ್ಲ. ಕಣ್ಣಲ್ಲಿ ನೀರಾಡಿತು. ಇವನು ಬಲವಂತ ಮಾಡಲೊ.. ಬೇಡವೊ ಎಂಬ ಗೊಂದಲಕ್ಕೆ ಬಿದ್ದ.

ಅಲ್ಲೆ ಇದ್ದ ಲ್ಯಾಂಡ್‌ಲೈನ್ ಎತ್ತಿಕೊಂಡು ರಿಸೆಪ್ಶನ್ ಅವರಿಗೆ ಕಾಲ್ ಮಾಡಿ 101ನೇ ರೂಮಿನಲ್ಲಿರುವವರ ಮಾಹಿತಿ ಕೋರಿದ. ನಾವು ಮಾಹಿತಿ ಕೊಡಲಾಗುವುದಿಲ್ಲ. ಸಾರಿ, ಆದರೆ ಆ ರೂಮಿನವರು ಬೆಳಗ್ಗೆ ಆರಕ್ಕೆ ರೂಮು ಖಾಲಿ ಮಾಡಿಕೊಂಡು ಹೊರಟು ಹೋಗಿದ್ದಾರೆ ಎಂದು ಹೇಳಿ ಫೋನಿಟ್ಟರು.

'ನೋಡ್ರಿ ನೀವು ಈಗ ಹೇಳ್ಲೇ ಬೇಕು. ಯಾರ ಜೊತೆ ಬಂದದ್ದು? ನೋಡಿ ನೀವಿದ್ದ ರೂಮಿನವರು ಈಗಾಗಲೇ ರೂಮು ಖಾಲಿ ಮಾಡಿಕೊಂಡು ಹೊರಟು ಹೋದರಂತೆ.. ಹೇಳಿ..' ಎಂದು ವಿನಂತಿಸಿಕೊಂಡ.

ರೂಮು ಖಾಲಿ ಮಾಡಿದ್ದಾರೆ ಅಂತ ಕೇಳಿದ ತಕ್ಷಣವೇ ಅವಳು ತಲ್ಲಣಿಸಿದಳು. ದಾರಿ ತಪ್ಪಿದ ಹುಲ್ಲೆಯಂತೆ ಬೆಚ್ಚಿದಳು.. ಹೇಳಲೇಬೇಕಾದ ಅನಿವಾರ್ಯತೆಗೆ ಬಿದ್ದಳು. ತನ್ನ ನೋವೆಲ್ಲವನ್ನು ಒಟ್ಟುಗೂಡಿಸಿಕೊಂಡು ಮಾತಾಡತೊಡಗಿದಳು.

‘ಹುಬ್ಬಳ್ಳಿ ರೀ ಸರಾ ನಮ್ದು. ಗಂಡ ಬಾಳ ತ್ರಾಸ್ ಕೊಡ್ತಿದ್ದ. ಜೀವ್ನ ಸಾಕಾಗಿತ್ತು. ಅಮ್ಯಾಲೆ ಒಬ್ಬಾವ ಪರಿಚಯ ಆದ. ಪ್ರೀತಿ ಮಾಡ್ತೀನಿ ಅಂದ. ಮದ್ವಿ ಆಗುಣು ಅಂದ. ನಂಗು ಇಷ್ಟ ಆಗಿತ್ತು. ನನ್ ಗಂಡ್ ಇಲ್ದಾಗ ಮನಿಗೆ ಬರದು ಹೋಗದ ಮಾಡ್ತಿದ್ದ. ಮದ್ವಿ ಮಾಡಿಕೊಳ್ಳೋಣ ಗಂಡನ್ನ ಬಿಟ್ಟು ಬಾ ಅಂದ. ಗಂಡನ ಬಿಟ್ಟು ಇವ್ನ ಜೋಡಿ ಒಂದ್ ವಾರದ ಹಿಂದೆ ಮನಿ ಬಿಟ್ ಬಂದೆರಿ. ಒಂದ್ ವಾರ ಎಲ್ಲೆಲ್ಲೊ ಅಡ್ಡಾಡಿದ್ವಿ. ಮೊನ್ನೆ ಬೆಂಗ್ಳೂರಿಗೆ ಬಂದು ಇಲ್ಲಿ ರೂಮ್ ಮಾಡಿದ್ವಿ. ಜಗ್ಳ ಮಾಡಕ ಚಾಲು ಮಾಡಿದ. ಪ್ರೀತಿ ಮಾಡ್ತೆ ಅಂತ ಸುಳ್ ಹೇಳ್ತಿ ನೀನು? ಅಂವ ಯಾಕೆ ನಿಮ್ ಮನೀಗ ಬರ್ತಿದ್ದ? ಅವನ ಜೋಡಿ ಏನಿತ್ತು? ಇಂವ ಯಾಕೆ ಬರ್ತಿದ್ದ? ಅವನ ಜೋಡಿ ಎಸ್ಸಾಲ ಮಕ್ಕೊಂಡಿ? ಯಾಕ ನಾ ಕೊಟ್ಟಿದ್ದು ಸಾತಿಲ್ಲಂದ್ರ ಹೊರಗಿಂದು ಸಾಲತತೇನು? ಬಾಳಂದ್ರ ಬಾಳ ಮಾತಾಡಿದ್ನರೀ ಸರಾ. ಇಷ್ಟೆಲ್ಲ ಮಾತಾಡಾಕಾ ಅಲ್ಲಿಂದ ಇಲ್ಲಿಮಟಾ ಪ್ರೀತಿ ನಾಟಕಾ ಮಾಡಿ ಸೆಳೆಕಂಡ ಬಂದ್ನರೀ. ನನ್ ಗಂಡ ತ್ರಾಸು ಕೊಟ್ರು ಅಗ್ದಿ ಚಲೊ ಪ್ರೀತಿ ಮಾಡೋನು. ಆದ್ರೂ ಇವ್ನ ನಂಬಿ ಬಂದೇರಿ. ಏನ ಹುಚ್ಚು ಹೊಕ್ಕಿತ್ತೊ ಏನೊ ನನಗ?! ನಿನ್ನೆ ರಾತ್ರಿ ಅನುಮಾನದ ಮಾತಾಡಿ ಹೊಡ್ದರೀ. ಸೂಳೆ ಅಂದ್ನರೀ. ಮೈಮ್ಯಾಲಿನ ಬಟ್ಟೆ ಹರ್ದಾನ್ರೀ. ಇಸ್ಟೆಲ್ಲಾ ಆಗಿಂದ ಯಾ ಮಕಾ ಇಟಗೊಂಡು ಗಂಡನ ಹತ್ರ ಹೊಗ್ತಿ ನೋಡ್ತೀನಿ ಅಂದ.. ನನ್ ಬಾಳ್ನ ಹಾಳು ಮಾಡಿಬಿಟ್ಟ...’ ಅನ್ನುತ್ತಾ ಜೋರಾಗಿ ಅಳತೊಡಗಿದಳು.

ಹೇಗೆ ಸಮಾಧಾನಿಸಬೇಕೆಂದು ಇವನಿಗೆ ಗೊತ್ತಾಗಲಿಲ್ಲ. ಅಷ್ಟೇ ಅಲ್ಲ ಇವಳ ಮುಂದಿನ ಬದುಕೇನು. ಸಾಯಲು ಹೊರಟ ದಿನ ಇದೇನು ಹೊಸ ಅಡ್ಡಿ ಅಂದುಕೊಂಡ.

‘ಸರ್ರಾ ನಾ ಮತ್ತೆ ಊರಿಗೆ ಹೋಗಲ್ರಿ. ಓಡಿ ಹೋಗ್ಯಳಾ ಅಂತ ಗಂಡಂಗೆ ಗೊತ್ತಾಗೇತಿ. ಮಕ್ಳು ಮರಿ ಯಾರೂ ಇಲ್ರಿ. ಎಲ್ಯಾರ ಒಂದ್ ಕೆಲ್ಸ ಕೊಡಸ್ರಿ. ನಿಮಗ ಪುಣ್ಯ ಬರ್ತತಿ ಒಳ್ಳೇದು. ನಿಮ್ ಜೋಡಿ ರೂಮ್‌ನ್ಯಾಗ ಇದ್ದೆ ಅಂತ ಯಾರಿಗೂ ಹೇಳಲ್ರಿ ಸರ್ರಾ.. ಇಲ್ಲ ಅಂದ್ರೆ ನಂಗ ಸಾವ ಗತಿ ಆಕೇತಿ..’ ಅನ್ನುತ್ತಾ ಗದ್ಗದಿತಳಾದಳು. ಶರ್ವನ ಮನಸು ಚುರುಕ್ ಎಂದಿತು. ಎದ್ದು ಕಿಟಕಿ ಬಳಿ ಹೋದ. ಏನು ಮಾಡಬೇಕೆಂದು ತೋಚಲಿಲ್ಲ. ಅದು ಸುಲಭಕ್ಕೆ ಗೊತ್ತಾಗುವಂತದ್ದೂ ಆಗಿರಲಿಲ್ಲ.. ಬಂದು ಅವಳ ಪಕ್ಕ ಕೂತ. ಹಾಗೆ ಕೂರುವುದು ಸರಿಯೋ, ತಪ್ಪೋ? ಅವನಿಗೆ ಗೊತ್ತಾಗಲಿಲ್ಲ.

‘ಆಯ್ತು ಏನಾರು ಮಾಡೋಣ. ಏನ್ ಗಾಬರಿ ಆಗ್ಬೇಡಿ. ನಂಗೆ ಒಂದು ಕೆಲಸ ಇದೆ. ಸಂಜೆ ಆಗಬಹುದು ಬರೋದು. ಇಲ್ಲೆ ಇರಿ. ಎಲ್ಲೂ ಹೋಗ್ಬೇಡಿ. ತಿಂಡಿ ಬರುತ್ತೆ ತಿನ್ನಿ. ನೋಡಿ ಇದು ನನ್ನ ನಂಬರ್. ಏನಾದ್ರೂ ಬೇಕಿದ್ರೆ ನನಗೊಂದು

ಫೋನ್ ಮಾಡಿ. ನಾನು ಬೇಗ ಬರ್ತೀನಿ..' ಎಂದು ಹೇಳಿ ಅವಳಿಗೆ ಸಮಾಧಾನ ಮಾಡಿದ.

ಹಾಸಿಗೆಯ ಮೇಲಿದ್ದ ತನ್ನ ಬ್ಯಾಗ್ ತೆಗೆದು ಅವಳಿಗೆ ಪೂರ್ತಿ ಹಾಸಿಗೆ ಬಿಟ್ಟುಕೊಟ್ಟ. ಸ್ನಾನ ಮಾಡಿ ಬಟ್ಟೆ ಬದಲಿಸಿದ. ಬ್ಯಾಗಿನಲ್ಲಿದ್ದ ಒಂಟಿ ಚಪ್ಪಲಿ ತೆಗೆದು ಆಚೆ ಇಟ್ಟ. ಮೊದಲ ಬಾರಿಗೆ ಆ ಚಪ್ಪಲಿ ಅವನನ್ನು ನೋಡಿ ನಕ್ಕಿತು. ಅವಳು ಮಲಗಿಯೇ ಇದ್ದಳು. ಹೊರಡುವುದಾಗಿ ಹೇಳಿ ಆಚೆ ಬಂದ.

ರಸ್ತೆಗೆ ಇಳಿದ. ಜನವೊ ಜನ. ಎಲ್ಲರೂ ಯಾವುದೊ ಅವಸರದ ಹಿಂದೆ ಓಡುತ್ತಿದ್ದರು. ಈ ಓಟದ ಮುಂದೆ ಮತ್ತು ಹಿಂದೆ ಯಾವುದೊ ಎಳೆಯೊಂದು ಬಂಧಿಸಿದೆ ಎನಿಸುತ್ತಿತ್ತು ಇವನಿಗೆ. ಈಗ ಅವನ ಗಮನ ಜನರು ಮೆಟ್ಟಿದ್ದ ಚಪ್ಪಲಿಗಳ ಕಡೆ ಹೋಗಲಿಲ್ಲ. ಆದರೆ ಜನರನ್ನು ನೋಡುತ್ತಾ ನೋಡುತ್ತಾ ಅವನಿಗೆ ತಲೆಯೊಳಗೆ ನೂರೆಂಟು ಯೋಚನೆಗಳು ನುಗ್ಗತೊಡಗಿದವು. ರಸ್ತೆಯಲ್ಲಿರುವ ಈ ಜನರಿಗೆ ಮನೆಯಲ್ಲಿ ಯಾರೋ ಕಾಯುತ್ತಿರಬಹುದು ಎನ್ನುವ ಯೋಚನೆಯ ಹಿಂದೆಯೇ ರೂಮಿನಲ್ಲಿರುವ 'ಅವಳ' ನೆನಪಾಗಿ ತುಸು ಪುಳಕಗೊಂಡ.

ಹೊಸ ಹುರುಪಿನೊಂದಿಗೆ ಪತ್ರಿಕೆಯ ಕಛೇರಿ ತಲುಪಿದ. ಸಂಪಾದಕರ ತಂಡದ ಮುಂದೆ ಕೂತ.

ಸಂಪಾದಕರು ಕೇಳಿದ ಪ್ರಶ್ನೆಗಳಿಗೆ ಚೆನ್ನಾಗಿಯೇ ಉತ್ತರಿಸಿದ. ಈ ಬಾರಿ ಮನಸಿಗೆ ಬಂದಂತೆ ವರ್ತಿಸಲಿಲ್ಲ. ಹೊರಡುವ ಮುನ್ನ ಸಂಪಾದಕರು 'ನೀವು ನಾಳೆ ಕಛೇರಿಗೆ ಬಂದು ಕಾಣಿ.. ಮಾತಾಡುವುದಿದೆ. ನಿಮಗೆ ಕೆಲಸವೇನೊ ಖಚಿತ. ಆದರೆ ಅದಕ್ಕೂ ಮುನ್ನ ನಿಮ್ಮ ಬಳಿ ಏನೋ ಮಾತಾಡುವುದಿದೆ' ಎಂದರು. ಅವನಿಗೆ ಖುಷಿಯೂ ಆಗಲಿಲ್ಲ.. ಬೇಸರವೂ ಆಗಲಿಲ್ಲ. ನಿರ್ಲಿಪ್ತನಾಗಿಯೇ ಎದ್ದು ಹೊರ ಬಂದ. ಅಲ್ಲೇ ಇರುವ ಕ್ಯಾಂಟೀನ್‌ನಲ್ಲಿ ಕೂತು ಕಾಫಿ ಹೀರತೊಡಗಿದ. ಮೊಬೈಲ್ ಎತ್ತಿಕೊಂಡು ಪೇಸ್ಬುಕ್ ತೆರೆದು, ಅರೆಕ್ಷಣ ಯೋಚಿಸಿ 'ಕೆಲವರು ನಮ್ಮ ಬದುಕಿನೊಳಗೆ ಬರೋದು ನಮ್ಮನ್ನು ಸೋಲಿಸಲು ಅಲ್ಲ, ಗೆಲ್ಲಲು ಕೂಡ ಅಲ್ಲ. ನಮ್ಮನ್ನು ಇನ್ನೂ ಸ್ವಲ್ಪ ಮುನ್ನಡೆಸಲು. ನಮ್ಮಲ್ಲಿಯ ಪ್ರೇಮವನ್ನು ಜೀವಂತವಿಡಲು' ಒಂದು ಪೋಸ್ಟ್ ಬರೆದು ಹಾಕಿದ. ಇಂದು ಕಾಫಿಗೆ ಒಂದು ವಿಶೇಷ ರುಚಿ ಇತ್ತು. ಇಂಥದೊಂದು ಕಾಫಿ ಕುಡಿದು ಅದೆಷ್ಟು ದಿನಗಳಾದವು ಅಂದುಕೊಂಡ. ಫೋನ್ ರಿಂಗಣಿಸತೊಡಗಿತು. ಅಪರಿಚಿತ ನಂಬರ್ರು..

ಎತ್ತಿ ಕಿವಿಗಿಟ್ಟುಕೊಂಡ

'ಸರ್ರಾ ನಾನ್ ರ್ರೀ.'

ಮಾತಿನ ದನಿಯಲ್ಲೆ ಅದು ಅವಳೆಂಬುದು ಅರ್ಥವಾಯಿತು. ರೂಮಿನಿಂದ ಬಂದ ಕರೆ.

'ಹೇಳಿ ಹೇಳಿ..' ತುಸು ಗಾಬರಿಯಲ್ಲಿ ಕೇಳಿದ.

'ಜ್ವರ ಬಂದವರ್ರೀ ಬಾಳ. ಹೊಟ್ಯಾಗ ತ್ರಾಸು ರ್ರೀ. ಊಟ ತಿನಾಕೆ ಆಗ್ತಿಲ್ರಿ ಬಾಯಿ ಮುಖ ನೋವು..' ಅಳುಕಿನಿಂದ, ನೋವಿನಿಂದ ತುಂಬಾ ಸಣ್ಣ ದನಿಯಲ್ಲಿ ಕೇಳಿತು ಅವಳ ಮಾತು. 'ಐದು ನಿಮಿಷದಲ್ಲಿ ಬಂದೆ.. ಇರಿ' ಎಂದು ಕಾಫಿಯ ಬಿಲ್ ಕೊಟ್ಟು ರೆಸಿಡೆನ್ಸಿ ಕಡೆ ಓಡತೊಡಗಿದ. ರೂಮು ತಲುಪಿದಾಗ ಅವಳಿನ್ನೂ ಮಲಗಿಯೇ ಇದ್ದಳು. ತಿಂಡಿ ಕೂಡ ತಿಂದಿರಲಿಲ್ಲ. ಇವನು ಬಂದದ್ದು ನೋಡಿ ಅವಳು ಕಷ್ಟಪಟ್ಟು ಏಳತೊಡಗಿದಳು. ಹೋಗಿ ಭುಜ ಹಿಡಿದು ಎತ್ತಿ ಕೂರಿಸಿದ. ಕೂರಿಸಿ ತಿಂಡಿ ತಿನ್ನಲು ಕೊಟ್ಟ. ತಿಂಡಿ ತಿನ್ನಿ ಆಸ್ಪತ್ರೆಗೆ ಹೊರಡೋಣ ಅಂದ.

ಸೋಫಾದ ಮೇಲೆ ಕೂತ. ಹರಿದ ಕುಪ್ಪಸ ಕಾಣಿಸುತ್ತಿತ್ತು. ಚೂರು ಹರಿದ ಕುಪ್ಪಸ ಪೂರ್ತಿ ಹರಿದೇ ಹೋಗುತ್ತಿದ್ದ ತನ್ನ ಜೀವವನ್ನು ಉಳಿಸುತ್ತಿದೆ ಎನ್ನುವ ಯಾವ ಯೋಚನೆಯೂ ಅವನಿಗೆ ಬರಲಿಲ್ಲ.

ಬೆಳಗ್ಗೆ ಇಟ್ಟು ಹೋಗಿದ್ದ ಚಪ್ಪಲಿ ಕಡೆ ನೋಡಿದ. ಹುಡುಕಾಡಿದ. ಚಪ್ಪಲಿ ಕಾಣಿಸಲಿಲ್ಲ.

'ಇಲ್ಲಿ ಒಂದು ಚಪ್ಪಲಿ ಇತ್ತಲ್ಲಾ..?' ಅವಳನ್ನು ಕೇಳಿದ.

'ಸರ್ರಾ ಕ್ಲೀನ್ ಮಾಡೋರು ಬಂದಿದ್ರು.. ಇದೇನ್ ಒಂದಾ ಚಪ್ಲಿ ಅದ ಅಂತ ಕಸದಾಗ ಹಾಕಿಕೊಂಡು ಹೋದ್ರಿ..' ಅಂದಳು..

'ಅಯ್ಯೋ...' ಅನ್ನುವುದು ಬಿಟ್ರೆ ಅವನಿಂದ ಮತ್ಯಾವ ಉದ್ಗಾರವೂ ಬರಲಿಲ್ಲ.

ಊರಲ್ಲಿ ಜೊತೆ ಕಳೆದುಕೊಂಡ ಈ ಒಂಟಿ ಚಪ್ಪಲಿಗೆ ಈ ದೊಡ್ಡ ಊರಲ್ಲಿ ಒಂದು ಜೊತೆ ಸಿಗಬಹುದೇ..? ಎನ್ನುತ್ತಾ ಮುಖ ತೊಳೆಯಲು ಹೋದ..

ಕನ್ನಡಿ ನೋಡಿಕೊಂಡ. ಕನ್ನಡಿಯಲ್ಲಿ ಈ ಬಾರಿ ಅವನ ಮುಖವೇ ಅವನಿಗೆ ನಿಚ್ಚಳವಾಗಿ ಕಾಣಿಸಿತು. ಕನ್ನಡಿಯಲ್ಲಿ ಚಪ್ಪಲಿಯ ಸುಳಿವಿಲ್ಲ.

'ಅರೇ..' ಎನ್ನುವ ಅವನ ಉದ್ಗಾರ ಇಡೀ ರೂಮು ತುಂಬತೊಡಗಿತು.

2

ಧ್ಯಾನಕ್ಕೆ ಕೂತ ನದಿ..

ಝುಗ್ಗನೆ ಎದ್ದು ಕೂತೆ. ಸಮಯ ನೋಡಿಕೊಂಡೆ. ಒಂದು ಗಂಟೆ ಕಳೆದು ಹತ್ತು ನಿಮಿಷವಾಗಿದೆ. ಗಡಿಯಾರದ ಮುಳ್ಳಿನ ಗಿಳಕ್ ಗಿಳಕ್ ಸದ್ದು ಬಿಟ್ಟರೆ ಎಲ್ಲವೂ ನಿಶ್ಯಬ್ದ. ಹೀಗೆ ಅಪರಾತ್ರಿಯಲ್ಲಿ ಎಚ್ಚರವಾಗುತ್ತಿರುವುದು ಇದು ಮೂರನೆಯ ದಿನ..

ತೀರ ಉದ್ದ ಕೂದಲೇನಲ್ಲ, ತುರುಬಿನಂತೆ ಎತ್ತಿಕಟ್ಟಿದ್ದಳು. ತಪ್ಪಿಸಿಕೊಂಡ ಒಂದೆರಡು ಮುಂಗುರುಳು ಬಾಗಿ ಅವಳ ತುಟಿಯವರೆಗೂ ಬಂದಿದ್ದವು. ಕಿವಿಯಲ್ಲಿ ಪುಟ್ಟ ಲೋಲಕು. ತಿಳಿ ಕೆಂಪು ಮೈಬಣ್ಣ.. ಸೈಡಿನಿಂದಷ್ಟೆ ಕಾಣುವ ಅವಳ ಮುಖ. ಅಲೆ ಅಲೆಯಾಗಿ ಕೇಳಿಸುವ ಅವಳ ನಗು. ನಗು ಕೇಳಿಸಿದ ಅರೆ ಕ್ಷಣಕ್ಕೆ ನನಗೆ ದಿಢೀರ್ ಎಚ್ಚರ. ನನ್ನ ಮೈ ಸಣ್ಣಗೆ ಕಂಪಿಸುತ್ತದೆ. ಮೂರು ದಿನದಿಂದ ಇದೇ ಕನಸು, ಇದೇ ಹುಡುಗಿ ಮತ್ತು ಇದೇ ನಗು. ಆದರೆ ಕಾಣದ ಮುಖ.

ನಾನು ಎದ್ದು ಒಂದು ಲೋಟ ನೀರು ಕುಡಿಯುತ್ತೇನೆ. ಆ ರಾತ್ರಿಯನ್ನು ಅವಳ ನಗುವಿಗೆ ಅರ್ಪಿಸುತ್ತೇನೆ. ನಿದ್ದೆ ಬರದೆ ಮಹಡಿಗೆ ಬಂದು ನಕ್ಷತ್ರ ಎಣಿಸುತ್ತೇನೆ.

***

ಅವರು ಅಲ್ಲಿ ಕ್ಯಾನ್ವಾಸಿನ ಮೇಲೆ ತಮ್ಮ ಗೆರೆಗಳನ್ನು ಮತ್ತಷ್ಟು ತಿದ್ದುತ್ತಾ ಕೂರುವಾಗ ಅವು ಇಲ್ಲಿ ನನ್ನ ನಿದ್ದೆ ಕೆಡಿಸುತ್ತವೆ ಎಂದು ಅವರಿಗಾದರೂ ಹೇಗೆ ತಿಳಿದೀತು; ಮತ್ತೆ ಇಲ್ಲಿ ನನಗಾದರೂ ಹೇಗೆ ತಿಳಿಯಬೇಕು!?

***

'ಅಚ್ಯುತ್ ಸರ್ ನಮಸ್ತೆ..' ಎಂದೆ.

ಮುಖದ ತುಂಬಾ ನಗೆಯ ಬೆಳದಿಂಗಳು.

ಅವರು ನಕ್ಕರು. ನಾನು ನಕ್ಕೆ. ನಮ್ಮ ಡ್ಯೂಟಿಯ ದಿನವೊಂದು ಹೀಗೆ ನಗುತ್ತಲೇ ಹುಟ್ಟುತ್ತದೆ..

ಬಣ್ಣದ ಬಳಪ ಹಿಡಿದು ಅವರು ದುಡುದುಡು ತರಗತಿಗೆ ಹೊರಟು ಬಿಟ್ಟರು. ನಾನು ಪದ್ಯದ ಪುಸ್ತಕ ಹಿಡಿದು ಯಾವುದೊ ಕವಿತೆಯ ಸಾಲಿನ ಮಾಯಕೆ ಒಳಗಾದವನಂತೆ ಅಲ್ಲೇ ಕೂತೆ.

'ಈ ಆಗಸ ಈ ತಾರೆ ಜುಳುಜುಳನೆ ಹರಿವ ಜಲಧಾರೆ

ಮುಗಿಲ ಮಾಲೆಯ ಸಾಲೇ

ಓಹೊ ಓಹೊ ಯಾವುದೊ ಈ ಬಗೆ ಲೀಲೆ..'

ಈ ಸಾಲುಗಳನ್ನು ಮಕ್ಕಳಿಗೆ ಕಲಿಸಬೇಕು, ಅರ್ಥ ಮಾಡಿಸಬೇಕು..

ಜಗತ್ತಿನಲ್ಲಿ ಕವಿತೆ ಬೋಧಿಸುವುದಕ್ಕಿಂತ ಕಷ್ಟದ್ದು ಮತ್ತೊಂದಿಲ್ಲ. ಕವಿತೆ ಏನೋ ಹೇಳುತ್ತದೆ, ನಾನು ಏನೋ ಹೇಳುತ್ತೀನಿ, ಮಕ್ಕಳು ಏನೋ ಅರ್ಥ ಮಾಡಿಕೊಳ್ಳುತ್ತಾರೆ.

ಅವರೊಂದಿಷ್ಟು ತರಗತಿಗೆ ಚಿತ್ರ ಬರೆಯುವುದನ್ನು ಕಲಿಸಿ ಬಂದರು, ನಾನೊಂದಿಷ್ಟು ತರಗತಿಗೆ ಕವನ ಕಲಿಸಿ ಬಂದೆ. ಒಂದು ವಿರಾಮವನ್ನು ತೆಕ್ಕೆಗೆ ಹಾಕಿಕೊಂಡು ಇಬ್ಬರೂ ಕಾಫಿ ಮುಂದೆ ಧ್ಯಾನದಂತೆ ಕೂತೆವು. ಒಂದು ಗುಟುಕು ಕಾಫಿ ಕುಡಿದ ಅವರು ಮರೆತು ಹೋದ ಏನನ್ನೊ ಅಚಾನಕ್ಕಾಗಿ ನೆನಪಿಸಿಕೊಂಡವರಂತೆ

'ಸರ್ ಬನ್ನಿ ಇಲ್ಲಿ..' ಎಂದು ಪಕ್ಕಕ್ಕೆ ಕರೆದು ಕೂರಿಸಿಕೊಂಡು ಮೊಬೈಲ್ ತೆಗೆದರು.

ನನಗೆ ಕುತೂಹಲ ಹೆಚ್ಚಾಯಿತಾದರೂ ಅದನ್ನು ತೋರಿಸಿಕೊಳ್ಳದೆ ಹೋಗಿ ಕೂತೆ.

ಮೊಬೈಲ್ ಗ್ಯಾಲರಿ ಓಪನ್ ಮಾಡಿ ತಾವು ಬರೆದ ಪೇಂಟಿಂಗ್ ಒಂದರ ಚಿತ್ರವನ್ನು ತೆಗೆದು ಮುಂದಿಟ್ಟರು. ನಾನು ಸ್ವಲ್ಪ ಉಡಾಫೆಯಿಂದಲೇ ಅತ್ತ ನೋಡಿದೆ. ನೋಡಿದ ತಕ್ಷಣ ನನ್ನ ಎದೆ ಬಡಿತ ನಿಂತು ಹೋಯಿತೇನೋ ಅನ್ನುವಂತೆ ದಂಗಾಗಿ ಹೋದೆ.

'ಇವಳೇ.!'

ಕನಸಿನಲ್ಲಿ ಮೂರು ದಿನದಿಂದ ದಾಳಿ ಮಾಡುತ್ತಿರುವ ಹುಡುಗಿ ಇವ್ಳೆ ತಾನೇ..

ಯೆಸ್ ಇವ್ಳೆ..

ಅಯ್ಯೊ ಇದ್ಹೇಗೆ ಸಾಧ್ಯ?

ನನ್ನ ಬಾಯಿ ಒಣಗಿತು. ಸಣ್ಣಗೆ ಬೆವತೆ. ಆ ಕ್ಷಣಕ್ಕೆ ಏನು ಪ್ರತಿಕ್ರಿಯಿಸಬೇಕು ಅನ್ನುವುದು ನನಗೆ ತಿಳಿಯಲಿಲ್ಲ.

'ಸರ್ ಹೇಗಿದೆ ಪೇಂಟಿಂಗ್.. ಮೂರ್‍ನಾಲ್ಕು ದಿನ ಆಯ್ತು ಇದನ್ನು ಬರೆಯೋಕೆ. ಸ್ಟಾರ್ಟ್ ಮಾಡಿದ್ದು ಮೊನ್ನೆ. ಇವತ್ತು ಬೆಳಗ್ಗೆಯಷ್ಟೆ ಮುಗೀತು. ತುಂಬಾ ಕಾಳಜಿ ವಹಿಸಿ ಬರೆದೆ. Its my favorite'

ಅವರು ಮಾತಾಡುತ್ತಲೇ ಇದ್ದರು. ನನಗೆ ಅವರ ಮಾತು ಎಲ್ಲಿಂದಲೋ ಕೇಳಿಸುತ್ತಿರುವಂತೆ ಭಾಸ. ನಾನು ಆ ಜಗತ್ತಿನಲ್ಲಿ ಇರಲಿಲ್ಲ ಆ ಕ್ಷಣಕ್ಕೆ. ನಾನೆಂದೂ ನೋಡಿಲ್ಲ. ನೋಡಿದ ನೆನಪೂ ಇಲ್ಲ. ಕನಸಿನಲ್ಲಿ ಬರಲು ಹೇಗೆ ಸಾಧ್ಯ? ಅದೇ ಹುಡುಗಿ ಇವರ ಕೈಯಲ್ಲಿ ಚಿತ್ರವಾದದ್ದು ಹೇಗೆ?

'ಸರ್ ಹೇಗಿದೆ? ಚೆಂದ ಅಲಾ.. ಈ ಹುಡುಗಿ ನನಗೂ ಇಷ್ಟ ಆದ್ಳು ಬರೆದ ಮೇಲೆ. ನಾನು ಬರೆದ ಚಿತ್ರದ ಹುಡುಗಿಯನ್ನು ನಾನೇ ಮೋಹಿಸುವಷ್ಟು ಇಷ್ಟ ಆಗಿಬಿಟ್ಳು ಸರ್ ಇವಳು' ತುಂಬಾ ಖುಷಿಯಿಂದ ಹೇಳಿದರು.

ನಾನು 'ಯೆಸ್ ಯೆಸ್.. ಫೈನ್' ಅಂದು ಮಾತು ಮುಗಿಸಿದೆ. ನನಗೆ ಏನು ಮಾತಾಡಬೇಕು ಎಂದು ಖಂಡಿತ ತಿಳಿಯಲಿಲ್ಲ.

'ಸರ್ ಇವ್ಳು ಮೂರು ದಿನದಿಂದ ನನ್ನ ಕನಸಿನಲ್ಲಿ ಬರ್ತಿದಾಳೆ..' ಅಂತ ಹೇಗೆ ಹೇಳೋದು? ಅವರಾದರೂ ಹೇಗೆ ನಂಬಿಯಾರು? ಕಲ್ಪನೆಯಲ್ಲಿ ಬರೆದ ಈ ಹುಡುಗಿ ಅವರ ಕನಸಿನಲ್ಲಿ ಹೇಗೆ ಹೋಗಲು ಸಾಧ್ಯ? ಇದು ಅತಿಯಾಯಿತು ಅಂದುಕೊಂಡು ನಕ್ಕು ಬಿಟ್ಟರೆ? ಇಲ್ಲ ಇಲ್ಲ ಕೇಳಬಾರದು ಎಂದು ನಿರ್ಧರಿಸಿದೆ.

ಅವರು ಹೊರಡುವ ಮುನ್ನ 'ಸರ್ ಈ ಪೇಂಟಿಂಗ್ ನನಗೆ ಕೊಡಬಹುದಾ ನೀವು?' ಎಂದೆ.

ಅವರು ಒಂದು ಕ್ಷಣ ಗಲಿಬಿಲಿಗೊಂಡರು. ಅವರೇ ಬರೆದ ಆ ಹುಡುಗಿ ಅವರಿಗೆ ಇಷ್ಟವಾಗಿದ್ದಾಳೆ. ಇಷ್ಟದ ಹುಡುಗಿಯ ಫೋಟೊ ಹೇಗೆ ಕೊಡಲು ಸಾಧ್ಯ? ಎಂದುಕೊಂಡೆ..

'ಯೆಸ್ ಸರ್ definitely I'll give you..` ಅಂದು ನಕ್ಕರು. ನಾನು ನಕ್ಕೆ.

ಎದೆಯ ಯಾವುದೋ ಮೂಲೆಯಲ್ಲಿ ಅವಳು ನಕ್ಕ ಸದ್ದು ಕೇಳಿಸಿತು.

ಅದೇ ರಾತ್ರಿ ಅವಳು ಕನಸಿಗೆ ಬಂದಳು. ಅದೇ ಸಮಯ, ಅದೇ ನೀರವ ರಾತ್ರಿ..

ಇದೆಲ್ಲಾ ಹೇಗೆ ಆಗ್ತಿದೆ? ಅವಳು ಯಾರು? ನಾನು ಎಂದೋ ನೋಡಿರಬಹುದಾ? ಇದೇ ಹುಡುಗಿ ಚಿತ್ರ ಅವರ ಕೈಯಲ್ಲಿ ಮೂಡಲು ಹೇಗೆ ಸಾಧ್ಯ? ಆ ಹುಡುಗಿ ಇಲ್ಲೇ ಎಲ್ಲಾದರೂ ಓಡಾಡಿಕೊಂಡು ಇರಬಹುದಾ? ಅವರನ್ನು ಈ ಹುಡುಗಿ ತುಂಬಾ ಕಾಡಿರಬಹುದಾ? ಇವಳ ಚೆಂದ ಅವರನ್ನು ಸೆಳೆದಿರಬಹುದಾ?

ಈ ಅಪರಾತ್ರಿಲ್ಲೂ ಕಾಫಿ ಬಟ್ಟಲುಗಳು ಖಾಲಿಯಾದದ್ದೆ ಬಂತು. ಆದರೆ ಆ ಹುಡುಗಿಯ ಒಗಟು ಮತ್ತಷ್ಟು ಕಗ್ಗಂಟಾಯ್ತು. ಇಂದಿನ ನನ್ನ ನಿದ್ದೆಯನ್ನು ನಾನು ಇಷ್ಟಪಟ್ಟೆ ಅವಳಿಗೆ ಅರ್ಪಿಸಿದೆ.

***

ಮರುದಿನ ಡ್ಯೂಟಿಯ ಒಂದು ವಿರಾಮ ವೇಳೆಯಲ್ಲಿ ಅವರ ಬಳಿ ಕೂತು ಕೇಳಿದೆ.

'ನಿಮ್ಮ ಆ ಪೇಂಟಿಂಗ್‌ಗೆ ಯಾರು ಪ್ರೇರಣೆ ಸರ್?' ನನ್ನ ಪ್ರಶ್ನೆ ಅವರನ್ನು ಸಣ್ಣಗೆ ತಿವಿಯಿತು ಅನಿಸುತ್ತೆ. ಕಣ್ಣು ಸಣ್ಣಗೆ ಮಾಡಿ, ಮನಸಿನಲ್ಲಿ ಏನೇನೋ ಲೆಕ್ಕ ಹಾಕಿ, ನಾಲ್ಕು ಪದಗಳನ್ನು ಒಟ್ಟು ಮಾಡಿಕೊಂಡು ಬಾಯಿ ತೆರೆದರು.

'ಇಲ್ಲ ಸರ್ ಹೀಗೆ ಬ್ರಷ್ ಆಡಿಸಿದೆ. ಹಾಗೆಯೇ ಒಂದು ಮುಖ ಮೂಡಿತು ಅಷ್ಟೆ' ಅಂದರು. ಅವರು ಏನನ್ನೋ ಅಡಗಿಸುತ್ತಿದ್ದಾರೆಂದು ಆ ಮಾತನ್ನು ಹೇಳುವಾಗ ಅವರ ಮುಖದ ಭಾವ ನೋಡಿ ನನಗೆ ಸ್ಪಷ್ಟವಾಯಿತು.

'ಅದ್ಹೇಗೆ ಸಾಧ್ಯ? ನೋಡದೆ ಒಂದು ಹುಡುಗಿಯ ಮುಖವನ್ನೇ ಹೀಗೆಯೇ ಚೆಂದವಾಗಿ ಬರೆಯಲು.. ಆ ಮುಖ ನಿಮ್ಮ ಮನಸಿನಲ್ಲಿ ಇದೆ. ಅದು ಚಿತ್ರದಲ್ಲಿ ಬಂದಿದೆ. ನಿಮ್ಮ ಮನಸಿಗೆ ಬರುವ ಮೊದಲು ಅದು ಬೇರೆ ಕಡೆಯಿಂದ ನಿಮ್ಮ ಮನಸಿಗೆ ನುಗ್ಗಿರಬೇಕು. ಎಲ್ಲಿ ನುಗ್ಗಿತು? ಯಾವಾಗ ನುಗ್ಗಿತು?' ಪ್ರಶ್ನೆಯೊಂದಿಗೆ ಒತ್ತಾಯಿಸಿದೆ.

ಅವರು 'ಖಂಡಿತ ಇಲ್ಲ ಸರ್.. ಹೀಗೆಯೇ ಬರೆದದ್ದು' ಅಂದರು. ಅವರು ಪಟ್ಟುಬಿಡಲಿಲ್ಲ ಆದರೆ ನಾನು ಒಪ್ಪಲಿಲ್ಲ. ನಾನು ತಿಳಿದುಕೊಳ್ಳಲೇ ಬೇಕಿತ್ತು. ಆದರೆ ಅವರು ಹೇಳಲಿಲ್ಲ.

ಅವಳು ಯಾರಿರಬಹುದು..? ಕ್ಷಣ ಕ್ಷಣಕ್ಕೂ ನನಗೆ ಚಡಪಡಿಕೆ ಹೆಚ್ಚಾಗತೊಡಗಿತು.

ಎರಡ್ಮೂರು ದಿನ ಅವರನ್ನೇ ಈ ಬಗ್ಗೆ ಬಿಡದೆ ಕೇಳಿದೆ. ಅವರು ಅದದೇ ಮಾತು ಹೇಳುತ್ತಿದ್ದರು. ಆದರೆ ಕನಸಿನಲ್ಲಿ ಮಾತ್ರ ಆ ಹುಡುಗಿ ಬರುವುದು ನಿಲ್ಲಿಸಿರಲಿಲ್ಲ. ನಗುವುದನ್ನು ಕೂಡ ನಿಲ್ಲಿಸಿರಲಿಲ್ಲ. ನನಗೆ ಹಗಲು-ರಾತ್ರಿಗಳ ವ್ಯತ್ಯಾಸವೇ ತಿಳಿಯದಷ್ಟು ನಾನು ಆ ಹುಡುಗಿಯ ನೆನಪಿನಲ್ಲಿ ಮುಳುಗಿ ಹೋದೆ. ನಾನು ಇಡೀ ದಿನ ಶಾಲೆಯಲ್ಲಿ ಯಾವುದೋ ಯೋಚನೆಯಲ್ಲಿರುವಂತೆ ಕೂತಿರುತ್ತಿದ್ದೆ. ನನ್ನ ಕಣ್ಣುಗಳು ನಿದ್ದೆಯಿಲ್ಲದೆ ಕಂಗೆಟ್ಟಿದ್ದವು.

ನನ್ನ ಈ ತೊಳಲಾಟವನ್ನು ಬಹುಶಃ ಅವರು ಗಮನಿಸಿದರು ಅಂತ ಕಾಣಿಸುತ್ತೆ. ಹೀಗೆಯೇ ಎರಡ್ಮೂರು ದಿನಗಳು ಕಳೆದು ಹೋದವು. ಅವರಿಗೆ ಅದೇನು ಅನಿಸಿತೋ ಏನೋ ಒಂದು ಬೆಳಗ್ಗೆ ಅವರು ನನಗೊಂದು ಕಾಫಿ ಕೊಡಿಸಿ ಹೇಳಿಯೇಬಿಟ್ಟರು.

'ಸರ್ ಸಂಜೆ ನನ್ನೊಂದಿಗೆ ಬನ್ನಿ. ನಿಮಗೆ ಆ ಹುಡುಗಿ ತೋರಿಸ್ತೀನಿ' ಅಂದು ನನ್ನ ಕಡೆ ನೋಡಿ, ನನ್ನ ಮುಖದಲ್ಲಾಗುವ ಬದಲಾವಣೆ ಗಮನಿಸುತ್ತಾ ನಿಂತರು.

ನನ್ನ ಮನಸು ಜೋರಾಗಿ ಕೂಗಾಡಿತು. ನನ್ನ ಮುಖದಲ್ಲೊಂದು ಹೊಳಪು ಮೂಡಿರಬಹುದು. ಆನಂದದ ತುದಿಯಲ್ಲಿ ನಿಂತೆ ನಾನು. ನನ್ನ ಕುತೂಹಲ ಹೊಸಿಲಿಗೆ ಬಂದು ನಿಂತಿತು. ಆ ಕ್ಷಣಕ್ಕೆ ಸಂಜೆಯೆಂಬುದು ಅದೆಷ್ಟು ಶತಮಾನದಷ್ಟು ದೂರ ಇದೆ ಅನಿಸಿಬಿಟ್ಟಿತು.

ಅದೇ ಸಂಜೆ ಅವರೊಂದಿಗೆ ಹೆಜ್ಜೆ ಹಾಕಿದೆ.. ಅವರು ತುಂಗಭದ್ರಾ ನದಿಯ ದಡದ ಮೇಲೆ ನನ್ನನ್ನು ಕರೆದುಕೊಂಡು ಹೊರಟರು. ಅವರ ಹಿಂದೆ ನಾನು ಕಿಂದರಿಜೋಗಿಯ ಹಿಂದೆ ಹೊರಡುವ ಬಾಲಕನಂತೆ ಹೊರಟೆ.

***

ನಾವು ನದಿಯ ತಟದ ಹರಿಹರೇಶ್ವರ ಗುಡಿಗೆ ತಲುಪಿದೆವು. ಬೃಹತ್ ದೇವಾಲಯ. ಎಕರೆಗಟ್ಟಲೆ ಜಾಗದಲ್ಲಿ ಭವ್ಯವಾಗಿ ನಿಂತಿದೆ. ಅಲ್ಲಿ ಪಕ್ಕದಲ್ಲಿ ತುಂಗಭದ್ರೆ ಉಸಿರು ಬಿಗಿಹಿಡಿದು ಹರಿಯುತ್ತಿದ್ದಳು. ಇತ್ತೀಚಿನ ಭಾರಿ ಮಳೆಯಿಂದ ನದಿ ತುಂಬಿ ಹರಿಯುತ್ತಿತ್ತು. ಹರಿಯುವಿಕೆಯಲ್ಲಿ ಮೊರೆತವಿತ್ತು. ಆ ನದಿ, ಆ ಗುಡಿ ಹೊಸದಲ್ಲ ನನಗೆ. ನಾನು ನನ್ನ ಎಷ್ಟೋ ಕವಿತೆಗಳನ್ನು ಇಲ್ಲಿಯೇ ಕೂತು ಬರೆದಿದ್ದೇನೆ. ಎಷ್ಟೋ ಇಷ್ಟದ ಕವಿತೆಗಳನ್ನು ಇಲ್ಲಿಯೇ ಕೂತು ನನಗೆ ನಾನೇ ಹೇಳಿಕೊಂಡಿದ್ದೀನಿ. ಸುಮ್ಮನೆ ಕೂತು ನದಿಯಲ್ಲಿ ತೇಲಿ ಹೋಗುತ್ತಿರುವ ಯಾರಯಾರದೋ ನೆನಪುಗಳನ್ನು ಕಂಡಂತಾಗಿ ಕನಲಿದ್ದೇನೆ. ಆದರೆ ಇಂದು ಈ

ಸಂಜೆಯ ವೇಳೆಯಲ್ಲಿ ಇಲ್ಲಿ ಯಾವ ಹುಡುಗಿ ಬರಲು ಸಾಧ್ಯ? ಏನು ಇವರ ಯೋಚನೆ? ಹುಡುಗಿ ತೋರಿಸುತ್ತೀನಿ ಅಂತ ದೇವಸ್ಥಾನಕ್ಕೆ ಕರೆ ತಂದಿದ್ದಾರೆ. ದೇವಸ್ಥಾನದಲ್ಲಿ ಪ್ರಸಾದ ಸಿಗುತ್ತದೆ. ಹುಡುಗಿ ಸಿಗುವುದಿಲ್ಲ ಎಂಬುದು ಇವರಿಗೆ ಗೊತ್ತಿಲ್ಲವೇ? ಏನಿದರ ಮರ್ಮ.. ನನಗಂತೂ ಎಲ್ಲವೂ ನಿಗೂಢ ಎನಿಸಿತು.

'ಸರ್ ಇದೇನು? ಇಲ್ಲಿಗ್ಯಾಕೆ ಕರೆತಂದ್ರಿ?' ಅಂದೆ. ಅವರು ನಕ್ಕು ಸುಮ್ಮನೆ ಹಿಂದೆ ಬರಲು ತಿಳಿಸಿದರು. ನಾನು ಅವರನ್ನು ಹಿಂಬಾಲಿಸಿದೆ. ಅವರು ನನ್ನನ್ನು ಆ ದೊಡ್ಡ ದೇವಸ್ಥಾನದ ಎಡಭಾಗದ ಹೊರ ಮಗ್ಗಲಿಗೆ ಕರೆದುಕೊಂಡು ಹೋಗಿ ಕಲ್ಲಿನ ಗೋಡೆಯ ಮೇಲೆ ಕೆತ್ತಿದ್ದ ಚಿತ್ರದ ಮುಂದೆ ನಿಲ್ಲಿಸಿದರು.

ಕೈ ತೋರಿಸಿ.. 'ನೋಡಿ ಇವ್ಳೆ ಆ ಹುಡುಗಿ.. ಕಳೆದ ವಾರ ಬಂದಾಗ ಅಚಾನಕ್ಕಾಗಿ ಈ ಚಿತ್ರ ನೋಡಿದೆ. ನನ್ನ ನಿದ್ದೆಗೆಡಿಸಿತು ಇದು. ಈ ಮುಖವನ್ನು ಮನಸಿನಲ್ಲಿ ತಂದುಕೊಂಡು ಆ ಚಿತ್ರ ಬರೆದೆ..' ಎಂದು ಹೇಳಿ ನಿಂತರು.

'ಓ ಮೈ ಗಾಡ್ ಇವ್ಳೆ.. ಯೆಸ್ ಇವ್ಳೆ..' ನನ್ನ ಮನಸು ಚೀರಿತು.

'ಯೆಸ್ ನೋಡಿ ಸರ್ ಇದೇ ಹುಡುಗಿ. ಈ ಚಿತ್ರದ ಹುಡುಗಿ ನೋಡಿಯೆ ನಾನು ಆ ಪೇಂಟಿಂಗ್ ಮಾಡಿದ್ದು. ಸರಿಯಾಗಿ ನೋಡಿ ಆಯ್ತಾ..' ಎಂದು ನಕ್ಕರು.

ನಾನು ಅದೇ ಚಿತ್ರವನ್ನು ನೋಡುತ್ತಲೇ ನಿಂತೆ. ನೋಡು ನೋಡುತ್ತಾ ಮೈ ಮರೆತು ಬಿಟ್ಟೆ. ಆ ಚಿತ್ರದಲ್ಲಿನ ಅವಳು ನನ್ನನ್ನು ಕಂಡು ನಕ್ಕಂತಾಯ್ತು. ಥೇಟು ಕನಸಿನಲ್ಲಿ ನಕ್ಕಂತೆ. ಎಷ್ಟೊಂದು ಮೋಹಕವಾಗಿದ್ದಾಳೆ. ನೀಳ ಮೂಗು, ಆ ತುಂಬಿದ ಗಲ್ಲ, ಸಣ್ಣ ನಡು, ಕಿವಿಯಲ್ಲಿ ಚಿಕ್ಕ ಓಲೆ, ಮಕರಂದ ಸುರಿಸುವ ತುಟಿಗಳು, ಕಣ್ಣುಗಳಲ್ಲಿ ಸ್ವರ್ಗದ ಬಾಗಿಲುಗಳು ಕಾಣಿಸುತ್ತಿವೆ..

ಆ ಚಿತ್ರದ ಹುಡುಗಿ ಮತ್ತಷ್ಟು ನಕ್ಕಳು. ಜೋರಾಗಿ ನಕ್ಕಳು. ನನ್ನನ್ನು ನೋಡಿ ನೋಡಿ ನಕ್ಕಳು.

ಅವರು ಹೋಗಲು ಅವಸರಿಸಿ ನನ್ನನ್ನು ಈ ಲೋಕಕ್ಕೆ ಎಳೆದು ತಂದರು. ನಾನು ಅವರೊಂದಿಗೆ ಹೊರಡುವುದು ಅನಿವಾರ್ಯವಾಯಿತು.

ನಾನು ಮತ್ತೆ ಬರ್ತೀನಿ.. ಎಂದು ಅವಳಿಗೆ ಹೇಳುವಂತೆ ಪಿಸುಗುಟ್ಟಿ ನನ್ನಷ್ಟಕ್ಕೆ ನಾನೇ ಹೇಳಿಕೊಂಡು ಅವರೊಂದಿಗೆ ಅಲ್ಲಿಂದ ಹೊರಟೆ. ಬರುವಾಗ 'ಸರ್ ಸಾಧ್ಯವಾದಷ್ಟು ಆ ಪೇಂಟಿಂಗ್ ಅನ್ನು ಎಷ್ಟು ಸಾಧ್ಯವೋ ಅಷ್ಟು ದೊಡ್ಡದು ಮಾಡಿಕೊಡಿ. ಎಷ್ಟು ಖರ್ಚಾದರೂ ಪರವಾಗಿಲ್ಲ' ಎಂದೆ..

'ಅದನ್ನು ನಿಮಗಲ್ಲದೆ ಇನ್ಯಾರಿಗೂ ಕೊಡಲ್ಲ ಸರ್.. don't worry ಸಾಧ್ಯವಾದಷ್ಟು ದೊಡ್ಡದು ಮಾಡಿ, ಇನ್ನಷ್ಟು ಚೆಂದ ಮಾಡಿಕೊಡ್ತೀನಿ ಸರ್' ಅಂದ್ರು.

ನಾನು ಎದೆಯಲ್ಲಿ ನೂರು ಭಾವ ತುಂಬಿಕೊಂಡು ಅಲ್ಲಿಂದ ಹೊರಟೆ. ಅವರು ಜೊತೆಗಿದ್ದರು.

***

ರಾತ್ರಿ ತುಂಬಾ ಹೊತ್ತಿನವರೆಗೂ ನನಗೆ ನಿದ್ದೆ ಬರಲಿಲ್ಲ. ಆ ಗೋಡೆಯ ಮೇಲಿನ ಚಿತ್ರದ ಹುಡುಗಿ ಕನಸಿಗೆ ಬಂದದ್ದು ಹೇಗೆ? ಅಲ್ಲದೆ ಆ ಚಿತ್ರಗಾರನ ಕೈಯಿಂದ ಜೀವ ತಳೆದು ನನ್ನ ಮುಂದೆ ಬಂದದ್ದು ಯಾಕೆ? ಅಲ್ಲದೆ ನನಗೆ ಪದೇ ಪದೇ ಕನಸಿನಲ್ಲಿ ಬಂದು ನಗುವುದು ಏಕೆ?

ಗೋಜಲು ಗೋಜಲಾದ ಈ ಎಲ್ಲಾ ಪ್ರಶ್ನೆಗಳನ್ನು ಮುಂದೆ ಹರವಿಕೊಂಡು ಒಂದಕ್ಕೊಂದು ಎಲ್ಲಾದರೂ ಸಂಬಂಧ ಸೇರುತ್ತದೋ ಎಂದು ಯೋಚಿಸತೊಡಗಿದೆ. ಊಹೂಂ ಉತ್ತರ ಹೊಳೆಯಲಿಲ್ಲ.

ಯೋಚಿಸಿ ಯೋಚಿಸಿ ಅಲ್ಲಿಯೇ ಮೈಚೆಲ್ಲಿದೆ, ಗಾಢ ನಿದ್ದೆ.

ಕನಸು..!

ದಢಾರನೆ ಎದ್ದು ಕೂತೆ.

ಅವಳು ಎಂದಿನಂತೆ ಕನಸಿನಲ್ಲಿ ಬಂದಿದ್ದಳು. ಅದೇ ನಗು ಅದೇ ರೂಪ. ಸೈಡ್‌ವಿಂಗಿನ ನೋಟ.

ಈ ಬಾರಿ ಅವಳನ್ನು ಮುಟ್ಟಬೇಕು, ಮಾತಾಡಿಸಬೇಕೆಂದು ಅವಳ ಹತ್ತಿರ ಹೋದೆ. ಅವಳು ನೀಲಿಚಿಟ್ಟೆಯಾಗಿ ಹಾರಿ ಹೋದಳು. ನಾನು ಚಿಟ್ಟೆಯ ಹಿಂದೆಯೇ ಓಡಿದೆ.

ಸಡನ್ ಆಗಿ ಎಚ್ಚರವಾಗಿ ಹೋಯಿತು.

ಗಂಟೆ ಒಂದೂ ಹತ್ತು.

ಇಂದಿನ ನಿದ್ದೆಯ ಕೋಟ ಮುಗಿದಿತ್ತು. ಎದ್ದು ಕೂತೆ. ಮಹಡಿಗೆ ಬಂದು ಒಂದು ಬಟ್ಟಲು ಕಾಫಿ ಕುಡಿದು ಕವಿತೆ ಓದುತ್ತಾ ಅವಳನ್ನು ಮತ್ತಷ್ಟೂ ಆವಾಹಿಸಿಕೊಂಡು ಆ ರಾತ್ರಿಯನ್ನು ಮಾತ್ರ ಕಳುಹಿಸಿಕೊಟ್ಟೆ.

***

ಮರುದಿನ ಡ್ಯೂಟಿಗೆ ಮುಲಾಜಿಲ್ಲದೆ ರಜೆ ಹಾಕಿದೆ. ಹೊಸ ಹುರುಪು ಬಂದಂತಾಗಿತ್ತು ನನಗೆ. ಹುಡುಗಿ ನನಗಾಗಿ ಹಂಬಲಿಸುತ್ತಿದ್ದಾಳೋ, ನಾನು ಹುಡುಗಿಗಾಗಿ ಹಂಬಲಿಸುತ್ತಿದ್ದೇನೋ.. ಗೊತ್ತಿಲ್ಲ. ಆದರೆ ಈ ಎರಡೂ ಕೂಡ ನನಗೆ ಪುಳಕ ಕೊಡುವಂತವೇ ಆಗಿದ್ದವು.

ಎಳೆ ಬಿಸಿಲು ಗಡುಸಾಗುವ ಮುನ್ನವೇ ಒಂದು ಬ್ಯಾಗ್ ಹೆಗಲೇರಿಸಿಕೊಂಡು ನಾನು ಹರಿಹರೇಶ್ವರ ದೇವಸ್ಥಾನದ ಕಡೆ ನಡೆದೆ. ನದಿ ಒಂದು ಲಹರಿಯಲ್ಲಿ ಹರಿಯುತ್ತಿತ್ತು. ನದಿಯ ದಂಡೆಯ ಮೇಲೆ ನಡೆದು ದೇವಾಲಯ ತಲುಪಿದೆ. ಜನ ಸಾಕಷ್ಟಿರಲಿಲ್ಲ. ದೇವಸ್ಥಾನದ ಎಡಭಾಗದಲ್ಲಿ ಆ ಹುಡುಗಿ ಚಿತ್ರ ಇರುವ ಕಡೆ ಲಗುಬಗೆಯಿಂದ ನಡೆದು ಹೋದೆ.

ಅವಳು ನನಗಾಗಿಯೇ ಎಷ್ಟೋ ಹೊತ್ತಿನಿಂದ ಕಾದು ಕೂತವಳಂತೆ ಇದ್ದಳು. ಕಣ್ಣು ಮಿಟುಕಿಸಿದಂತಾಯ್ತು. ಅಲ್ಲೇ ಅವಳನ್ನು ತುಂಬಾ ಹೊತ್ತು ನೋಡುತ್ತಾ ನಿಂತೆ. ಅವಳು ನಕ್ಕ ಸದ್ದು ಕೇಳಿಸಿದಂತಾಯ್ತು..

ಇದೇ ಇದೇ ನಗು.. ಕನಸಿನಲ್ಲಿ ಕಂಡದ್ದು, ಕೇಳಿದ್ದು.

ನನ್ನ ಆಸೆ, ಆಸಕ್ತಿಗಳು ಇನ್ನಷ್ಟು ಕೆರಳಿದವು.

ತುಂಬಾ ಹೊತ್ತು ಅಲ್ಲೇ ಕೂತಿದ್ದರೆ ಈ ಜನ ಏನೆಂದುಕೊಂಡಾರು ಎಂಬ ದಿಗಿಲೂ ಆಯ್ತು. ಒಲ್ಲದ ಮನಸಿನಿಂದ ಅಲ್ಲಿಂದ ಎದ್ದೆ. ಗುಡಿಯಿಂದ ಹೊರಬಂದೆ ನದಿಯ ದಂಡೆಗುಂಟ ನಡೆದೆ.

ನದಿಯ ತಟಕ್ಕೆ ಬಂದು ಅಲ್ಲೊಂದು ಕಲ್ಲು ಬಂಡೆ ಹಿಡಿದು ಕೂತೆ.

ಹರಿವ ನೀರಿಗೆ ನನ್ನ ಕಾಲುಗಳನ್ನು ಒಡ್ಡಿದೆ. ನೀರು ನನ್ನನ್ನು ಮಾತಾಡಿಸಿಕೊಂಡು ಹರಿಯುತ್ತಿತ್ತು. ಎಲ್ಲವೂ ಒಂದು ಸಾವಧಾನದ ಬೆನ್ನೇರಿದ್ದವು. ಇಲ್ಲಿ ಯಾವುದಕ್ಕೂ ಗಡಿಬಿಡಿ ಇರಲಿಲ್ಲ. ನದಿಯ ಮೇಲೆ ಈಜುತ್ತಿರುವ ಕೊಕ್ಕರೆಗಳು ಎಷ್ಟೊಂದು ಸಮಾಧಾನದಲ್ಲಿದ್ದವು ಎಂದರೆ ಎದುರಿಗೆ ಮೀನು ಬಂದರೂ ಯಾವುದೇ ಗಡಿಬಿಡಿ ಇಲ್ಲದೆ ಅವುಗಳ ಪಾಡಿಗೆ ಅವುಗಳನ್ನು ಹೋಗಲು ಬಿಟ್ಟು ಸುಮ್ಮನೆ ಈಜುತ್ತಿದ್ದವು.

ನಾನೂ ಈ ಎಲ್ಲವನ್ನೂ ನೋಡುತ್ತಾ, ಸವಿಯುತ್ತಾ, ಆ ಹುಡುಗಿಯನ್ನು ಧ್ಯಾನಿಸುತ್ತಾ ಕೂತಿದ್ದೆ.

ಏನೋ ಸದ್ದಾಯಿತು. ಹಿಂದೆ ತಿರುಗಿ ನೋಡಿದೆ. ಒಬ್ಬ ತೀರಾ ವಯಸ್ಸಾದ ವ್ಯಕ್ತಿ ನನ್ನ ಹಿಂದೆಯೇ ನಿಂತಿದ್ದರು. ನಾನು ಅವರನ್ನು ನೋಡಿದೆ. ನನ್ನ ಮುಖದಲ್ಲಿ ಆಶ್ಚರ್ಯವಿತ್ತು. ಅಪರಿಚಿತರೊಬ್ಬರು ಹಿಂಬಾಲಿಸಿಕೊಂಡು ಬಂದು ಬೆನ್ನ ಹಿಂದೆ

ಬಂದು ನಿಂತರೆ ಏನಾಗಬೇಡ ಹೇಳಿ. ನನಗೆ ಆ ಗಲಿಬಿಲಿಯೂ ಇತ್ತು. ಅದನ್ನು ತೋರಿಸಿಕೊಳ್ಳಲಿಲ್ಲ. ಅವರ ಕಣ್ಣುಗಳಲ್ಲಿ ಒಂದು ಮಾಗಿದ ನೋಟವಿತ್ತು. ತುಟಿಗಳಲ್ಲಿ ಸಹಜ ನಗುವಿತ್ತು..

'ನೀವು ಪ್ರವಾಸಿಗರಾ?' ಕೇಳಿದರು.

'ಇಲ್ಲ, ಯಾಕೆ?' ಸ್ವಲ್ಪ ಕುತೂಹಲದಲ್ಲೇ ಕೇಳಿದೆ.

'ಹೌದು ನೀವು ಪ್ರವಾಸಿಗರು ಅಲ್ಲ ಅವಾಗ್ಲೇ ಖಚಿತವಾಯಿತು. ಕಲ್ಲು ಗೋಡೆಯ ಮೇಲಿನ ಹುಡುಗಿಯ ಚಿತ್ರದ ಬಳಿ ಗಂಟೆಗಟ್ಟಲೆ ನಿಂತಾಗ..'

ಯಾವುದೋ ಸುಳಿವು ಹುಡುಕಿಕೊಂಡು ಬಂದವರಂತೆ ಒಂದು ಒಗಟಿನಂತೆ ಮಾತಾಡಿದರು.

ನನಗೆ ಮಾತು ಬರಲಿಲ್ಲ. ಆಶ್ಚರ್ಯ ತುಂಬಿದ ಕಣ್ಣುಗಳಿಂದ ಅವರ ಕಡೆ ನೋಡಿದೆ.

'ಯೆಸ್.. ಆ ಹುಡುಗಿಯ ಬಗ್ಗೆ ಗೊತ್ತಿರುವವರು ಮಾತ್ರ ಆ ಚಿತ್ರದ ಬಳಿ ಹೆಚ್ಚು ಹೊತ್ತು ನೋಡುತ್ತಾ ನಿಲ್ಲುತ್ತಾರೆ..' ಅವರ ಮಾತಿನಲ್ಲಿ ಏನೋ ಒಂದು ಖಚಿತತೆ ಇತ್ತು.

'ಆ ಹುಡುಗಿ ಯಾರು ಅಂತ ನಿಮಗೆ ಗೊತ್ತಾ?' ಕೇಳಿದೆ.

'ಓಹ್ ಗೊತ್ತು..ಅವಳು ಅಲಾವಿಕ' ಬಹಳ ಶಾಂತವಾಗಿಯೇ ಹೇಳಿದರು.

'ಓಹ್..' ನನ್ನ ಬಾಯಿಂದ ನನಗೆ ಗೊತ್ತಿಲ್ಲದೆ ಉದ್ಗಾರವೊಂದು ಹೊರಟಿತು.

'ಹುಡುಗಿಯೊಬ್ಬಳು ಹೀಗೆ ಗುಡಿಯ ಗೋಡೆಯ ಮೇಲೆ ಏಕೆ ಚಿತ್ರವಾಗಿ ಉಳಿದಳು..?' ಪ್ರಶ್ನೆಯೊಂದು ತುಟಿ ಮೇಲೆ ಬಂದು ಅಲ್ಲಿ ನಿಂತಿತು.

ಅವರು ಮತ್ತೆ ಮಾತು ಆರಂಭಿಸಿದರು..

'ಅಲಾವಿಕ ಅವಳ ಹೆಸರು. ಈ ಹರಿಪುರದ ಸುಂದರಿ ಅವಳು. ಈ ನದಿಯಲ್ಲಿ ಮೀನು ಹಿಡಿಯುತ್ತಿದ್ದ ಒಬ್ಬ ಬೆಸ್ತನ ಮಗಳು' ಎನ್ನುತ್ತಾ ನನ್ನ ಮನಸಿನೊಳಗೆ ಒಂದು ಸಣ್ಣ ಕಿಡಿ ಹತ್ತಿಸಿದರು. ನನ್ನ ಕುತೂಹಲ ಹೆಚ್ಚಾಯಿತು 'ನಿಮಗೆ ಅವಳ ಬಗ್ಗೆ ಬಹುಶಃ ಎಲ್ಲಾ ಗೊತ್ತಿರುವಂತಿದೆ. ದಯವಿಟ್ಟು ಹೇಳಿಬಿಡಿ. ಪ್ಲೀಸ್..' ಅಂತ ಗೋಗರೆದೆ.

ಅವರು ನಾನು ಕೂತ ಕಲ್ಲು ಬಂಡೆಯ ಇನ್ನೊಂದು ಬದಿಗೆ ಜಾಗ ಹುಡುಕಿಕೊಂಡು ಕೂತರು. ಒಮ್ಮೆ ಉಸಿರನ್ನು ಜೋರಾಗಿ ಎಳೆದು ಬಿಟ್ಟು ಅವಳ ಕಥೆ ಹೇಳಲು ಆರಂಭಿಸಿದರು.

ನದಿಯ ನೀರಿನ ಹರಿವು ಹಿಂದಕ್ಕೆ ವೇಗವಾಗಿ ಹರಿಯುತ್ತಿರುವಂತೆ ಭಾಸವಾಗತೊಡಗಿತು.

"ಅವಳು ಈ ಹರಿಪುರದ ಸುಂದರಿ ಅಂತೆ ಕಣಪ್ಪ. ಹಾಗಂತ ಇಂದಿಗೂ ಕೇಳಿ ಬರುವ ಮಾತು. ಆಶ್ಚರ್ಯ ಅಂದ್ರೆ ಈ ವಿಷಯ ಇತಿಹಾಸದ ಯಾವ ಪುಟದಲ್ಲೂ ದಾಖಲಾಗಿಲ್ಲ. ಒಬ್ಬ ಬಡ ಬೆಸ್ತನ ಮಗಳು ಇವಳು. ಈ ನದಿಯಲ್ಲಿ ಮೀನು ಹಿಡಿದು ಮಾರಿ ಜೀವನ ಕಳೆಯುತ್ತಿದ್ದ ಅವನು. ಅವನ ತುಂಬಾ ಮುದ್ದಾದ ಮಗಳೇ ಈ ಅಲಾವಿಕ. ಅವಳನ್ನು ತುಂಬಾ ಪ್ರೀತಿಯಿಂದ ಸಾಕಿದ್ದ.

ಹೊಯ್ಸಳರ ದೊರೆ ವೀರ ನರಸಿಂಹನ ಆಳ್ವಿಕೆಯ ಊರಾಗಿತ್ತಂತೆ ಇದು ಆಗ. ಆತನೂ ಕೂಡ ಅತೀ ಚೆಲುವನಂತೆ. ಪ್ರಜೆಗಳ ಕಾಳಜಿಯಿದ್ದ ಅವನು ವೇಷ ಮರೆಸಿಕೊಂಡು ನಾಡು ಸುತ್ತಿ ಜನರ ಕಷ್ಟ ಸುಖ ಅರಿಯುತ್ತಿದ್ದನಂತೆ. ಹೀಗೆ ಒಮ್ಮೆ ವೇಷ ಮರೆಸಿಕೊಂಡು ನಾಡು ಸುತ್ತುವಾಗ ಈ ಬೆಸ್ತನ ಮಗಳು ಅಲಾವಿಕಳನ್ನು ನೋಡಿದ್ದಾನೆ. ಅವಳ ಸೌಂದರ್ಯಕ್ಕೆ ಸೋತಿದ್ದಾನೆ. ಬಯಸಿದ್ದಾನೆ. ಅವಳ ತಂದೆಯನ್ನು ಒಪ್ಪಿಸಿ ಅಂತಃಪುರಕ್ಕೆ ಕರೆದುಕೊಂಡು ಹೋಗಿ ಇಟ್ಟುಕೊಂಡಿದ್ದಾನೆ. ಆದರೆ ಇಷ್ಟೆಲ್ಲಾ ಆದರೂ ಅವನು ಅವಳನ್ನು ಮದುವೆ ಮಾಡಿಕೊಳ್ಳಲಿಲ್ಲ. ಅಲಾವಿಕಳಂತೆ ಮದುವೆಯಾಗದೆ ಅಂತಃಪುರದಲ್ಲಿ ಸುಮ್ಮನೆ ರಾಜನ ಸುಖಕ್ಕಾಗಿ ಉಳಿದವರ ಸಂಖ್ಯೆ ದೊಡ್ಡದಿತ್ತು. ಆದರೆ ಅಲಾವಿಕಗೆ ತಾನು ಅವರಲ್ಲೊಬ್ಬಳು ಆಗಿ ಉಳಿಯುವುದು ಇಷ್ಟವಿರಲಿಲ್ಲ. ಮದುವೆ ಮಾಡಿಕೊಳ್ಳಬೇಕು, ತನ್ನನ್ನೂ ಕೂಡ ಪತ್ನಿಯಾಗಿ ಸ್ವೀಕರಿಸಬೇಕು ಎಂಬುದು ಅವಳ ಹಟ. ಆದರೆ ಇದಕ್ಕೆ ರಾಜ ಒಪ್ಪಿಲ್ಲ. ಅವನೆಡೆಗೆ ಅವಳಿಗೊಂದು ತಿರಸ್ಕಾರ ಮೂಡಿದೆ. ಅವಳ ಈ ಒಂಟಿತನದ ನಡುವೆ ಅವಳಿಗೆ ಅದೇ ಆಸ್ಥಾನದಲ್ಲಿದ್ದ ಒಬ್ಬ ಕವಿಯ ಮೇಲೆ ಅಸೆಯಾಗುತ್ತದೆ. ಅವನೊಬ್ಬ ಅದ್ಭುತ ಕವಿಯೆಂದು ರಾಜ್ಯದಲ್ಲಿ ಪ್ರಸಿದ್ಧನಾಗಿರುತ್ತಾನೆ. ಅವನು ಶೃಂಗಾರದ ಮೇಲೆ ಬರೆದ ಅನೇಕ ಕವಿತೆಗಳು ಹೆಚ್ಚು ಹೆಸರಾಗಿದ್ದವು. ಇವಳು ಅವುಗಳನ್ನು ಓದಿ ಪುಳಕಗೊಂಡಿದ್ದಳು. ತಾನೊಮ್ಮೆಯಾದರೂ ಅವನ ಕವಿತೆಗೆ ವಸ್ತುವಾಗಬೇಕು, ಅವನು ನನ್ನವನಾಗಬೇಕು ಎಂದು ಹಂಬಲಿಸಿದ್ದಳು.

ಆದರೆ ನಿಜಕ್ಕೂ ದುರ್ದೈವದ ಘಟನೆ ನಂತರದ್ದು. ಅದೇ ಆಸ್ಥಾನದಲ್ಲಿ ಚಿತ್ರಕಲಾವಿದನೊಬ್ಬ ಅಲಾವಿಕಳನ್ನು ನೋಡಿ ಅವಳ ಚೆಲುವಿಗೆ ಮಾರು ಹೋಗಿದ್ದ. ಒಳಗೊಳಗೆ ಅವಳನ್ನು ಇಷ್ಟಪಟ್ಟಿದ್ದ. ಅದನ್ನು ಅವಳಿಗೆ ಹೇಳಿಕೊಳ್ಳಲು ಸಾಧ್ಯವಾಗದೆ ಚಡಪಡಿಸಿದ್ದ. ಅವಳನ್ನು ಹೇಗಾದರೂ ಮಾಡಿ ಒಲಿಸಿಕೊಂಡು ಅವಳನ್ನು ಕರೆದುಕೊಂಡು ಆ ನಾಡು ಬಿಟ್ಟು ಹೋಗುವ ಬಗ್ಗೆ ಯೋಚಿಸಿದ್ದ. ಅವಳ ನೆನಪಿನಲ್ಲಿ ಮನೆ ತುಂಬಾ ಅವಳದೇ ಚಿತ್ರ ಬರೆದು ಬರೆದು ಜೋಡಿಸಿದ್ದ.

ಆದರೆ ವಿಚಾರ ಹೊರಗೆ ಗೊತ್ತಾಗಿ ಅದು ರಾಜನನ್ನೂ ತಲುಪಿಬಿಟ್ಟರೆ ಆಗುವ ಅನಾಹುತ ನೆನೆಸಿಕೊಂಡು ಪೇಚಾಡಿದ್ದ.

ಆದರೆ ಇಷ್ಟೊಂದು ಪ್ರೀತಿಸುತ್ತಿದ್ದ ಆ ಚಿತ್ರಕಲಾವಿದನಿಗೆ ಬೇರೆಯದೆ ಒಂದು ಸುದ್ದಿ ಬಂದು ತಲುಪುತ್ತದೆ. ಅದು ಅವನು ಎಂದೆಂದೂ ಹೊರಬರಲಾಗದ ಆಘಾತ. ಅಲಾವಿಕ ಅದೇ ಆಸ್ಥಾನದ ಕವಿಯೊಬ್ಬನಿಗೆ ಮನಸೋತಿರುತ್ತಾಳೆ. ಆದರೆ ಆ ಕವಿ ಈ ಚಿತ್ರಕಲಾವಿದನ ಆತ್ಮೀಯ ಗೆಳೆಯ. ಅವನಿಗೆ ದಿಗಿಲು ಬಡಿದಂತಾಗುತ್ತದೆ. ಏನು ಮಾಡಬೇಕೆಂದು ತೋಚದೆ ಸಂಕಟಪಡುತ್ತಾನೆ.

ಅಲಾವಿಕ ಮತ್ತು ಆ ಕವಿ ಒಬ್ಬರೊಬ್ಬರು ತುಂಬಾ ಪ್ರೀತಿಸಿಕೊಂಡಿರುತ್ತಾರೆ. ಒಂದೆರಡು ಬಾರಿ ಅರಮನೆಯ ತೋಟದಲ್ಲಿ ಕದ್ದು ಭೇಟಿಯಾಗಿರುತ್ತಾರೆ. ಅವಳು ಅವನ ಮುಂದೆ ತನ್ನದೊಂದು ಆಸೆ ಹೇಳಿಕೊಳ್ಳುತ್ತಾಳೆ 'ನೀನು ನನ್ನ ಕುರಿತು ಒಂದು ಕವಿತೆ ಬರೀಬೇಕು. ಆ ಕವಿತೆಯನ್ನು ನನ್ನ ಮುಂದೆಯೇ ನೀನು ಓದಬೇಕು. ಪಕ್ಕದಲ್ಲಿ ಇರುವ ನದಿಯಲ್ಲಿ ತೆಪ್ಪದಲ್ಲಿ ತೇಲುತ್ತಾ ನಾನು ನಿನ್ನ ಕವಿತೆಗೆ ಕಿವಿಯಾಗಬೇಕು ಎಂಬುದು ನನ್ನ ಆಸೆ.. ಅಪ್ಪ ಮೀನು ಹಿಡಿಯುವಾಗ ತೆಪ್ಪದಲ್ಲಿ ಹೋಗ್ತಾ ಇದ್ದೆ. ಈಗ ನಿನ್ನೊಂದಿಗೆ, ನಿನ್ನ ಕವಿತೆಯೊಂದಿಗೆ ನಾನು ಮತ್ತೆ ತೆಪ್ಪದಲ್ಲಿ ತೇಲಬೇಕು' ಎಂದಾಗ ಅವನು ಖುಷಿಯಿಂದ ಒಪ್ಪಿಕೊಳ್ಳುತ್ತಾನೆ. ಅದಕ್ಕಾಗಿ ಇಬ್ಬರೂ ಒಂದು ಸಂಜೆ ಗೊತ್ತು ಮಾಡಿಕೊಳ್ಳುತ್ತಾರೆ.

ಗೊತ್ತು ಮಾಡಿಕೊಂಡ ಒಂದು ಸಂಜೆ ಅವರಿಬ್ಬರು ತೆಪ್ಪದಲ್ಲಿ ಕೂತು ಹೋಗುವಾಗ ಅವನು ಕವಿತೆ ಓದಲು ಪತ್ರ ತೆಗೆಯುತ್ತಾನೆ. ಇವಳು ಅವನನ್ನು ಮುದ್ದಿಸಲು ಬಾಗುತ್ತಾಳೆ. ಬಾಗಿದ ಕಾರಣಕ್ಕೆ ಆಯ ತಪ್ಪಿದ ತೆಪ್ಪ ಮಗುಚಿ ಬೀಳುತ್ತದೆ. ನೋಡು ನೋಡುತ್ತಲೇ ಅವರಿಬ್ಬರೂ ಮತ್ತು ಆ ಕವಿತೆ ಕೂಡ ನೀರು ಪಾಲು. ಒಂದು ಕವಿತೆ ಕಾರಣಕ್ಕೆ ಅವರಿಬ್ಬರೂ ಜೀವಕೊಟ್ಟು ಎದ್ದು ಹೋದವರಂತೆ ಹೋಗಿ ಬಿಡುತ್ತಾರೆ. ಕ್ರಮೇಣ ಇದು ಊರಲ್ಲಿ ಗೊತ್ತಾಗುತ್ತದೆ. ವೀರಸಿಂಹನ ದಂಡನಾಯಕ ಪೊಲ್ವಾಳನು ಹರಿಪುರದಲ್ಲಿ ಹರಿಹರೇಶ್ವರ ದೇವಾಲಯ ಕಟ್ಟಿಸುವಾಗ ಆ ಚಿತ್ರಕಲಾವಿದ ಅವಳ ನೆನಪಿಗಾಗಿ ದೇವಸ್ಥಾನದ ಒಂದು ಭಾಗದಲ್ಲಿ ಅವಳ ಚಿತ್ರ ಕೆತ್ತುತ್ತಾನೆ. ಈಗ ಉಳಿದಿರುವ ಚಿತ್ರ ಅದೇ ಕಣಪ. ಅವಳ ಆತ್ಮ ಇಂದಿಗೂ ಆ ಕವಿತೆಗಾಗಿ ಅಲೆದಾಡುತ್ತಿದೆ ಅನ್ನುತ್ತಾರೆ" ಎಂದು ಹೇಳಿ ಅವರು ಕಥೆ ಮುಗಿಸಿ ಎದ್ದರು.

ನಾನು ಕೂತೇ ಇದ್ದೆ. ಇವ್ರು ಹೇಳಿದ ಕಥೆ ಕಲ್ಪಿತವೊ ಅಥವಾ ನಿಜವಾಗಿ ನಡೆದದ್ದೊ. ನಡೆದಿರಬಹುದು, ಅಥವಾ ನಡೆಯದೇ ಇರಬಹುದು ಆದರೆ ಅವಳ ಆತ್ಮ ಒಂದು ಕವಿತೆ ಹಂಬಲಿಸುತಿದೆ ಎಂಬುದನ್ನು ನನಗೆ ನಂಬಲಾಗಲಿಲ್ಲ. ಪುಳಕವೆನಿಸಿತು. ನನಗೆ ನಾನೇ 'ಅರೆ..' ಅಂದುಕೊಳ್ಳುವಂತಾಯಿತು.

ನಾನು ಇಲ್ಲಿ ಬಂದು ಕೂತು ಅನೇಕ ಕವಿತೆಗಳನ್ನು ಬರೆದಿದ್ದೇನೆ. ಅದಕ್ಕಾಗಿ ಇವಳು ಕನಸಿಗೆ ಬರುತ್ತಿರಬಹುದಾ? ಒಂದು ಕವಿತೆಗಾಗಿ ಹಂಬಲಿಸಿರಬಹುದಾ? ಹಾಗಾದರೆ ಮೊದಲು ಏಕೆ ಬರಲಿಲ್ಲ? ಈ ಚಿತ್ರಕಲಾವಿದ ಅವಳ ಚಿತ್ರ ಬರೆದು ಅವಳ ಆತ್ಮವನ್ನು ಮತ್ತಷ್ಟು ಪ್ರೋತ್ಸಾಹಿಸಿರಬಹುದಾ? ಅಥವಾ ಚಿತ್ರಕಲಾವಿದ ಮತ್ತು ಕವಿ ಇಬ್ಬರೂ ಒಟ್ಟಾಗಲು ಕಾದಿರಬಹುದಾ? ಅವಳಿಗೂ ಚಿತ್ರಕಲಾವಿದನ ಮೇಲೆ ಮಮತೆ ಇದ್ದೀತಾ?

ಓಹ್ ಎಷ್ಟೊಂದು ಪ್ರಶ್ನೆಗಳು ನನ್ನೊಳಗೆ..

ಮೊಬೈಲ್ ರಿಂಗಾಗತೊಡಗಿತು..

‘ಹಲೋ...’ ಎಂದೆ

‘ಸರ್ ನೀವು ಹೇಳಿದಂತೆ ಪೇಂಟಿಂಗ್ ರೆಡಿ. ಮತ್ತಷ್ಟು ಚೆಂದ ಮಾಡಿ, ಇನ್ನಷ್ಟು ದೊಡ್ಡದು ಮಾಡಿದೀನಿ. ಸಂಜೆ ಬಂದು ತೆಗೆದುಕೊಂಡು ಹೋಗಬಹುದು..’ ಅಂದರು.

‘ಓಕೆ ಸರ್.. ಸಂಜೆ ಬರ್ತೀನಿ’ ಅಂದೆ.

ನಿಜಕ್ಕೂ ಚಿತ್ರಕ್ಕಿಂತ ಅತೀ ತುರ್ತಾಗಿ ಒಂದು ಕವನದ ಅವಶ್ಯಕತೆ ಇದೆ ಇಲ್ಲಿ. ಆ ಪೇಂಟಿಂಗ್ ನನಗಾಯಿತು. ಆದರೆ ಅವಳಿಗೆ? ಅವಳಿಗೊಂದು ಕವಿತೆ ಬೇಕು..

ಹೌದು.. ಅವಳಿಗೆ ಕವಿತೆ ಬೇಕು.

ಹಾಗೆ ಅನಿಸುತ್ತಲೇ ನನ್ನೊಳಗೊಂದು ಸಾಲು ಮೂಡಿತು.

ಅವಳಿಗಿಷ್ಟವಾಗುವಂತೆ ಹೆಚ್ಚು ಶೃಂಗಾರದಲ್ಲೇ ಬರೆಯುವ ಮನಸು ಮಾಡಿ.. ಅವಳ ಚಿತ್ರವಿರುವ ಜಾಗಕ್ಕೆ ಎದ್ದು ಹೋದೆ. ಅವಳ ಮುಂದೆಯೇ ಕೂತವನಂತೆ ಆ ಚಿತ್ರ ನೋಡುತ್ತಾ.. ಎದೆಯಿಂದ ಚಿಮ್ಮಿದ ಅಷ್ಟೂ ಸಾಲುಗಳನ್ನು ಬರೆಯುತ್ತಾ ಹೋದೆ. ಒಂದು ಕವಿತೆ ಸಿದ್ಧವಾಗಿ ಹೋಯಿತು. ಇದನ್ನು ಆ ನದಿಯಲ್ಲಿ ತೆಪ್ಪದಲ್ಲಿ ತೇಲುತ್ತಲೇ ಓದಬೇಕು ಎಂದು ನಿರ್ಧರಿಸಿ. ಮರು ದಿನದ ಬೆಳಗನ್ನು ಅದಕ್ಕಾಗಿ ನಿಶ್ಚಯಿಸಿಕೊಂಡು ಬಂದೆ.

ಸಂಜೆ ಚಿತ್ರಕಲಾವಿದರ ಮನೆಗೆ ಹೋದೆ. ಅವಳ ಅದ್ಭುತ ಚಿತ್ರ ಸಿದ್ಧವಾಗಿತ್ತು. ಇವಳು ಜನ್ಮ ಜನ್ಮದ ಮೈತ್ರಿ ಅನಿಸಿತು. ಮೊದಲ ಬಾರಿಗೆ ಇವಳು ನನ್ನ ಹುಡುಗಿ ಅನಿಸಿತು. ದೇವಸ್ಥಾನದಲ್ಲಿ ಹಿರಿಯರೊಬ್ಬರು ಹೇಳಿದ ಕಥೆಯನ್ನು ಕಲಾವಿದರಿಗೆ ಹೇಳಲಿಲ್ಲ. ಪೇಂಟಿಂಗ್ ಪಡೆದು ಅವರಿಗೆ ಥ್ಯಾಂಕ್ಸ್ ಹೇಳಿ ಮನೆಗೆ ಬಂದೆ.

ರಾತ್ರಿಯಿಡೀ ಅವಳ ಚಿತ್ರ ನೋಡುತ್ತಲೇ ಕೂತು ಬಿಟ್ಟೆ. ಅವಳೆಷ್ಟು ಸುಂದರವಾಗಿದ್ದಾಳೆ. ರಾಜ ಅವಳನ್ನು ಇಷ್ಟಪಡದೆ ಇರಲು ಸಾಧ್ಯವೇ ಇಲ್ಲ. ಅವಳನ್ನು ಪ್ರೀತಿಸಿದ ಆ ಕವಿ ಅವನೆಷ್ಟು ಅದೃಷ್ಟವಂತ.. ಎಂತೆಲ್ಲಾ ಯೋಚನೆಗಳು ಬಂದವು. ಅವಳನ್ನು ನೋಡುತ್ತಾ ನೋಡುತ್ತಾ ಮಧ್ಯಾಹ್ನ ಬರೆದ ಕವಿತೆಯನ್ನು ನೂರೆಂಟು ಬಾರಿ ಓದಿದೆ. ಎಷ್ಟು ಓದಿದರೂ ಸಮಧಾನವಾಗಲಿಲ್ಲ.

ಇನ್ನೇನು ಬೆಳಕು ಹರಿಯಬೇಕು ಅನ್ನುವ ಸಮಯಲ್ಲಿ ನನ್ನ ಕಣ್ಣಿಗೆ ಮಂಪರು. ಕೂತಲ್ಲೇ ಮಲಗಿಬಿಟ್ಟೆ.

ಮತ್ತೆ ಅವಳದೇ ಕನಸು..

ಅದೇ ನಗು, ಅದೇ ಸೈಡ್‌ವಿಂಗಿನ ನೋಟ, ಲೋಲಕು.. ಬಾಗಿ ಬಿದ್ದಿರುವ ಮುಂಗುರುಳು..

ಇಂದೂ ಕೂಡ ನಾನು ಅವಳನ್ನು ಮುಟ್ಟಲು ಅವಳ ಕಡೆ ನಡೆದೆ. ಆದರೆ ನಿನ್ನೆಯಂತೆ ಅವಳು ಚಿಟ್ಟೆಯಾಗಿ ಓಡಿ ಹೋಗಲಿಲ್ಲ. ನಗು ನಗುತ್ತಲೇ ನಿಂತಿದ್ದಳು. ಇನ್ನೇನು ಅವಳನ್ನು ಮುಟ್ಟಬೇಕು.. ನನಗೆ ಎಚ್ಚರವಾಗಿ ಹೋಯಿತು.

ಬೇಗ ಬೇಗ ಎದ್ದು. ಕಾಫಿ ಮುಗಿಸಿ. ಕವಿತೆ ಬರೆದ ಪತ್ರವನ್ನು ಜೇಬಿನಲ್ಲಿಟ್ಟುಕೊಂಡು ಪರೀಕ್ಷೆಗೆ ಹೊರಡುವ ವಿದ್ಯಾರ್ಥಿಯಂತೆ ಹೊರಟೆ.

ಒಂದು ತೆಪ್ಪವನ್ನು ನಿನ್ನೆಯೇ ಸಿದ್ಧವಾಗಿಡಲು ಹೇಳಿ ಬಂದಿದ್ದೆ. ಅಲ್ಲಿಗೆ ಹೋಗಿ. ದೇವಸ್ಥಾನದ ಒಳಗೆ ಹೋಗಿ ಅವಳ ಚಿತ್ರವನ್ನು, ಚಿತ್ರದ ಅವಳ ನಗುವನ್ನು ಎದೆಯೊಳಗೆ ತುಂಬಿಕೊಂಡು ಹೊಸ ಹುರುಪಿನೊಂದಿಗೆ ನದಿಯ ಬಳಿ ಓಡಿ ಬಂದೆ. ತೆಪ್ಪವನ್ನು ತೆಗೆದುಕೊಂಡು ನೀರಿಗೆ ಇಳಿದೆ. ಚುಮು ಚುಮು ಬೆಳಗು. ಎಳೆಯ ಸೂರ್ಯ. ನೀರು ಕುಡಿದ ಗಾಳಿ. ಧ್ಯಾನಕ್ಕೆ ಕೂತ ನದಿ. ಎಲ್ಲವೂ ಚೆಂದವಿತ್ತು. ನಾನು ತೆಪ್ಪದ ಹುಟ್ಟು ಹಾಕುತ್ತಾ ನದಿಯು ಮಧ್ಯೆ ಬಂದೆ. ನದಿಯ ಜನ್ಮ ಜನ್ಮಾಂತರದಿಂದ ಅವಳಿಗಾಗಿ, ಒಂದು ಕವಿತೆಗಾಗಿ ಧ್ಯಾನಕ್ಕೆ ಕೂತಂತೆ ಭಾಸವಾಯಿತು.

ತೆಪ್ಪ ತೇಲುತ್ತಿತ್ತು. ನೀರ ಹರಿವಿನ ಕಡೆ ಸರಿಯುತ್ತಿತ್ತು. ನಾನು ತೆಪ್ಪವನ್ನು ಅದರ ಪಾಡಿಗೆ ಅದನ್ನು ಹೋಗಲು ಬಿಟ್ಟು, ಜೇಬಿನೊಳಗಿನಿಂದ ಕವಿತೆ ಬರೆದುಕೊಂಡ ಹಾಳೆ ತೆಗೆದುಕೊಂಡೆ. ಕವಿತೆ ಓದತೊಡಗಿದೆ..

ಪ್ರತಿ ಸಾಲು ಮುಗಿದಾಗಲೂ ಅಲ್ಲೊಂದು ನಗು ಕೇಳಿಸಲು ಆರಂಭಿಸಿತು.

ಯೆಸ್ ಇದು ಅವಳ ನಗು, ಅವಳದೇ ನಗು..

ಕವಿತೆ ಓದತೊಡಗಿದೆ. ಅವಳು ನಗತೊಡಗಿದಳು.

ಕವಿತೆ ತೀವ್ರವಾಗತೊಡಗಿತು. ನಗು ಸಣ್ಣಗೆ ಮರೆಯಾಗಿ ಅವಳ ಅಳು ಕೇಳಿಸತೊಡಗಿತು.

ಪ್ರತಿ ಸಾಲಿಗೂ ಅಳತೊಡಗಿದಳು. ನನ್ನ ಗಂಟಲು ತುಂಬಿ ಬಂತು.. ತುಂಬಿದ ಗಂಟಲಲ್ಲೇ ಓದ ತೊಡಗಿದೆ.

ಒಮ್ಮೊಮ್ಮೆ ಅವಳ ನಗು, ಒಮ್ಮೊಮ್ಮೆ ಅವಳ ಅಳು, ನನ್ನ ಕವಿತೆಯ ಸಾಲುಗಳು, ಗಂಟಲು ತುಂಬಿದ ದನಿ, ಮೌನವಾಗಿ ತೇಲುತ್ತಿರುವ ತೆಪ್ಪ.. ಈ ಎಲ್ಲವೂ ಯಾವುದೊ ಒಂದು ಎಳೆಯಲ್ಲಿ ಬಂಧಿಸತೊಡಗಿದವು.

ನನ್ನ ಕವನದ ಸಾಲುಗಳು, ಅವಳ ಅಳು–ನಗುವಿನ ದನಿ ಈ ಎರಡೂ ಪರಸ್ಪರ ಅಪ್ಪಿಕೊಂಡು ನದಿಯ ಮೇಲೆ ಎತ್ತಲೋ ನಡೆದುಬಿಟ್ಟವು..

3

ಮರಣಕೆ ತೊಡಿಸಿದ ಅಂಗಿ..

'ಸಾವು ನಮಗೆ ಸಂಬಂಧಿಸಿದ್ದೆ ಅಲ್ಲ ಸಾರ್. ಯಾಕೆಂದರೆ ನಾವಿದ್ದಾಗ ಅದು ಬರೋದಿಲ್ಲ, ಅದು ಬಂದಾಗ ನಾವು ಇರೋದಿಲ್ಲ..' ಗೋಪಿಯು ಒಡೆದು ಹೋಗಿದ್ದ ಮುಕ್ತಿವಾಹನದ ಒಂದು ಹೆಡ್‌ಲೈಟ್ ಸರಿಪಡಿಸುತ್ತಾ ಹೇಳಿದ ಮಾತು ನನ್ನನ್ನು ಒಂದು ಕ್ಷಣ ಗಕ್ಕನೆ ನಿಲ್ಲಿಸಿತ್ತು. ನನ್ನ ಅಂಗೈ ತುಂಬಾ ಇನ್ನೂ ಬಳಪದ ಧೂಳಿತ್ತು. ಈಗಷ್ಟೇ ಮಕ್ಕಳಿಗೆ ಸಂಧಿ ಬಿಡಿಸುವ ಪರಿಯನ್ನು ಹೇಳಿ ಆಚೆ ಬಂದಿದ್ದೆ. ಗೋಪಿ ನನ್ನೆದುರಿಗೆ ಹೊಸ ಸಂಧಿಯನ್ನಿಟ್ಟಿದ್ದ.

ಮುಗಿಲು ಕವುಚಿಕೊಂಡಿತ್ತು. ಯಾವುದೇ ಕ್ಷಣಕ್ಕೆ ಮಳೆ ಸುರಿಯಬಹುದು. 'ಈ ಗುಡ್ಡದ ಊರಲ್ಲಿ ಯಾವಾಗಲೂ ಮಳೆ' ಅನ್ನುವ ನಗರಕ್ಕೆ ಬಂದು ಹೋಗುವವರ ದೂರಿನಲ್ಲಿ ನಿಜವಿತ್ತು. ಮಲೇಬೆನ್ನೂರು ಎಂಬ ಪುರಸಭೆಯ ಈ ಪಟ್ಟಣ ಮಲೆಯ ಬೆನ್ನಿನಲ್ಲೇ ಇತ್ತು. ಹಲವು ಕೋಮು, ಹತ್ತಾರು ಬೀದಿಗಳು. ಗುಡಿಯ ಎದುರಿಗೆ ಮಸೀದಿ ಪರಸ್ಪರ ಸ್ನೇಹದಲ್ಲಿತ್ತು. ಯಾವುದೊ ಘಟ್ಟದ ಸಾಲು ಇಲ್ಲಿ ಹಾದು ಹೋಗುತ್ತದೆ ಅನ್ನುತ್ತಾರೆ. ಜಾಗ ಚಿಕ್ಕದು, ಆದರೆ ಊರು ದೊಡ್ಡದು. ಅಂಟಿಕೊಂಡ ಮನೆಗಳು. ಆಗಾಗ ಸುರಿವ ಮಳೆ. ಮಳೆಗೆ ಹೊಂದಿಕೊಂಡ ಬದುಕು.

ನನಗೆ ಗೋಪಿಯನ್ನು ಮಾತಿಗೆಳೆಯುವ ಆಸೆ ಆಯಿತು. ಆದರೆ ಅವನ ಕೆಲಸದಲ್ಲಿನ ತಲ್ಲೀನತೆ ಕೆದಕಲು ಇಷ್ಟವಾಗಲಿಲ್ಲ. ಮುಗಿಯುವವರೆಗೂ ನಿಂತು ನೋಡುತ್ತಲೇ ಇದ್ದೆ. ಗೋಪಿನಾಥ್ ಕೋಮಾರ ಎಂಬ ಪೂರ್ಣ ಹೆಸರಿನ ಈ ಹುಡುಗ ಕ್ರಮೇಣ ಗೋಪಿನಾಥನಾಗಿ ಈಗ ನನಗೆ ಗೋಪಿ ಮಾತ್ರವೇ ಆಗಿದ್ದಾನೆ. ಆದರೆ ಅವನು ಮಾತ್ರ 'ಸಾರ್' ಅನ್ನುವ ಗಡಿಯನ್ನು ದಾಟಿ ಒಳಬಂದಿಲ್ಲ. ಕುರುಚಲು ಗಡ್ಡದ, ಹಣೆಯ ಮಧ್ಯದಿಂದ ಸ್ವಲ್ಪ ಮಾತ್ರವೇ ಎಡಕ್ಕೆ ಕ್ರಾಪು ಬಾಚುವ,

ಗಲ್ಲದ ಮೇಲೆ ಒಂದು ಸಿಡುಬಿನ ಕಲೆ ಇರುವ, ದುಂಡು ಮೂಗಿನ, ಅಷ್ಟೇನು ಎತ್ತರವಿಲ್ಲದ, ಸಾಧಾರಣ ಮೈಕಟ್ಟಿನ, ಸದಾ ಟೀಶರ್ಟ್ ತೊಡುವ ಸುಮಾರು ಮೂವತ್ತೈದರ ವಯಸ್ಸಿನ ಗೋಪಿ ನನಗೆ ಮೆಚ್ಚು.

ಕೆಲಸ ಮುಗಿಸಿ ಜೋರಾಗಿ ಡೋರ್ ಹಾಕಿ 'ಸಾರ್..' ಅಂದ. ನಾನು ಅವನ ಕಡೆ ಏನು ಎಂಬಂತೆ ನೋಡಿದೆ. 'ಏನ್ ಸಾರ್ ಈ ನಡುವೆ ಇನ್‌ಶರ್ಟ್ ಮಾಡ್ತಿದೀರಿ. ಮೊನ್ನೇನೆ ಕೇಳುವ ಅಂತಿದ್ದೆ. ಐರನ್ ಮಾಡಿದ ನೀಟಾದ ಬಟ್ಟೆ, ಮುಖದಲ್ಲೂ ಹೊಸ ಕಳೆ ಏನ್ ಸರ್ ಇದು ಮ್ಯಾಜಿಕ್' ಅಂದ. ಅವನ ದನಿಯಲ್ಲಿ ಕೀಟಲೆ ಇರಲಿಲ್ಲ. ಅದನ್ನು ನಾನು ಬಲ್ಲೆ. ಕುತೂಹಲವಿತ್ತು. ನಾನು ಏನನ್ನೂ ಹೇಳಲಿಲ್ಲ.

'ಬನ್ನಿ ಸಾರ್ ತಿಂಡಿ ತಿನ್ನೋಣ..' ಅಂದ. ಎಂದಿನಂತೆ ನಾನು ನಿರಾಕರಿಸಲಿಲ್ಲ. ನನ್ನದು ಬೆಳಗ್ಗೆ ಶಿವಮೊಗ್ಗ ಬಿಡುವಾಗಲೇ ತಿಂಡಿ ಆಗಿರುತ್ತದೆ. ಅವನು ತಿಂಡಿ ತಿನ್ನುತ್ತಾನೆ. ನಾನು ಅವನ ಜೊತೆ ಕೂತು ಚಹಾ ಕುಡಿಯುತ್ತೇನೆ.

ಹೋಟೆಲ್ ತಲುಪಿದೆವು. ಅವನು 'ಒಂದು ಪ್ಲೇಟ್ ಇಡ್ಲಿ. ಆಮೇಲೆ ಎರಡ್ ಹಾಫ್ ಚಹಾ..' ಅಂದು ಕೂತ. ನಾನು ಅವನ ಪಕ್ಕ ಕೂತೆ. ಅವನು ಬೆಳಗ್ಗೆ ತಿಂಡಿಗೆ ಇಡ್ಲಿ ಬಿಟ್ಟರೆ ಬೇರೆ ತಿನ್ನುವುದಿಲ್ಲ. ಎರಡ್ಮೂರು ಬಾರಿ ಇದೇಕೆ ನೀವು ಯಾವಾಗಲೂ ಇಡ್ಲಿಯೇ ತಿನ್ನುವುದು ಅಂತ ಕೇಳಿದಾಗ ಮೆಲ್ಲನೆ ನಕ್ಕು ಸುಮ್ಮನಾಗುತ್ತಿದ್ದ. ಇಡ್ಲಿಗೆ ಚಟ್ನಿ ಹಾಕಿಕೊಳ್ಳದೆ ಬರೀ ಸಾಂಬಾರಿನಲ್ಲೇ ಎರಡು ಇಡ್ಲಿ ತಿಂದು ಕೈ ತೊಳೆದು ಬಿಡುತ್ತಿದ್ದ.

ವೇಟರ್ ಇಡ್ಲಿ ತಂದಿಟ್ಟು ಹೋದ.

ಚಮಚದಲ್ಲಿ ಒಂದು ಮುರುಕು ಇಡ್ಲಿ ಕತ್ತರಿಸಿ ಬಾಯಿಗಿಟ್ಟುಕೊಂಡ ಗೋಪಿ 'ಸರ್ ನಿನ್ನೆ ಕಳುಹಿಸಿಕೊಟ್ಟು ಬಿಟ್ಟೆ' ಅಂದ. ಅವನ ಮುಖದಲ್ಲಿ ಕಿಂಚಿತ್ತು ಬೇಸರವೂ, ದುಃಖವೂ ಇರಲಿಲ್ಲ. ತುಂಬಾ ಆಶ್ಚರ್ಯಚಕಿತನಾಗಿ ಅವನ ಕಡೆ ನೋಡಿದೆ. ಅವನು ಮಾತು ಮುಂದುವರೆಸಿದ..

'ಜನ ಏನಾರ ಮಾತಾಡಿಕೊಳ್ಳಿ ಸಾರ್. ಅವಳು ಬಯಸಿದವನ ಜೊತೆ ಇರೋದೆ ಸರಿ. ನಾಲ್ಕು ವಾರ ಜೊತೆ ಇದ್ಲು. ಅವಳ ಪಾಡಿಗೆ ಅವ್ಳು, ನನ್ ಪಾಡಿಗೆ ನಾನು. ಹೋಗ್ತೀಯ ಅಂದೆ. ಹೂಂ ಅನ್ನಲಿಲ್ಲ, ಇಲ್ಲ ಅನ್ನಲಿಲ್ಲ. ಹೇಗೆ ಅಂದಾಳು ಸಾರ್? ಅವಳಿಗೆ ಉಭಯ ಸಂಕಟ. ತಾಳಿ ಕಟ್ಟಿದೀನಿ ಓಕೆ. ಆದರೆ ಇಷ್ಟವಿಲ್ಲದಿದ್ದರೂ ಇರ್ಬೇಕು ಅಂತೇನಿಲ್ಲ. ನೀ ಹೊರಡು ಅಂದೆ ಹೊರಟು ಹೋದಳು. ಹೋಗುವಾಗ ನಾನು ಕಣ್ಮುಚ್ಚಿಕೊಂಡಿದ್ದೆ. ಅವಳ ಮುಖದಲ್ಲಿ ಅಳು ಇತ್ತಾ? ಖುಷಿಯಿತ್ತಾ? ಗೊತ್ತಿಲ್ಲ ಸಾರ್.' ಅಂದು ಮಾತು ಮುಗಿಸಿದಾಗ ಅವನ ತಟ್ಟೆಯಲ್ಲಿ ಎರಡು ಇಡ್ಲಿ ಖಾಲಿಯಾಗಿದ್ದವು.

ನಂಗೆ ಗಂಟಲೊಳಗೆ ಎರಡು ಹನಿ ಚಹಾ ಸಿಕ್ಕಿಹಾಕಿಕೊಂಡ ಹಾಗಾಯ್ತು. ಒಮ್ಮೆ ಜೋರಾಗಿ ಕೆಮ್ಮಿದೆ. ಮತ್ತೆರೆಡು ಬಾರಿ ಕೆಮ್ಮಿದೆ. ವೇಟರ್ 'ನಿಧಾನಕ್ಕೆ ಸರ್..' ಅಂದು ಹೋದ. ಗೋಪಿ ಇನ್ನೂ ತನ್ನದೇ ಮಾತಿನ ಗುಂಗಿನಲ್ಲಿದ್ದ.

ನನಗೆ ಏನು ಹೇಳಬೇಕು ಎಂದು ಗೊತ್ತಾಗಲಿಲ್ಲ.

***

ಪುರಸಭೆಯ ಹಿಂದೆ ಕಾಲೇಜು. ಅಲ್ಲಿಗೆ ಹೋಗಲು ಒಂದು ಓಣಿ. ಅಲ್ಲೇ ಒಂದು ಬದಿಗೆ ನಿಂತ ಮುಕ್ತಿವಾಹನ. ವರ್ಷದಿಂದ ಅದು ನಿಂತೇ ಇತ್ತು. ಟಾಟಾ ಲಾನ್ಸರ್ ಟೆಂಪೊ ಅದು. ಹಿಂದೆ ಗಾಜು ಬಳಸಿ ಕಟ್ಟಿದ ಬಾಡಿ. ಅದರೊಳಗೆ ಮಧ್ಯೆ ಉದ್ದಲಾಗಿ ಹಾಕಿದ ಒಂದು ಹಾಸು. ಅಕ್ಕ ಪಕ್ಕ ಕೂರಲು ಸೀಟುಗಳು. ನಿಂತ ಜಾಗದಲ್ಲಿ ನಿಂತು ವರ್ಷವಾಗುತ್ತಾ ಬಂದಿದ್ದರಿಂದ ಅದು ಬಣ್ಣಗೆಟ್ಟಿತ್ತು. ಅಲ್ಲಲ್ಲಿ ಗಾಜಿನ ಬಿರುಕು. ಮಿರರ್ ಮುರಿದು ಹೋಗಿತ್ತು. ಹೆಡ್‌ಲೈಟ್ ಒಡೆದಿತ್ತು. ಗಾಲಿಯೊಳಗೆ ಗಾಳಿಯಿರಲಿಲ್ಲ. ಅಲ್ಲಲ್ಲಿ ಮುರಿದು ಹೋದ ಅದರ ಅವಯವ.

ತಿಂಗಳುಗಟ್ಟಲೆ ಮಳೆ ಬೀಳುವ ಊರಲ್ಲಿ ಯಾರಾದರೂ ತೀರಿ ಹೋದರೆ ಮಣ್ಣು ಮಾಡುವುದು ಕಷ್ಟವಾಗುತ್ತಿತ್ತು. 'ಮುಕ್ತಿವಾಹನ ಕೊಡಿ' ಎಂದು ಊರಿನವರು ಹಲವು ಬಾರಿ ಕೋರಿಕೊಂಡರೂ 'ಡ್ರೈವರ್ ಇಲ್ಲ' ಎಂಬ ಉತ್ತರ ಸಿದ್ಧವಿರುತ್ತಿತ್ತು. ಮೊದಲ ಬಾರಿ ಮುಕ್ತಿವಾಹನ ಬಂದಾಗ ಡ್ರೈವರ್ ಆಗಿದ್ದ ಸೀನಣ್ಣ ಹೆಚ್ಚು ಸಂಬಳ ಸಿಗುವ ಲಾರಿ ಡ್ರೈವಿಂಗ್ ಕೆಲಸ ಹುಡುಕಿಕೊಂಡು ಹೊರಟು ಹೋಗಿದ್ದ. ನಂತರ ಬಂದ ಯೋಗಿ ಐದಾರು ತಿಂಗಳು ಓಡಿಸಿ, 'ಇಲ್ಲಿ ಡ್ರೈವರ್ ಅಂತ ತಿಳಿದು ಯಾರೂ ಹೆಣ್ಣು ಕೊಡ್ತಿಲ್ಲ' ಅಂತ ಹೇಳಿ ಅವನೂ ಕೆಲಸ ಬಿಟ್ಟಿದ್ದ.

ನಾನು ಅಲ್ಲೇ ಕಾಲೇಜಿನಲ್ಲಿ ಕೆಲಸ ಮಾಡುತ್ತಿದ್ದೆ. ನಿತ್ಯ ಅದನ್ನು ನೋಡಿಕೊಂಡೆ ಓಡಾಡುತ್ತಿದ್ದೆ. ನನಗೆ ಅದರೆಡೆಗೊಂದು ಆಕರ್ಷಣೆ ಇತ್ತು. ಸುಮ್ಮನೆ ಅಲ್ಲಿ ಸ್ವಲ್ಪ ಹೊತ್ತು ನಿಂತು ಹೊರಡುವುದು ಅಭ್ಯಾಸ.

ಅವತ್ತೊಂದಿನ ಮೊದಲ ಕ್ಲಾಸ್ ಮುಗಿಸಿ ಆಚೆ ಬಂದವನಿಗೆ ಮುಕ್ತಿವಾಹನ ತನ್ನ ಜಾಗ ಬದಲಿಸಿದ್ದು ಕಾಣಿಸಿತ್ತು. ಅರೆ.. ಎಂದುಕೊಂಡು ಬಂದು ನೋಡಿದೆ. ಒಬ್ಬ ಆಳು ಅದನ್ನು ಮತ್ತೊಂದು ಕಡೆಗೆ ನಿಲ್ಲಿಸಿ ಒಳಗೆ ಧೂಳು ಕೊಡುವುತ್ತಿದ್ದ. 'ಅಂತೂ ಮುಕ್ತಿವಾಹನಕ್ಕೊಂದು ಮುಕ್ತಿ ಸಿಗುವ ಕಾಲ ಬಂತು' ಎಂದುಕೊಳ್ಳುತ್ತಾ ಅಲ್ಲಿಗೆ ಹೋಗಿ ನಿಂತೆ.

ಆ ಆಳು ಒಮ್ಮೆ ನನ್ನ ನೋಡಿ, ತನ್ನ ಪಾಡಿಗೆ ತಾನು ಕೆಲಸದಲ್ಲಿ ತೊಡಗಿಕೊಂಡ. ಅವನನ್ನು ಮಾತಾಡಿಸಬೇಕು ಅನಿಸಿತು. ನಿಂತುಕೊಂಡೆ. ನೋಡಿದೆ. ಮಾತು

ಹುಟ್ಟಲಿಲ್ಲ. ಯಾರನ್ನೂ ಅಷ್ಟಾಗಿ ಮಾತಾಡಿಸಲ್ಲ ಅನ್ನುವ ನನ್ನ ಮೇಲಿನ ದೂರು ಇಲ್ಲೂ ಜತನವಾಗಿ ಉಳಿಯಿತು.

'ಏನ್ ಸಾರ್..' ಅಂದ ಆ ಆಳು. ಅವನ ದನಿಯಲ್ಲಿ ಸಣ್ಣ ಮುಜುಗರ ಇತ್ತು. ನಾನು ನಿಂತು ನೋಡಿದ್ದು ಅವನಿಗೆ ಕುತೂಹಲವೆನಿಸಿರಬೇಕು. ಅವನ ಮಾತಿಗೆ ಸಣ್ಣಗೆ ನಕ್ಕೆ. ಗಾಜಿನ ಮೇಲಿನ ಧೂಳು ಒರೆಸುತ್ತಾ ಅವನೇ ಮಾತು ಮುಂದುವರೆಸಿದ 'ನಾನು ಹೊಸ ಡ್ರೈವರ್ ಸಾರ್..' ಅಂದ. ನಾನು ಇನ್ನೊಮ್ಮೆ ನಕ್ಕೆ.

ಮುಕ್ತಿವಾಹನದ ಗಾಜಿನೊಳಗೆ ನನ್ನ ಮುಖ ಸ್ಪಷ್ಟವಾಗಿ ಕಾಣಿಸುತ್ತಿತ್ತು. ತುಂಬಾ ಬೆಳೆದ ಗಡ್ಡ. ಕೆದರಿದ ಕೂದಲು. ಅಷ್ಟೇನು ನೀಟ್ ಇಲ್ಲದೆ ತೊಟ್ಟ ಬಟ್ಟೆ ಕಂಡವು.

ಆ ಆಳು 'ಸಾರ್ ನೀವು..?' ಕೇಳಿದ. ಯಾರೂ ಎಂಬುದನ್ನು ನಾನೇ ಸೇರಿಸಿಕೊಂಡು ಅರ್ಥ ಮಾಡಿಕೊಂಡೆ.

'ಇಲ್ಲೇ ಈ ಕಾಲೇಜಿನಲ್ಲಿ ಗೆಸ್ಟ್ ಲೆಕ್ಚರರ್. ಶಿವಮೊಗ್ಗದಿಂದ ಡೈಲಿ ಬರ್ತೀನಿ..' ನನ್ನ ಪಾಲಿನ ಮಾತು ಮುಗಿಸಿದೆ.

'ನೀವು ಸಖತ್ ಪಾಠ ಮಾಡೋ ಲೆಕ್ಚರರ್ ಅನ್ಸುತ್ತೆ. ನನಗೂ ಕಾಲೇಜಿನಲ್ಲಿ ನಿಮ್ಮ ಹಾಗೆ ಗಡ್ಡ ಬಿಟ್ಟ, ಕೂದಲು ಕೆದರಿದ ಲೆಕ್ಚರರ್ ಒಬ್ರಿದ್ರು. ಸಖತ್ ಪಾಠ ಮಾಡೋರು..' ಅಂದ. ಈಗ ಅವನ ಮಾತಿನಲ್ಲಿ ಯಾವ ಮುಜುಗರವೂ ಇರಲಿಲ್ಲ.

ಮತ್ತೊಮ್ಮೆ ಅವನ ಕಡೆ ದಿಟ್ಟಿಸಿ ನೋಡಿದೆ. ಕಣ್ಣುಗಳಲ್ಲಿ ಬೊಗಸೆ ಉತ್ಸಾಹ ಇತ್ತು. ಮುಖ ಚೂರು ಊದಿದಂತೆ ಕಾಣುತ್ತಿತ್ತು. ಇಷ್ಟು ದಿನಗಳಾದರೂ ಯಾರೂ ಡ್ರೈವರ್ ಆಗಿ ಬರಲು ಮನಸು ಮಾಡದೆ ಇದ್ದಾಗ ಇವನ್ಯಾರು? ಯಾಕೆ ಬಂದ? ಎಂಬುದು ನನ್ನ ಪ್ರಶ್ನೆಯಾಗಿತ್ತು. ಪ್ರಶ್ನೆಯನ್ನು ನುಂಗಿಕೊಂಡೆ.

ಅವನೀಗ ಗಾಡಿಯಿಂದ ಇಳಿದು ಅದರ ಕೆಳಗೆ ಮಲಗಿಕೊಂಡು ಏನನ್ನೋ ಬಡಿಯತೊಡಗಿದ. ಬಡಿಯುವ ಸದ್ದಿನ ನಡುವೆಯೂ 'ಬದುಕು ಕಷ್ಟಾನೂ ಕೊಡಲ್ಲ, ಸುಖಾನೂ ಕೊಡಲ್ಲ.. ಬರೀ ಅವಕಾಶಗಳನ್ನು ಸೃಷ್ಟಿ ಮಾಡುತ್ತೆ ಸಾರ್' ಅಂದ ಅವನ ಮಾತು ನನ್ನನ್ನು ಕಲಕಿತು. ನನ್ನ ಮುಖ ಓದಿಕೊಂಡೇ ಈ ಮಾತು ಹೇಳಿದನೇನೊ ಅಂದುಕೊಂಡು ಗಲಿಬಿಲಿಗೊಂಡೆ.

ಅದರ ಹಿಂದೆಯೇ ಶುಭಾ ಕರೆದಂಥ ಸದ್ದು. ತಿಂಗಳ ಹಿಂದಷ್ಟೇ ಊರಿನ ಬೀದಿಯಲ್ಲಿ ಶುಭಾನ ಹುಡುಕಿಕೊಂಡು ಅಲೆದದ್ದು ನೆನಪಾಯಿತು.

***

ಮರುದಿನವೂ ನನಗೆ ಅವನು ಸಿಕ್ಕ. ನಂತರದ ದಿನವೂ ಕೂಡ. ಮಾತುಕತೆಗಳು ನಡೆಯುತ್ತಿದ್ದವು. ನಮ್ಮಿಬ್ಬರನ್ನೂ ಕೂಡಿಸುವ ಯಾವುದೊ ನದಿಯೊಂದು ನಮ್ಮಗಳ ನಡುವೆ ಹರಿಯುತಿದೆ ಎನಿಸಿತು ನನಗೆ. ನನ್ನ ನೋಡಿ ಅವನೇ ಮಾತಿಗೆಳೆಯುತ್ತಿದ್ದ.

ಅದೊಂದಿನ ಇಲಿಗಳು ಕತ್ತರಿಸಿದ್ದ ವೈರುಗಳನ್ನು ಸರಿಪಡಿಸುತ್ತಿದ್ದ.

'ಇದೆಲ್ಲಾ ಯಾಕೆ? ಗಾಡಿ ಓಡ್ತದಲ್ಲಾ, ಸಾಕಲ್ಲ? ಇದ್ಯಾಕೆ ಇಷ್ಟೆಲ್ಲಾ ರಿಪೇರಿ?' ಅಂದೆ

'ಏನ್ ಸಾರ್ ನೀವು ಆ ಪುರಸಭೆಯವರ ತರಹ ಮಾತಾಡ್ತೀರಾ! ಸಾವಿಗೊಂದು ಘನತೆ ಇದೆ ಸಾರ್ ಆ ಘನತೆ ಬರೋದು ಬದುಕಿನಿಂದ. ಹೆಣ ಬೀದಿ ಪಾಲಾಗಬಾರದು ಸಾರ್. ಅದೇ ಘನತೆಯಲ್ಲೇ ಹೋಗ್ಬೇಕು. ಮನುಷ್ಯ ಬದುಕಿರುವವರೆಗೂ ಒಂದು ಚೆಂದಕ್ಕೆ ಹಂಬಲಿಸುತ್ತಾನೆ. ಕೊನೆಯಾತ್ರೆಯಲ್ಲಿ ಒಂದು ಚೆಂದ ಇಲ್ಲದೆ ಹೋದ್ರೆ ಹೇಗೆ ಸರ್? ನಾನು ಕೆಲಸಕ್ಕೆ ಬಂದ ಮರು ದಿನವೇ ಒಂದು ಹೆಣ ಒಯ್ಯೋದು ಬಂತು. ತಗೊಂಡು ಹೊರಟೆ. ಮಳೆ ಶುರುವಾಯ್ತು. ಗಾಡಿ ಸೋರತೊಡಗಿತು. ಒಳಗೆಲ್ಲಾ ನೀರು. ಕೆಳಗೆ ಇಳಿಸಿ ಬಟ್ಟೆಯಲ್ಲಿ ಸುತ್ತಿಕೊಂಡು ಹೋಗಿ ಮಣ್ಣು ಮಾಡಿದ್ವಿ' ಅಂದ. ನಾನು ಅವನ ಮಾತಿಗೆ ಬೆರಗಾಗಿ ನಿಂತೆ.

ಇಬ್ರೂ ಮಾತಾಡ್ತಾ ಹೋಟೆಲ್ ತಲುಪಿದೆವು.

ಎಂದಿನಂತೆ ಅವನು ಇಡ್ಲಿ ತಗೊಂಡ. ನಾನು ಚಹಾ ತಗೊಂಡೆ. ಚಮಚದಲ್ಲಿ ಇಡ್ಲಿಯ ಒಂದು ತುತ್ತು ಮುರಿಯುತ್ತಾ ತುಸು ಗಂಭೀರನಾದ. 'ಸಾರ್ ಅವತ್ತು ನೀವ್ಯಾಕೆ ಇಲ್ಲಿ ಡ್ರೈವರ್ ಆಗಿ ಬಂದದ್ದು ಅಂತ ಕೇಳಿದ್ರಿ ಅಲಾ?' ಎಂದ. ನಾನು 'ಹೌದು' ಎಂಬಂತೆ ತಲೆ ಆಡಿಸಿದೆ. ನಾಲ್ಕೈದು ದಿನದ ಹಿಂದೆ ಈ ಪ್ರಶ್ನೆ ಕೇಳಿದಾಗ ಅವನು ಉತ್ತರ ಹೇಳದೆ ನಕ್ಕು ಸುಮ್ಮನಾಗಿದ್ದ.

'ಸಾರ್, ಅಪ್ಪ ಇರುವಾಗಲೂ ನೆಮ್ಮದಿಯಾಗಿರಲಿಲ್ಲ. ಸತ್ತಾಗಲೂ ಸರಿಯಾಗಿ ಮಣ್ಣು ಮಾಡೋಕೆ ಆಗ್ಲಿಲ್ಲ. ಅಪ್ಪನಿಗೆ ಅಮ್ಮನ ಮೇಲೆ ಅನುಮಾನ ಶುರುವಾಗಿತ್ತು ಸಾರ್. ಅಮ್ಮ, ಯಾರೊಂದಿಗೋ ಸಂಬಂಧ ಇಟ್ಟುಕೊಂಡಿದ್ದಾಳೆ ಅಂತ ಅಪ್ಪ ಅಂದುಕೊಂಡಿದ್ದ. ಅಮ್ಮ ಪರಿಪರಿಯಾಗಿ ಹೇಳಿಕೊಂಡರೂ ಅಪ್ಪ ನಂಬುತ್ತಿರಲಿಲ್ಲ. ಅಪ್ಪ ಒಳಗೊಳಗೆ ನೋವು ತಿನ್ನತೊಡಗಿದ. ಅಮ್ಮನ ಬಳಿ ನಿಜ ಹೇಳು ಅಂತ ದುಂಬಾಲು ಬಿದ್ದ. ಇಲ್ಲ ಅನ್ನುವ ಅಮ್ಮನ ಮಾತು ನಂಬಲಿಲ್ಲ. ಮತ್ತೆ ಮತ್ತೆ ಕೇಳುತ್ತಿದ್ದ. ಅಪ್ಪ ತಿನ್ನುತ್ತಿರುವ ನೋವು ಅತಿಯಾಯ್ತು. ಹಾಸಿಗೆ ಹಿಡಿದ. ಒದ್ದಾಡಿದ. ಅಮ್ಮನ ಕೈಯಲ್ಲಿ ನೋಡಲಾಗಲಿಲ್ಲ. ಇಲ್ಲದಿರುವ ಸಂಬಂಧವನ್ನು ಅವಳು ಹೇಗಾದರೂ ಒಪ್ಪಿಕೊಂಡಾಳು? ಆದರೆ ಒಂದಿನ ಅಮ್ಮ ಅಪ್ಪನ ಅನುಮಾನವನ್ನು

ಒಪ್ಪಿಕೊಂಡಳು. ನನಗೊಂದು ಸಂಬಂಧ ಇದೆ ಅಂತ ಸುಳ್ಳು ಹೇಳಿಬಿಟ್ಟಳು. ಅಪ್ಪನ ಕಣ್ಣಿಂದ ನೀರು ಧಾರಾಕಾರವಾಗಿ ಸುರಿಯಿತು. ಮಲಗಿದ್ದಲ್ಲೇ ಅಪ್ಪ ಅಂದು ಸತ್ತು ಹೋಗಿದ್ದ..' ಗೋಪಿಯ ದನಿ ಗದ್ಗದಿತವಾಗಿತ್ತು. ಅವನ ಹೆಗಲ ಮೇಲೆ ಕೈ ಇಟ್ಟೆ.

ಇಡ್ಲಿ ತಟ್ಟೆಯಲ್ಲಿ ಹಾಗೇ ಇತ್ತು. ಅವನು ಮಾತು ಮುಂದುವರೆಸಿದ.

'ಅಪ್ಪ ಸತ್ತ ದಿನ ಬಿಡದೆ ಮಳೆ ಸುರಿಯುತ್ತಿತ್ತು. ಎತ್ತಿಕೊಂಡು ಹೋಗಿ ಮಣ್ಣು ಮಾಡಲು ಕಷ್ಟವಾಗಿತ್ತು. ಮುಕ್ತಿವಾಹನ ಕೇಳಿದೆವು. ಡ್ರೈವರ್ ಇಲ್ಲ ಅಂದ್ರು. ನಾನೇ ಓಡಿಸ್ತೀನಿ ಕೊಡಿ ಅಂದೆ. ಬೀಗ ಕೊಟ್ರು ಆದರೆ ಗಾಡಿ ಚಾಲೂ ಆಗಲಿಲ್ಲ. ಮಳೆಯಲ್ಲಿ ಮೆರವಣಿಗೆ ಒಯ್ಯಲು ಆಗದೆ ಸಂಜೆ ಹೊತ್ತಿಗೆ ಜಮಖಾನದಲ್ಲಿ ಸುತ್ತಿಕೊಂಡು ಹೋಗಿ ಮಣ್ಣು ಮಾಡಿದೆವು. ಜನ ಮೊದಲಿನಂತೆ ಹೆಗಲು ಕೊಡುವುದಿಲ್ಲ ಸಾರ್ ಈಗ. ಬರ್ತಾರೆ ಹೂವಿನ ಹಾರ ಹಾಕ್ತಾರೆ. ಕೈ ಮುಗೀತಾರೆ, ಹೋಗ್ತಾರೆ. ಕೆಲವರಂತೂ ಸ್ಮಶಾನಕ್ಕೆ ನೇರವಾಗಿ ಬಂದು ಮಣ್ಣು ಹಾಕಿ ಹೋಗ್ತಾರೆ..'

ಇಂದಿಗೂ ಅಮ್ಮ ಅದೇ ಕೊರಗಿನಲ್ಲಿ ಇದಾಳೆ ಸಾರ್. ಅಮ್ಮನಿಗೆ ಮೇಲಿಂದ ಮೇಲೆ ನೋವು. ಅವರ ಆರೋಗ್ಯ ಪೂರ್ತಿ ಹಾಳಾಗಿದೆ. ಹಾಸಿಗೆಯೇ ಬದುಕಾಗಿದೆ..' ಅಂದ.

ಇಡ್ಲಿ ತಣ್ಣಗಾಗಿತ್ತು. ನನಗೆ ಸಮಾಧಾನಿಸಲು ಬರಲಿಲ್ಲ. ಅವನ ಹೆಗಲ ಮೇಲೆ ಕೈಯಿಟ್ಟು ಮೃದುವಾಗಿ ಅಮುಕಿದೆ.

ನನಗೆ ಯಾಕೋ ಶುಭಾ ನೆನಪಾದಳು. ಎದೆಯಲ್ಲಿ ಉಳಿದು ಹೋಗಿದ್ದ ತುಂಡು ಮೂಳೆ ತಿವಿಯಿತು.

ಎರಡು ಗುಟುಕು ಕುಡಿದಿದ್ದ ಚಹಾ ಲೋಟದಲ್ಲಿ ತಣ್ಣಗಾಗಿತ್ತು.

***

ಅವತ್ತು ಬಸ್ಸು ಇಳಿದದ್ದೇ ಚಹಾ ಕುಡಿಯಲು ಹೋಟೆಲ್‌ಗೆ ಹೋದೆ. ಅಲ್ಲಿ ಗೋಪಿ ಇಡ್ಲಿ ತಿನ್ನುತ್ತಾ ಕೂತಿದ್ದ. ನನ್ನ ನೋಡಿದ್ದೆ ಅವನ ಮುಖ ಅರಳಿತು. 'ಏನ್ ಸಾರ್ ಎಷ್ಟೊಂದಿನ ಆಯ್ತು ನಿಮ್ಮನ್ನು ನೋಡಿ. ಎಲ್ಲಿ ಹೋಗಿದ್ರಿ?' ಅಂದ. ಅಪ್ಪನ ಮೂರನೇ ವರ್ಷದ ಪುಣ್ಯಸ್ಮರಣೆ ಇತ್ತು, ರಜೆ ಹಾಕಿದ್ದೆ' ಅಂದೆ

'ಓಹ್ ಹೌದಾ ಸಾರ್..' ಅನ್ನುತ್ತಾ ತಿಂಡಿಗೆ ಕರೆದ. 'ಬೇಡ ನಂದಾಗಿದೆ. ಅಮ್ಮ ಹೇಗಿದಾರೆ?' ಕೇಳಿದೆ. 'ಇದಾರೆ ಸರ್ ಹಾಗೆ' ಅಂದ. ಅವನ ಉತ್ತರದಲ್ಲಿ ನೋವಿತ್ತು. ಅವನ ಮುಖ ಗಮನಿಸಿದೆ. ತುಸು ಊದಿತ್ತು. ಕಪ್ಪಾಗಿತ್ತು. ಆ ಬಗ್ಗೆ ಕೇಳಲು ಪ್ರಯತ್ನಿಸಿ ಸುಮ್ಮನಾದೆ.

'ಅಪ್ಪನಿಗೆ ಏನಾಗಿತ್ತು ಸಾರ್?' ಬಿಸಿ ಇಡ್ಲಿ ಮುರಿಯುತ್ತಾ ಗೋಪಿ ಕೇಳಿದ.

'ನಾನು ಚಿಕ್ಕೋನಿದ್ದಾಗಲೇ ಅಮ್ಮ ಸತ್ತು ಹೋಗಿದ್ರು. ಅಪ್ಪ ಇನ್ನೊಂದು ಮದುವೆಯಾಗದೆ ಬದುಕಿದ. ಮೂರು ವರ್ಷದ ಹಿಂದೆ ಕೋವಿಡ್ ಅಪ್ಪನನ್ನು ನುಂಗಿ ಹಾಕಿತು' ಅಂದೆ.

'ಸಾರ್, ನಮಗೆ ನಮ್ಮ ಸಾವಿಗಿಂತ ಆಪ್ತರ ಸಾವು ಕಂಗೆಡಿಸುತ್ತದೆ. ಒಳ್ಳೆಯ ಸಾವು ಬರಲಿ.. ಅನ್ನೋದು ಕೂಡ ಒಂದು ವಿಷ್. ಸಾವು ಬಂದು ಕರೆದಾಗ ಹೋಗಲೇ ಬೇಕು' ಅನ್ನುತ್ತಾ ಗೋಪಿ ನನ್ನ ಕೈಗೆ ಇನ್ನೊಂದು ಲೋಟ ಚಹಾ ಇಟ್ಟು 'ಕುಡೀರಿ ಸಾರ್' ಅಂದ. ನಾನು ಹಾಗೆಯೇ ಕೂತಿದ್ದೆ.

ಅಪ್ಪನ ಸಾವಿನಷ್ಟೇ ಕಾಡುವ ಶುಭಾ ಕೊಟ್ಟ ನೋವಿನ ಬಗ್ಗೆ ಅವನಿಗೆ ಹೇಳಲಾಗಲಿಲ್ಲ.

ನಾನು ತಡೆದು ಕೇಳಿದೆ 'ಹೌದು ಗೋಪಿ ನೀವು ಏನ್ ಓದಿದೀರಿ? ಮೊದಲು ಏನ್ ಕೆಲಸ ಮಾಡ್ತಿದ್ರಿ?'

'ಹತ್ತನೇ ಕ್ಲಾಸ್ ಫೇಲಾಗಿ ಮನೆ ಬಿಟ್ಟು ಹೋದೆ. ಎಲ್ಲೆಲೋ ಸೇರಿಕೊಂಡು ಏನೇನೋ ಕೆಲಸ ಮಾಡಿದೆ. ಕಳ್ಳತನ ಮಾಡಿದೆ. ಪ್ರೀತಿ ಮಾಡಿದೆ. ಕುಡಿಯೋದು ಕಲ್ತೆ, ದುಡಿದೆ, ಕಳೆದೆ. ಏಳೆಂಟು ಕೆಲಸ ಕಲ್ತೆ. ಅಪ್ಪ ಸಾಯುವ ಹೊತ್ತಿಗೆ ಮನೆ ಸೇರಿದ್ದೆ. ನಿಜಕ್ಕೂ ಬದುಕು ಪಾಠ ಕಲಿಸ್ತು ಸಾರ್. ಬದುಕು ಬದುಕ್ತಾ ಹೋದ ಹಾಗೆ ಅರ್ಥವಾಗುತ್ತೆ, ಎಲ್ಲವನ್ನೂ ಮತ್ತೊಬ್ಬರ ಬಳಿ ಕೇಳಿ ತಿಳ್ಕೋಬಾರದು ಸಾರ್' ಅಂದ. ನಾನು ಬೆರಗಾಗಿ ಅವನನ್ನು ನೋಡುತ್ತಿದ್ದೆ.

***

'ಈ ಬದುಕು ಅನ್ನೋದು ಮರಣಕೆ ತೊಡಿಸಿದ ಅಂಗಿ ಸಾರ್. ಅಂಗಿ ಹರಿದ ದಿನ ಸಾವು ಕಾಣಿಸುತ್ತೆ' ಗೋಪಿ ಮುಕ್ತಿವಾಹನಕ್ಕೆ ಗಂಧದ ಕಡ್ಡಿ ಹಚ್ಚಿ ಬೆಳಗುತ್ತಾ ಹೇಳಿದ. ಆ ಸಾಲು ಎದೆ ಹೊಕ್ಕಿತು. ಇಡೀ ಗಾಡಿಯನ್ನು ಒಮ್ಮೆ ಗಮನಿಸಿದೆ. ಅದೀಗ ಹೊಚ್ಚ ಹೊಸದಾಗಿ ಸಿದ್ಧವಾಗಿತ್ತು. ಅವನು ಪ್ರತಿಯೊಂದು ಭಾಗವನ್ನು ರಿಪೇರಿ ಮಾಡುವಾಗಲೂ ನಾನು ಅಲ್ಲಿ ನಿಂತು ಅವನೊಂದಿಗೆ ಮಾತಾಗುತ್ತಿದ್ದೆ. ಪ್ರತಿ ಬಾರಿಯೂ ಅವನು ನನ್ನೊಳಗೆ ಬೀಜ ಹಾಕುತ್ತಿದ್ದ. ನಾನು ನೀರೆರೆಯುತ್ತಿದ್ದೆ.

ಅವನು ಗಾಡಿಯ ಮುಂಭಾಗದಲ್ಲಿ ಬರೆಸಿದ ಹಿಮಾಲಯದ ಚಿತ್ರ ನನ್ನನ್ನು ಇನ್ನಿಲ್ಲದಂತೆ ಕಾಡತೊಡಗಿತು.

***

ಅವತ್ತೊಂದಿನ ಶಿವಮೊಗ್ಗದಿಂದ ಕಾಲೇಜಿಗೆ ಬರುತ್ತಿದ್ದೆ. ಕಿಟಕಿ ಪಕ್ಕ ಕೂತು ಹಾಡು ಕೇಳ್ತಾ ಮೈಮರೆತಿದ್ದೆ. ಮೊಬೈಲ್ ರಿಂಗಾಯ್ತು. ನೋಡಿದೆ. ಶುಭಾ ಈಸ್ ಕಾಲಿಂಗ್. ಒಮ್ಮೆ ಕೈ ನಡುಗಿತು. ಎಷ್ಟೋ ದಿನದ ನಂತರ ಕರೆ. ತಡವಾಗಿಯೇ ಕರೆ ಸ್ವೀಕರಿಸಿ ಕಿವಿಗಿಟ್ಟುಕೊಂಡೆ..

'ಹಲೋ ಹೇಗಿದೀಯ?' ಅತ್ತ ಕಡೆಯ ದನಿ.

'ಹೂಂ ಚೆನ್ನಾಗಿ ಇದೀನಿ, ನೀನು?' ನನ್ನ ಮಾತು ತೊದಲಿತು.

'ಗೊತ್ತಿಲ್ಲ. ನಾನು ಹೇಗಿದೀನೊ, ಏನೋ. ನಿನ್ನ ಬಿಟ್ಟು ಮದುವೆ ಆಗಬೇಕಾಯ್ತು. ಅದಕ್ಕೆ ಕಾರಣವೂ ಇತ್ತು. ನನ್ನ ಗಂಡನಿಗೆ ನಮ್ಮ ಪ್ರೀತಿಯ ಬಗ್ಗೆ ಹೇಳಿದೆ. ಅಷ್ಟೇ ಅಲ್ಲ ನಿನ್ನನ್ನು ಒಮ್ಮೆ ಮಲೇಬೆನ್ನೂರಿನಲ್ಲಿ ನೋಡಿದೆ..' ಅವಳ ದನಿ ಅಸ್ಪಷ್ಟವಾಗತೊಡಗಿತು. ಕರೆ ಕಟ್ಟಾಗಿ ಹೋಯ್ತು. ನಾನು ಬೆವೆತು ಹೋಗಿದ್ದೆ.

ನಾನು ಮರುಕರೆ ಮಾಡಿದೆ. ಅವಳು ಮಾತಾಡತೊಡಗಿದಳು.

'ಮಲೇಬೆನ್ನೂರು ನನ್ನ ಗಂಡನ ಊರು. ನಿನ್ನ ಪ್ರೇಮಿಯ ಬಳಿ ಹೋಗುವುದಾದರೆ ಹೋಗು ಕಳುಹಿಸಿಕೊಡುತ್ತೇನೆ ಅಂದ. ನಿನಗಾಗಿ ಬಂದೆ. ಊರಲ್ಲಿದ್ದೆ. ಬಂದು ಹದಿನೈದು ಆಯ್ತು. ನಾನು ಚೆನ್ನಾಗಿ ಇರಬೇಕು ಅಂತ ಬಯಸಿ ಕಳುಹಿಸಿಕೊಟ್ಟ ನನ್ನ ಗಂಡ ತುಂಬಾ ದೊಡ್ಡವನು ಅನಿಸಿಬಿಟ್ಟ. ಇದನ್ನು ನಿನಗೆ ಹೇಳದೆ ವಾಪಸ್ ಹೋಗಬೇಕು ಅನ್ಕೊಂಡಿದ್ದೆ. ಮನಸು ಒಪ್ಪಲಿಲ್ಲ. ಇವತ್ತು ನಿಂಗೆ ಫೋನ್ ಮಾಡ್ತಿದೀನಿ. ನಿನ್ನ ಬಗ್ಗೆ ತಕರಾರು ಇಲ್ಲ. ಆದರೆ ಗಂಡನ ಜೊತೆ..' ಮುಂದೆ ಅವಳ ಮಾತು ಸರಿ ಕೇಳಿಸಲಿಲ್ಲ. ನೆಟ್ವರ್ಕ್ ಸಮಸ್ಯೆಯಾಗಿ ಕರೆ ಕಟ್ ಆಯ್ತು. ಬೆಟ್ಟದ ಹಾದಿ. ನೆಟ್ವರ್ಕ್ ಸಿಗುವುದಿಲ್ಲ. ಮತ್ತೆ ನಾನು ತಿರುಗಿಸಿ ಮಾತನಾಡಲಾಗಲಿಲ್ಲ. ಬೆಟ್ಟದ ತಂಪು ಗಾಳಿಯಲ್ಲಿ ಬೇಯುತ್ತಾ ಕೂತೆ..

ಗೋಪಿ ನೆನಪಾದ..!

***

ಅಂದು ಗೋಪಿ ಕಾಣಿಸಲಿಲ್ಲ. ಮರು ದಿನವೂ ಕಾಣಿಸಲಿಲ್ಲ. ನನಗೆ ಚಡಪಡಿಕೆ ಶುರುವಾಗಿತ್ತು. ಶುಭಾನ ಬಗ್ಗೆ ಹೇಳುವುದೋ ಬೇಡವೋ? ತೊಳಲಾಟದಲ್ಲಿದ್ದೆ. ಅವನನ್ನು ಹುಡುಕಿಕೊಂಡು ಹೋಟೆಲ್ ಕಡೆ ಹೋದೆ.

ಹೋಟೆಲ್‌ನವ 'ಅವರಮ್ಮನಿಗೆ ಏನೋ ತುಂಬಾ ಹುಷಾರು ಇಲ್ಲ ಅಂತಿದ್ದ. ಎರಡು ದಿನ ಆಯ್ತು ಈ ಕಡೆ ಬಂದಿಲ್ಲ' ಅಂದರು.

ಮೂರನೇ ದಿನ ಬೆಳಗ್ಗೆ ಕಾಲೇಜಿಗೆ ಬಂದಾಗಲೂ ಗೋಪಿ ಕಾಣಿಸಲಿಲ್ಲ. ನನಗೆ ತರಗತಿಗಳು ಇದ್ದಿದ್ದರಿಂದ ನಾನು ಅದರಲ್ಲಿ ತೊಡಗಿಕೊಂಡೆ. ಹೊರಗೆ ಸಣ್ಣಗೆ ಮಳೆ ಸುರಿಯುತ್ತಿತ್ತು.

ಸ್ವಲ್ಪ ಹೊತ್ತಿಗೆ ಹೊರಗೆ ಏನೋ ಸದ್ದು ಕೇಳಿಸಿತು. ಛತ್ರಿ ಹಿಡಿದುಕೊಂಡೇ ಆಚೆ ಬಂದೆ. ರಸ್ತೆಯಲ್ಲಿ ಮುಕ್ತಿವಾಹನ ನಿಂತಿತ್ತು. ಅದಕ್ಕೆ ಹೂವಿನ ಅಲಂಕಾರವಿತ್ತು. ಡ್ರೈವರ್ ಜಾಗದಲ್ಲಿ ನೋಡಿದೆ ಗೋಪಿ ಕಾಣಿಸಲಿಲ್ಲ.

ಅಯ್ಯೋ ಗೋಪಿ ಅಮ್ಮ ಸತ್ತೇ ಹೋದರೆ? ಎನ್ನುತ್ತಾ ವಾಹನದ ಬಳಿ ತಡಬಡಾಯಿಸಿ ಬಂದೆ.

ತುಂಬಾ ಜನ ಸೇರಿದ್ದರು. ಪಾಪ ಅಮ್ಮ, ಗೋಪಿ, ಸಾವು, ದೇವರು ಒಳ್ಳೆಯವ, ಹೀಗೆ ಆಗಬಾರದಿತ್ತು. ಎನ್ನುವ ಪದಗಳು ಕಿವಿಗೆ ಬೀಳತೊಡಗಿದವು. ನನ್ನ ಕೈಕಾಲುಗಳು ಸೋಲತೊಡಗಿದವು. ಈ ಎಲ್ಲಾ ಪದಗಳನ್ನು ಒಟ್ಟುಗೂಡಿಸಿ ಅರ್ಥಮಾಡಿಕೊಳ್ಳುವ ಧೈರ್ಯ ಬರಲಿಲ್ಲ. ಜನರ ಮಧ್ಯೆ ನುಗ್ಗಿ ಮುಂದೆ ಹೋದೆ. ಒಳಗೆ ಹಾಕಿದ್ದ ಹಾಸಿನ ಮೇಲೆ ಹೆಣ ಮಲಗಿಸಲಾಗಿತ್ತು. ಪಕ್ಕದಲ್ಲಿ ಹೆಂಗಸೊಬ್ಬಳು ಅಳುತ್ತಿದ್ದಳು. ಅನುಮಾನ ಬಂದು ಅವಳನ್ನು ದಿಟ್ಟಿಸಿ ನೋಡಿದೆ.

'ಅಯ್ಯೋ.. ಶುಭಾ..' ಕಿರುಚಿಕೊಂಡೆ. ಬಾಯಿ ಒಣಗಿ ಹೋಯ್ತು. ಕೈ ಕಾಲು ನಡುಗತೊಡಗಿದವು.

ನಾನು ಗೋಪಿಗಾಗಿ ಹುಡುಕಾಡತೊಡಗಿದೆ. ಅವನನ್ನು ಸಮಾಧಾನಿಸಬೇಕಿತ್ತು. ಗೋಪಿ ಗೋಪಿ ಹೇ ಗೋಪಿ ಎಂದು ಕೂಗತೊಡಗಿದೆ.

'ಎಷ್ಟು ಕೂಗಿದ್ರೂ ಬರ್ತಾನೇನಪ್ಪಾ ಗೋಪಿ.. ಅಲ್ಲಿ ಒಳಗೆ ಮಲಗಿದಾನೆ ನೋಡು' ಅಂದರು ಯಾರೋ..

'ಗೋಪಿ..' ಎದೆ ಒಡೆದು ಹೋಗುವಂತೆ ಕೂಗಿದೆ.

ಛತ್ರಿ ಯಾವಾಗಲೋ ಬಿದ್ದು ಹೋಗಿತ್ತು. ಕಣ್ಣೀರಿಗೆ ಹೆದರಿ ಮಳೆ ಮೌನವಾಗತೊಡಗಿತ್ತು.

4

ಸಂಕನ ಪೂಜೆ

ದಕ್ಷಿಣ ದಿಕ್ಕಿಗೆ ಮುಖ ಮಾಡಿದ್ದ ಹನುಮಪ್ಪನ ಗುಡಿಯಲ್ಲಿ ಬೆಳಗ್ಗಿನ ಪೂಜೆಯ ಮಂಗಳಾರತಿ ಎತ್ತಿಕೊಂಡ ಸಂಕನ ಕಣ್ಣುಗಳು ಒಮ್ಮೆ ಗರ್ಭಗುಡಿಯಿಂದ ಆಚೆ ಬಂದು ಹುಡುಕಿದವು. ಎಡಗಡೆಯ ಸಾಲಿನಲ್ಲಿ ನಿಂತಿದ್ದ ಕೊನೆಯ ವ್ಯಕ್ತಿಯನ್ನು ನೋಡಿ ಕಣ್ಣಿನಿಂದ ಎದೆಗೆ ಹುರುಪೊಂದು ಓಡಾಡಿ ಸಂಕ ಇನ್ನಷ್ಟು ಗೆಲುವಾದನು. ಎಡಗೈಯಿಂದ ಗಂಟೆ ಆಡಿಸುತ್ತಾ ಬಲಗೈಯಲ್ಲಿ ಮಂಗಳಾರತಿ ಎತ್ತಿಕೊಂಡನು. ಕಡ್ಲೆಬತ್ತಿಯಿಂದ ಮಾಡಿದ್ದ ಆರತಿ ಖುಷಿಯಿಂದಲೇ ಉರಿಯುತ್ತಿತ್ತು. ಆರತಿ ಬೆಳಕಿನಲ್ಲಿ ಸಂಕನ ಮುಖ ಹೊಳೆಯುತ್ತಿತ್ತು. ಒಳಗೆ ಹರಿದಾಡತೊಡಗಿದ ಹುರುಪಿಗೆ ಅವನ ಮುಖ ಮತ್ತಷ್ಟು ಹೊಳಪಾಯಿತು. ಆರತಿಯನ್ನು ಹನುಮಪ್ಪನ ಮುಂದೆ ಎಡಗಡೆಯಿಂದ ಬಲಗಡೆಗೆ ಬೆಳಗಲು ನಿರತನಾದನು. ಗುಡಿಗೆ ಪೂಜೆಗೆಂದು ಬಂದವರೆಲ್ಲಾ ತಾವು ನಿಂತಲ್ಲೆ ತಮ್ಮ ಕೈಗೆ ಎಟಕುತ್ತಿದ್ದ ಅಲ್ಲಲ್ಲಿ ನೇತುಹಾಕಿದ್ದ ಗಂಟೆಗಳನ್ನು ಸಂಕನ ಗಂಟೆಯ ಸಮನಕ್ಕೆ ಬಾರಿಸತೊಡಗಿದರು. ಇಡೀ ಗುಡಿ ಬರೀ ಗಂಟೆಯ ಸದ್ದಿನಲ್ಲಿ ಧುಮುಗುಟ್ಟಿದಂತೆ ಭಾಸವಾಯಿತು. ಎಲ್ಲರೂ ಧ್ಯಾನದಂತೆ ಗಂಟೆ ಸದ್ದಿನಲ್ಲಿ ಮುಳುಗಿ, ಭಕ್ತಿಯಲಿ ತೇಲುತ್ತಿರುವಾಗ ಸಂಕನು ಮಾತ್ರ ದೇಹವನ್ನು ಯಾಂತ್ರಿಕವಾಗಿ ಪೂಜೆಗೆ ಒಪ್ಪಿಸಿ, ಮನಸನ್ನು ಗರ್ಭಗುಡಿಯ ಆಚೆ ಅಟ್ಟಿದ್ದನು.

ಗುಡಿ ದಕ್ಷಿಣ ದಿಕ್ಕಿಗೆ ಮುಖ ಮಾಡಿದ್ದರೂ ಹನುಮಪ್ಪ ಮಾತ್ರ ಮೂಡಲ ದಿಕ್ಕಿಗೆ ಮುಖ ಮಾಡಿದ್ದ. ಕಲ್ಲಿನಿಂದ ಕೆತ್ತಿದ್ದ ಹನುಮಪ್ಪನ ಮೈ ಈಗ ಉಜ್ಜಿ ತೊಳೆದು ತೊಳೆದು ನುಣುಪಾಗಿತ್ತು. ಬೆಳ್ಳಿಯ ಒಂದು ಮೀನಿನಂತ ಬಿಲ್ಲೆಯನ್ನು ಹನುಮಂತಪ್ಪನ ಕಣ್ಣಿಗೆ ಅಂಟಿಸಿದ್ದು ಬಿಟ್ಟರೆ ಆ ಊರಿನಂತೆ ಅವನೂ ಬಡವಾದಂತೆ

ಕಾಣುತ್ತಿದ್ದ. ಮೈ ಮೇಲೆ ಮತ್ತೇನೊಂದೂ ಇರಲಿಲ್ಲ. ಕುಂಕುಮವನ್ನು ಸವರಿ ಅಲ್ಲಲ್ಲಿ ಒಂದೆರಡು ವೀಳ್ಯದೆಲೆ ಜೋಡಿಸಲಾಗಿತ್ತು. ಪೂಜೆಗೆ ವೀಳ್ಯದೆಲೆ ಶ್ರೇಷ್ಠವೆಂದು ಸಂಕನು ಜಾಹೀರುಗೊಳಿಸಿದ್ದ. ವೀಳ್ಯದೆಲೆ ಜೋಡಿಸಿ ಪೂಜಿಸುವುದು ಗೊತ್ತಿರದ ಊರಿನ ಜನ ಸಂಕನ ಮಾತನ್ನು ಭಕ್ತಿಯಿಂದಲೇ ಸ್ವೀಕರಿಸಿದ್ದರು. ಗುಡಿಯ ಪಕ್ಕದಲ್ಲೇ ಪೂಜೆಗೆಂದೇ ಹಾಕಿದ್ದ ಹೂವಿನ ತೋಟ ಒಣಗಿ ಯಾವುದೊ ಕಾಲವಾಗಿತ್ತು. ಸುಮಾರು ಎರಡು ವರ್ಷದಿಂದ ಸರಿಯಾಗಿ ಮಳೆಯಾಗದೆ ಊರು ಕಂಗಾಲಾಗಿತ್ತು. ಹಾಗಾಗಿ ಗಿಡಗಳಿಗೆ ಯಥೇಚ್ಛವಾಗಿ ನೀರು ತಂದು ಸುರಿಯಲು ಮನಸು ಮಾಡುವವರು ಯಾರೂ ಇರಲಿಲ್ಲ. ಸಂಕನು ಪೂಜೆಗೆಂದೆ ಸುಂದರಪ್ಪನ ಮನೆಯಿಂದ ದಿನಾ ಎರಡು ಕೊಡ ನೀರು ತಂದು ಅದರಲ್ಲಿ ಎಲ್ಲವನ್ನೂ ಮುಗಿಸಿ ಹೋಗಬೇಕಿತ್ತು.

ಮಂಗಳಾರತಿ ಆಡಿಸುತ್ತಿದ್ದ ವೇಗವನ್ನು ನಿಧಾನಗತಿಯಿಂದ ತೀವ್ರಗೊಳಿಸಿ ಎರಡು ಬಾರಿ ಆಡಿಸಿದ್ದೇ ಮಂಗಳಾರತಿ ಮುಗಿಯಿತು ಎಂದು ನಿಂತಲ್ಲೇ ಗಂಟೆ ಬಾರಿಸುತ್ತಿದ್ದವರು ನಿಲ್ಲಿಸಿದರು. ಸಂಕನು ತನ್ನ ಕೈಯಲ್ಲಿನ ಗಂಟೆ ಕೊನೆಯ ನಾದವನ್ನು ಒಂದು ಮುಕ್ತಾಯದ ಲಯದಲ್ಲಿ ಬಾರಿಸಿದ. ಆ ಸದ್ದು ಇಲ್ಲಿಗೆ ಪೂಜೆ ಮುಗೀತು ಎಂಬಂತಿತ್ತು. ಆ ಲಯ ಮುಗಿಯುತ್ತಿದ್ದಂತೆ ಊರಿನವರು 'ಗೋವಿಂದಾ ಗೋವಿಂದ' ಎಂದು ಹೇಳುತ್ತಾ ಬಾಗಿ ನೆಲಕ್ಕೆ ಹಣೆ ಹಚ್ಚಿ ನಮಸ್ಕರಿಸಿ ಎದ್ದರು.

ಒಂದು ಕಚ್ಚೆ ತೊಟ್ಟುಕೊಂಡು ಬರೀ ಮೈಯಲ್ಲಿದ್ದ ಸಂಕ ತೀರ್ಥದ ಬಟ್ಟಲು ಮತ್ತು ಉರೀತಿದ್ದ ಆರತಿಯೊಂದಿಗೆ ಆಚೆ ಬಂದನು. ಅವನ ಕಣ್ಣು ಆ ಸಾಲಿನ ಕೊನೆಯ ವ್ಯಕ್ತಿಯ ಕಡೆ ಕದ್ದು ಹೋಗಿ ಹೋಗಿ ಬರುತ್ತಿದ್ದವು. ಬಹಳ ಜಾಗೃತಿ ವಹಿಸಿ ತನ್ನ ಕಣ್ಣುಗಳನ್ನು ಅವನು ಆಗಾಗ ಹರಿಯ ಬಿಡುತ್ತಿದ್ದ. ಒಬ್ಬರೇ ಒಬ್ಬರಿಗೆ ಗುಮಾನಿ ಬಂದರೂ ಸಂದರ್ಭ ವಿಷಮ ಸ್ಥಿತಿಗೆ ತೆರಳುತ್ತದೆಯೆಂದು ಅವನಿಗೆ ಅರಿವಿತ್ತು.

ತೀರ್ಥ ಕೊಡುತ್ತಾ ಆ ಸಾಲಿನ ಕೊನೆ ಮುಟ್ಟಿದ ಅವನಿಗೆ ಆರತಿ ತೆಗೆದುಕೊಳ್ಳಲು ಚಾಚಿದ ಕೈಗಳಿಂದ ಝಲಕ್ ಎಂಬ ಬಳೆ ಸದ್ದು ಕೇಳಿ ಅವನ ಎದೆಯಲ್ಲಿ ನೂರು ಕುದುರೆಗಳು ಓಡಿದಂತಾಯಿತು. ಕಣ್ಣೆತ್ತಿ ನೋಡಿದ. ಆರತಿ ಬೆಳಕಲ್ಲಿ ಒಂಟಿ ಹರಳಿನ ಮೂಗುತಿ ಫಳ್ ಎಂದು ಹೊಳೆಯಿತು. ಇಬ್ಬರ ಕಣ್ಣುಗಳು ಅರೆಕ್ಷಣ ತಾಕಿದವು. ತುಂಬು ಗಲ್ಲದ, ದಟ್ಟ ಗುಂಗುರು ಕೂದಲಿನ, ಚೂಪು ಮೂಗಿನ ಅವಳು ತುಟಿಯಲ್ಲೆ ಜಾರಿ ಹೋಗುತ್ತಿದ್ದ ನಗುವನ್ನು ನುಂಗುವಂತೆ ಸಣ್ಣಗೆ ತುಟಿ ಕದಲಿಸಿದಳು. ಸಂಕ ಕಣ್ಣಲ್ಲೆ ಸಣ್ಣಗೆ ನಕ್ಕ. ಇವೆಲ್ಲಾ ಅರೆಕ್ಷಣದಲ್ಲಿ ಮುಗಿದು ಹೋಗಿ ಆಗಿತ್ತು. ಅವಳ ಕೈಗೆ ತೀರ್ಥ ದಯಾಪಾಲಿಸಿ ಮುಂದೆ ಹೋದ. ಅವಳು

ತೀರ್ಥವನ್ನು ಕಣ್ಣಿಗೊತ್ತಿಕೊಂಡು ಕುಡಿದಳು. ಅವಳ ತುಟಿಯಂಚಿನ ಒಂದು ಸಣ್ಣ ನಗು ಪಡೆಯಲು ಸಂಕ ಸತತ ಆರು ತಿಂಗಳ ಶ್ರದ್ಧೆ ಖರ್ಚು ಮಾಡಿದ್ದ.

***

ಹನುಮಾಪುರಕ್ಕೂ ಮತ್ತು ಹನುಮಂತಪ್ಪನ ಗುಡಿಗೂ ಇರುವ ಸಂಬಂಧದ ಗುಟ್ಟನ್ನು ಒಡೆದು ಹೇಳಲು ತಿಳಿದವರು ಯಾರೂ ಆ ಊರಿನಲ್ಲಿ ಇರಲಿಲ್ಲ. ಯಾರನ್ನಾದರೂ ಕೇಳಿದರೆ ಒಬ್ಬೊಬ್ಬರು ಒಂದೊಂದು ಕಥೆ ಹೇಳುತ್ತಿದ್ದರಾದ್ದರಿಂದ ಯಾವುದನ್ನು ನಂಬುವುದು, ಬಿಡುವುದು ಎಂಬ ಗೊಂದಲದಲ್ಲಿ ಆ ವಿಷಯ ಅಲ್ಲಿಗೆ ಮುಗಿಯುತ್ತಿತ್ತು.

ಚದುರಿದ ಗುಡ್ಡಗಳಿರುವ ಒಂದು ಮೂಲೆಯಲ್ಲಿ ಈ ಊರು ಬಚ್ಚಿಟ್ಟುಕೊಂಡಂತೆ ಕಾಣುತ್ತಿತ್ತು. ಹೇಗೆ ಎಣಿಸಿದರೂ ಮನೆಗಳು ಮುನ್ನೂರು ದಾಟುತ್ತಿರಲಿಲ್ಲ. ಹತ್ತಿರ ಯಾವುದೇ ನಗರ ಇಲ್ಲದಿರುವುದು ಮತ್ತು ಯಾವ ದೊಡ್ಡ ರಸ್ತೆಗಳು ಆ ಊರನ್ನು ಮುಟ್ಟಿ ಹೋಗದೇ ಇರುವುದರಿಂದ ಆ ಊರು ಹೊರ ಜಗತ್ತಿನಿಂದ ಕತ್ತರಿಸಿಕೊಂಡು ಬಿದ್ದ ಒಂದು ಸಣ್ಣ ತುಣುಕಿನಂತೆ ಭಾಸವಾಗುತ್ತಿತ್ತು. ಓದಿದ ನಾಲ್ಕಾರು ಹುಡುಗರು ಪ್ಯಾಟೆ ಸೇರಿದ್ದು ಬಿಟ್ಟರೆ ಮತ್ಯಾವ ವಿಶೇಷತೆ ಆ ಊರಿನ ಮಟ್ಟಿಗೆ ಇರಲಿಲ್ಲ. ಅಕ್ಕಪಕ್ಕದವರೊಂದಿಗೆ ಮದುವೆ, ನೆಂಟಸ್ಥನ, ಮಕ್ಕಳು ಅಷ್ಟರಲ್ಲೆ ಈ ಊರು ಸವೆದು ಹೋಗಿತ್ತು.

ಇಂತಿಪ್ಪ ಊರಲ್ಲಿ ಎರಡು ವರ್ಷದಿಂದ ಸರಿಯಾಗಿ ಮಳೆ ಬರದೆ ಇರುವುದು ಜನರನ್ನು ಯೋಚನೆಗೀಡು ಮಾಡಿತ್ತು. ಇದಕ್ಕೂ ಮೊದಲು ಆಗಾಗ ಮಳೆ ಬಂದು ಊರಿನ ನರಸಿ ಕೆರೆ ತುಂಬಿ ಬೆಳೆಗೆ, ದನಕರುಗಳಿಗೆ ಆಗುತ್ತಿದ್ದರಿಂದ ಹೇಗೊ ನೆಮ್ಮದಿಯಲ್ಲಿ ದಿನಗಳನ್ನು ದೂಡಿದ್ದರು. ಈಗ ಮಳೆ ಬರದೆ ಕೆರೆಯಲ್ಲಿ ನೀರು ತಳಮುಟ್ಟಿ ಅದರ ಉಸಿರು ಆಗೋ ಈಗೋ ಅನ್ನುವಂತಿತ್ತು. ಜನ ಕುಡಿಯುವ ನೀರಿಗೆ ಲಿಂಗದಹಳ್ಳಿಯವರೆಗೂ ನಡೆದು ಹೋಗಿ ಅಲ್ಲಿಯ ಕ್ವಾರಿಯ ಮಗ್ಗುಲಿನ ದೊಡ್ಡ ಹಳ್ಳದಲ್ಲಿ ಮೊಗೆದುಕೊಂಡು ಬರುತ್ತಿದ್ದರು. ಅಲ್ಲೆಲ್ಲೊ ಮಳೆಯಾದ ಸುದ್ದಿ ಊರು ತಲುಪುತ್ತಿತ್ತು. ಆದರೆ ತಮ್ಮೂರಿಗೆ ಯಾಕೆ ಮಳೆಯಾಗುತ್ತಿಲ್ಲ ಎಂಬ ವಿಚಾರ ಜನರಲ್ಲಿ ಚಿಂತೆಯುಂಟು ಮಾಡಿತ್ತು. ಹಸಿದಾಗ ಮಾತ್ರ ಹೊಟ್ಟೆ ನೆನಪಾಗುವಂತೆ ಜನ ಈಗ ಎಚ್ಚೆತ್ತರು.

ಒಂದು ಸಂಜೆ ಊರಿನ ಮುಖಂಡರೆಲ್ಲಾ ಸೇರಿ 'ಮಳೆ ಎಲ್ಲಾ ಕಡೆ ಬಂದು, ಇಲ್ಲಿ ಬರ್ತಿಲ್ಲ ಅಂದ್ರೆ ಇಲ್ಲಿಯದೆ ಏನೋ ದೋಷ ಇರಬಹುದಾ..?' ಎಂಬಂತೆ ಮಾತಾಡಿಕೊಂಡರು. ಯಾವುದಕ್ಕೂ ಒಮ್ಮೆ ಲಿಂಗದಹಳ್ಳಿ ಜೋಯಿಸರ ಹತ್ತಿರ

ಕವಡೆ ಹಾಕಿಸಿ ಅನುಮಾನ ಪರಿಹರಿಸಿಕೊಳ್ಳಲು ನಿರ್ಧರಿಸಿ ಅದಕ್ಕಾಗಿ ಮರುದಿನದ ಶುಕ್ರವಾರದ ಬೆಳಗನ್ನು ಗೊತ್ತು ಮಾಡಿ ಎದ್ದರು.

'ಹನ್ಮಪ್ಪ ಪೂಜಿ ನಿಲ್ಸಿರೇನ್ರಪ..?' ಗಳಕ್ ಗಳಕ್ ಎಂದು ಕವಡೆ ಆಡಿಸಿ ಎಸೆದ ಮರುಕ್ಷಣಕ್ಕೆ ಲಿಂಗದಳ್ಳಿ ಜೋಯಿಸ ಕೇಳಿದ್ದ.

'ಪೂಜೀಲ್ಲ ಪುನಸ್ಕಾರಿಲ್ಲ ಮಳಿ ಬಾ ಅಂದ್ರೆ ಹ್ಯಂಗೆ ಬರ್ತ್ಯೆತಿ.. ಹನ್ಮಪನ ಪೂಜಾ ಚಾಲು ಮಾಡ್ರಿ ಹಿಂದಗ ಮಳಿ ಬರ್ದಿದ್ರೆ ಕೇಳ್ರಿ..' ಜೋಯಿಸ ಒಂದು ಕ್ಷಣದಲ್ಲಿ ಪರಿಹಾರ ಸೂಚಿಸಿ ತನ್ನ ಕವಡೆ ಚೀಲ ಎತ್ತಿ ಸುತ್ತಿಟ್ಟು ಕೂತ.

'ಹೌದ್ರೌದು ಪೂಜಿ ನಿಲ್ಸಿದ್ದು ಖರೆ. ಪೂಜಾರಿ ಜಡಗ ಸತ್ತ ಮ್ಯಾಲೆ ಪೂಜೆ ಮಾಡೋಕೆ ಮಂದಿ ಸಿಗದೇ ಗುಡಿ ಬಾಗಿಲು ಹಾಕಿ ಕುಂತೇವಿ.. ನಿಮಗೆ ಗೊತ್ತಲ್ಲವ್ರಾ ನಮ್ ಊರಿನ ಪೂಜೇರಿಗೆ ಇರೊ ನೇಮ-ಗೀಮ ಎಲ್ಲಾ. ಅದು ತಿಳ್ದು ಯಾರೂ ಪೂಜಿಗೆ ಮುಂದೆ ಬಂದಿಲ್ಲ ಜೋಯಿಸ್ರಾ.. ಹೆಂಗಾರು ಮಾಡಿ ಪೂಜಿ ಚಾಲು ಮಾಡ್ತೀವಿ ಬಿಡ್ರಿ..' ಊರಿನ ಮುಖಂಡನೊಬ್ಬ ಅಡಿಕೆ ಎಲೆ ಹನ್ನೊಂದು ರೂಪಾಯಿ ಕಾಣಿಕೆ ಇಟ್ಟು ಅಡ್ಡ ಬಿದ್ದು ಎದ್ದು ಕೂತ.

***

ಸಂಕ ಹನುಮಾಪುರಾಕ್ಕೆ ನೆಂಟರ ಮನೆಗೆ ಬಂದವನು ಇಲ್ಲಿ ವಾರಗಟ್ಟಲೆ ಓಡಾಡಿಕೊಂಡಿದ್ದ. ಗುಡಿಗೆ ಪೂಜೆ ಮಾಡೋಕೆ ಯಾರಾದ್ರೂ ಒಪ್ಪಿದವರು ಇದ್ರೆ ಬರಬಹುದು ಎನ್ನುವ ಸುದ್ದಿ ಮತ್ತು ಅದಕ್ಕಾಗಿ ಇಡೀ ಊರಿನಲ್ಲಿ ಯಾರೊಬ್ಬರೂ ಸಿದ್ಧರಿಲ್ಲ ಅನ್ನುವ ವಿಚಾರ ಕೇಳಿ ಅವನಿಗೆ ಇದರ ಬಗ್ಗೆ ಕುತೂಹಲ ಮೂಡಿತ್ತು. ಅವರಿವರ ಬಳಿ ವಿಚಾರಿಸಿದಾಗ ವಿಷಯ ತಿಳಿದು ಬೆಚ್ಚಿ ಬಿದ್ದಿದ್ದ. ಇದೆಲ್ಲಾ ಆಗದ ಹೋಗದ ಮಾತು, ಈ ಊರಿನವರಲ್ಲ ಯಾವ ಊರಿನವರೂ ಇಂತಹ ನಿರ್ಬಂಧಕ್ಕೆ ಹೇಗೆ ಒಪ್ಪಲು ಸಾಧ್ಯ ಅಂತ ಯೋಚಿಸಿದ್ದ.

ಯೋಚನೆ ಮುಗಿದು ತಳ ಮುಟ್ಟಿದ ಮೇಲೆ ತಾನೇಕೆ ಪ್ರಯತ್ನಿಸಬಾರದು. ವಯಸ್ಸು ಮೂವತ್ತಾದರೂ ಕೈಯಲ್ಲಿ ಒಂದು ಕೆಲಸ ಇಲ್ಲ. ಅಪ್ಪನ ಬೈಗುಳದ ಮಾತು ಕೇಳೋಕೆ ಆಗಲ್ಲ. ಇತ್ತ ಮದುವೆಯೂ ಇಲ್ಲ. ಬದುಕಿಗೊಂದು ನೆಲೆಯೂ ಇಲ್ಲ. ಹೇಗೊ ಸದ್ಯಕ್ಕೊಂದು ಕೆಲಸ ಅಂತ ಆಗ್ಲಿ ಮುಂದೆ ನೋಡುವ ಅಂತ ನಿರ್ಧರಿಸಿ ಪೂಜೆಗೆ ತಾನು ಸಿದ್ಧ ಎಂಬ ಸುದ್ದಿಯನ್ನು ಹರಿಬಿಟ್ಟ.

ಆ ಸುದ್ದಿ ಊರಲ್ಲಿ ಸುತ್ತಾಡಿ ಕೊನೆಗೂ ಊರಿನ ಮುಖಂಡರ ಕಿವಿಗೆ ಬಂದು ಬಿತ್ತು. ಮುರಿದ ಮರದಲ್ಲಿ ಹೊಸ ಟೊಂಗೆಯೊಂದು ಚಿಗುರಿದಂತೆ ಅವರ ಮನಸ್ಸು ಹಸಿರಾಯ್ತು. ತಕ್ಷಣವೇ ಅವನನ್ನು ಕರೆಸಲಾಯಿತು.

ಊರಿನ ಮುಖಂಡರೆಲ್ಲಾ ಹನುಮಪ್ಪನ ಗುಡಿ ಮುಂದಿನ ಜಗುಲಿಯಲ್ಲಿ ಸೇರಿದರು. ಸಂಕನನ್ನು ಅಲ್ಲಿಗೆ ಕರೆಯಿಸಲಾಯಿತು. ನೆರೆದಿದ್ದ ಊರ ಮಧ್ಯೆ ಸ್ವಲ್ಪ ಮುಜುಗರದಿಂದಲೇ ಸಂಕ ಆಚೆ ಬಂದು ನಿಂತ. 'ಯಾವೂರಪ್ಪ ತಮ್ಮಾ ನಿಂದು? ಇಲ್ಯಾರ ಮನೆಗೆ ಬಂದಿ?' ಅಂತ ಕುತೂಹಲದಿಂದ ಕೇಳಿದರು. 'ಮುಗಳಹಳ್ಳಿ ಸಾಮಿ ನಂದು. ಇಲ್ಲಿ ನಮ್ಮವ್ವನ ತಂಗಿ ಮನೀಗೆ ಬಂದಿದ್ದೆ. ಅದೇ ಮೇಲ್ಮನೆ ಬಸಕ್ಕ ಅಂತ ಇದಾರಲ್ಲ ಅವ್ರ ಮನೆಗೆ' ಅಂತ ಒಂದೇ ಉಸಿರಿನಲ್ಲಿ ಹೇಳಿದ್ದ. 'ಪೂಜೆ ಮಾಡ್ತೀನಿ ನಾನು ಅಂತ ಹೇಳಿದ್ಯಂತೆ ಹೌದೇನಪ್ಪ..' ಕೇಳಿದ್ದೇ ಅವನು 'ಹ್ಞೂಂ..' ಗುಟ್ಟಿ ಸಮ್ಮತಿ ಸೂಚಿಸಿದ್ದ. ಮುಖಂಡರು ಊರ ಮುಂದೆ ಎಲ್ಲರ ಎದುರೇ ಸಂಕನನ್ನು ನಿಲ್ಲಿಸಿಕೊಂಡು ಪೂಜೆ ಕಾರ್ಯ, ಗುಡಿಯ ನೀತಿ ನಿಯಮಗಳು, ಊರಿನ ಆಚರಣೆಯ ಕುರಿತು ಹೇಳತೊಡಗಿದರು 'ನೋಡಪ ಸಂಕ ನೀ ನಮ್ಮೂರನಲ್ಲ. ಆದ್ರೂ ನಿನ್ನ ನಂಬಿ ಗುಡಿ ಜವಾಬ್ದಾರಿ ನಿನಗೆ ಕೊಡ್ತೀವಿ. ನಮ್ಮೂರಗ ಯಾರೂ ಪೂಜಿಗೆ ಒಪ್ಪಿಲ್ಲ. ಪೂಜೆ ಇಲ್ಲದಕ್ಕೆ ಮಳೆ ಇಲ್ಲ ಅಂತ ಜೋಯಿಸ್ರು ಹೇಳ್ಯಾರೆ. ನೀನು ಚಲೋತ್ನಾಗೆ ಪೂಜೆ ಮಾಡಿ ಊರಿನ ಮೇಲೆ ಹನುಮಪ್ಪನ ಅನುಗ್ರಹ ಬರೋಹಾಗೆ ಮಾಡು. ನೋಡು ಈ ಗುಡ್ಯಾಗ ಒಂದು ರೂಮು ಅದ ಅದರಾಗೆ ನೀನೇ ಇರು. ನಿನ್ನ ಎಲ್ಲಾ ಉಸಾಬರಿ ಊರಿಂದೆ. ಆದರೆ ಒಂದು ನಿರ್ಬಂಧ ಐತಿ ನೋಡಪ. ನೀ ಪೂಜೆಗೆ ಒಪ್ಪಿದ ಮೇಲೆ ಯಾವ ಹೆಂಗ್ಸರನ್ನು, ಹುಡುಗಿರನ್ನು ಕಣ್ಣೆತ್ತಿ ನೋಡು ಆಗಿಲ್ಲ. ಮನಸ್ಸಿನಲ್ಲೂ ಬಯಸುವಂತಿಲ್ಲ. ಅವರ ಸ್ಪರ್ಶ ಮಾಡೊ ಆಗಿಲ್ಲ. ಮದುವೆ–ಗಿದುವೆ ಆಸೆ ಬಿಡಬೇಕು. ಹೆಣ್ಣಿಂದ ದೂರ ಇರೋರು ಮಾತ್ರ ಪೂಜೆ ಮಾಡ್ಬೇಕು..

ಇದು ನಮ್ಮೂರಾಗ ಹಿಂದಿನಿಂದ ನಡಕ್ಕೊಂಡು ಬಂದ ಸಂಪ್ರದಾಯ. ಹನುಮಪ್ಪ ಬ್ರಹ್ಮಚಾರಿ ಅದಾನ. ಅದ್ನ ಪೂಜಿ ಮಾಡೋರು ಹಾಂಗ ಇರ್ಬೇಕು ಅನ್ನೋದು ನಮ್ಮ ಊರಿನ ಹಿರಿಮಂದಿ ಮಾಡಿಟ್ಟದ್ದು.. ಇದಾ ನೋಡಪ ಆ ನಿರ್ಬಂಧ. ಒಪ್ಪಿಗೆ ಇದ್ರೆ ಈಗಲೇ ಬೀಗದ ಕೀಲಿ ಕೊಡ್ತೀವಿ ಆಗುತ್ತೇನು ನಿನ್ನಿಂದ..' ಕೇಳಿದ ಒಂದೇ ಮಾತಿಗೆ ಸಂಕ 'ಆಯ್ತು ಯಜಮಾನ್ರ ನನಗಾದರೂ ಯಾವ ಬದುಕದೇ ಹೇಳ್ರಿ. ಪೂಜೆ ಮಾಡಿಕೊಂಡು ಇರ್ತೀನಿ. ಹೆಣ್ಣು ನನ್ನ ಕನಸಲ್ಲೂ ಬರಲ್ಲ ಬಿಡ್ರಿ ಹಾಗೆ ಇರ್ತೀನಿ. ನೀವೇ ನೋಡ್ರಲ್ಲ ಮುಂದೆ..' ಎಂದು ಎರಡೇ ಮಾತಿನಲ್ಲಿ ಸ್ಪಷ್ಟವಾಗಿ ತನ್ನ ಅಭಿಪ್ರಾಯ ಹೇಳಿ, ಒಪ್ಪಿಗೆ ಸೂಚಿಸಿದ್ದ.

ಸಂಕನ ಮಾತಿನಿಂದ ಊರಿನ ಜನರಿಗೆ ಒಂದು ಹೊಸ ಆಶಾಕಿರಣವೊಂದು ಮೂಡಿದ ಹಾಗಾಯ್ತು. ಗುಡಿ ಬಾಗಿಲು ತೆರೆದು, ಪೂಜೆ ಶುರುವಾಗಿ ನಾಲ್ಕು ಹನಿ ಮಳೆ ಬಿದ್ರೆ ಊರು ತಂಪಾಯ್ತದೆ, ಮನಸು ತಂಪಾಯ್ತದೆ ಅನ್ನುವ ಆಸೆ ಮೂಡ ತೊಡಗಿತು.

ಊರಿನ ಮುಖಂಡ ಕೀಲಿ ಎತ್ತಿಕೊಂಡು ಬಂದು 'ಸಂಕ ತಗೊ. ಹನುಮಪ್ಪನ ಗುಡಿ ಮುಂದೆ ಕೀಲಿ ಕೊಡ್ತಾ ಇದೀನಿ. ಹನುಮಪ್ಪ ಮೆಚ್ಚೊ ಹಾಗೆ ಪೂಜೆ ಮಾಡು. ನಾವು ಹೇಳಿದ್ದು ನೆನಪಿರಲಿ. ನಾಳೆ ಶನಿವಾರದಿಂದಲೇ ಪೂಜೆ ಚಾಲು ಮಾಡು..' ಊರಿನ ಎಲ್ಲರ ಸಮ್ಮುಖದಲ್ಲಿ ಸಂಕನ ಕೈಗೆ ಕೀಲಿ ಹಸ್ತಾಂತರಿಸಿದನು. ನಿಂತಿದ್ದ ಊರಿನವರೆಲ್ಲಾ 'ಗೋವಿಂದಾ ಗೋವಿಂದ' ಎನ್ನುತ್ತಾ ಗುಡಿಯ ಕಡೆ ಕೈಮುಗಿದು ಸಮಾಧಾನದ ಮನಸ್ಸಿನಿಂದ ಮನೆಯ ಕಡೆ ನಡೆದರು.

***

ಮರುದಿನ ಬೆಳಗ್ಗೆಯೆ ಸಂಕ ಗುಡಿಯ ಬಾಗಿಲು ತೆಗೆದ. ಬಹುದಿನಗಳಿಂದ ಬಾಗಿಲು ಹಾಕಲಾಗಿದ್ದ ಗುಡಿ ಧೂಳಿನಿಂದ ತುಂಬಿಹೋಗಿತ್ತು. ಒಂದು ಕಡೆಯಿಂದ ಸ್ವಚ್ಛಗೊಳಿಸಿ ಸುಂದರಪ್ಪನ ಮನೆಯಿಂದ ನೀರು ತಂದು ಚೆನ್ನಾಗಿ ತೊಳೆದು ಹಾಕಿದ. ಒಂದು ಶುಭಗಳಿಗೆ ಕಾದು ಸರಿಯಾಗಿ ಒಂಭತ್ತು ಗಂಟೆಗೆ ಪೂಜೆ ಆರಂಭಿಸಿದ. ಎಷ್ಟೋ ದಿನಗಳಿಂದ ಪೂಜೆಯಾಗದಿದ್ದ ಗುಡಿಗೆ ಇಂದು ಊರಿನ ಜನ ಬಂದು ಸೇರಿತ್ತು. ಸಂಕನು ಎಡಗೈಯಿಂದ ಆಡಿಸುವ ಗಂಟೆಯ ಸದ್ದು ಎದ್ದು ಊರೊಳಗೆ ನಿಧಾನಕ್ಕೆ ಮೆರವಣಿಗೆ ಹೊರಟಿತು. ಇಂತದೊಂದು ಕ್ಷಣಕ್ಕೆ ಕಾದಿದ್ದಂತಿದ್ದ ಊರು ನಾದಕ್ಕೆ ಪುಳಕಗೊಂಡಿತು. ಲೋಭಾನ ಹಾಕಿ ವಾತಾವರಣವನ್ನು ಇನ್ನಷ್ಟು ಭಕ್ತಿ ವಶವಾಗುವಂತೆ ಮಾಡಿದ. ಗಂಟೆಯ ಸದ್ದು, ಲೋಭಾನದ ಹೊಗೆ, ಊದುಬತ್ತಿಯ ವಾಸನೆ ಅಲ್ಲಿ ಬಹುದಿನದ ನಂತರ ಒಂದು ಹೊಸಲೋಕವನ್ನೆ ಸೃಷ್ಟಿ ಮಾಡಿತ್ತು. ಮಳೆ ಇಲ್ಲ ಎನ್ನುವ ಕೊರಗಿನ ನಡುವೆಯೂ ಜನ ಪೂಜೆಗೆ ಅತೀ ಉತ್ಸಾಹದಿಂದ ಸೇರಿದ್ದರು. ಮೊದಲ ದಿನದ ಪೂಜೆಯ ಖರ್ಚು ಸುಂದರಪ್ಪನ ಮನೆಯದ್ದಾಗಿದ್ದರಿಂದ ಪೂಜೆಯ ನಂತರ ತೀರ್ಥ ಪ್ರಸಾದ ಹಂಚಲ್ಪಟ್ಟು ಆ ದಿನದ ಪೂಜೆ ಸಂಪನ್ನವಾಯಿತು.

ಸಂಕ ದಿನೇ ದಿನೇ ಪೂಜೆಯಲ್ಲೊಂದು ಲಯ ಕಂಡುಕೊಂಡ. ಪೂಜೆ ಚೆನ್ನಾಗಿಯೇ ಮಾಡುತ್ತಾನೆ ಎಂಬ ಸುದ್ದಿ ಊರೊಳಗಿನಿಂದ ಕೇಳಿ ಬರುತ್ತಿತ್ತು. ಆದರೆ ಪೂಜೆ ಶುರುವಾಗಿ ಒಂದು ತಿಂಗಳಾದರೂ ಊರ ನೆತ್ತಿಯ ಮೇಲೆ ಒಂದು ತುಂಡು ಮೋಡವು ಬರದಿದ್ದದ್ದು ಜನರಲ್ಲಿ ಸಮಧಾನ ತಂದಿರಲಿಲ್ಲ. ಇಂದಿಲ್ಲ ನಾಳೆ ಬಂದೇ ಬರುತ್ತೆ.. ಹನುಮಪ್ಪ ಮನಸು ಮಾಡಿದ್ರೆ ಇದೆಲ್ಲಾ ಎಷ್ಟೊತ್ತಿನ ಮಾತು.. ಎಂದು ತಮ್ಮಷ್ಟಕ್ಕೆ ತಾವೇ ಸಮಾಧಾನಿಸಿಕೊಂಡು ಸುಮ್ಮನಾಗಿದ್ದರು.

ನಿತ್ಯ ಸುಂದರಪ್ಪನ ಮನೆಯಿಂದ ಪೂಜೆಗೆ ನೀರು ತರುತ್ತಿದ್ದ ಸಂಕ. ಪಕ್ಕದ ಮನೆಯ ಅಂಗಣದಲ್ಲಿ ರಂಗೋಲಿ ಬಿಡಿಸುತ್ತಿದ್ದ ಹೆಂಗಸು ಸಂಕನನ್ನು ನೋಡಿ ರಂಗೋಲಿಯನ್ನು ಅರ್ಧಕ್ಕೆ ಬಿಟ್ಟು ಒಳಗೆ ಹೋದಳು. ಅವಳ ಹೆಜ್ಜೆಗಳಲ್ಲಿ

ಎಂತದ್ದೊ ಗಾಬರಿ ಇದ್ದಂತಿತ್ತು. ತನ್ನನ್ನು ನೋಡಿ ಅವಳು ಒಳಗೆ ಹೋಗಿದ್ದು ಅವನಿಗೆ ಯಾಕೊ ಸಣ್ಣಗೆ ಇರುಸು ಮುರುಸಾಯಿತು. ಇದ್ಯಾಕೆ ಇವಳು ಹೀಗೆ ಎದ್ದು ಹೋದದ್ದೆಂದು ಅವನಿಗೆ ಅರ್ಥವಾಗಲಿಲ್ಲ. ನೀರು ಎತ್ತಿಕೊಂಡು ಸ್ವಲ್ಪ ದೂರ ಬಂದು ತಿರುಗಿ ನೋಡಿದ ಅವಳು ಆಚೆ ಬಂದು ಸಾವಕಾಶವಾಗಿ ಕೂತು ರಂಗೋಲಿ ಹಾಕುತ್ತಿದ್ದಳು. ರಂಗೋಲಿಯ ಸಾಲುಗಳಲ್ಲಿ ತಾನೇ ಮುಳುಗಿ ಹೋದವಳಂತೆ ಗಂಭೀರವಾಗಿದ್ದಂತಿತ್ತು. ಅವಳು ಕೂತಿದ್ದ ಭಂಗಿ ಮತ್ತು ಅವಳ ದೇಹದ ಹಿಂದಿನ ನೋಟ ಅವನನ್ನು ಆ ಕ್ಷಣಕ್ಕೆ ಸೆಳೆದು ಬಿಟ್ಟಿತು. 'ಅಲಲೆ..' ಸಣ್ಣ ಉದ್ಗಾರವೊಂದು ಅವನಿಗೆ ಅರಿವಿಲ್ಲದೆ ಹುಟ್ಟಿತು. ಆದರೆ ತಾನು ನಿಂತು ನೋಡುವಂತಿಲ್ಲ. ಕಣ್ಣುಗಳನ್ನು ಬಲವಂತವಾಗಿ ಕಿತ್ತುಕೊಂಡು ಗುಡಿ ತಲುಪಿದ. ಆದರೆ ಪೂಜೆಯಲ್ಲಿ ಮನಸು ನೆಡಲಾಗಲಿಲ್ಲ. ಪದೇ ಪದೇ ಅವಳು ಕೂತ ಭಂಗಿ ಮತ್ತು ಅವಳ ದೇಹದ ಹಿಮ್ಮುಖ ನೋಟ ಅವನಿಗೆ ಕಾಡತೊಡಗಿತು.

ಹನುಮಪ್ಪನ ನೆನಪಾಗಿ ಹೆದರಿಕೆಯೂ ಆಯಿತು. ಬೆಳ್ಳಿ ತೊಡಿಸಿದ್ದ ಕಣ್ಣುಗಳಿಂದ ಹನುಮಪ್ಪ ತನ್ನನ್ನೆ ಕೆಕ್ಕರಿಸಿ ನೋಡಿದಂತಾಯ್ತು ಅವನಿಗೆ. ತನಗೇನಾದರೂ ಆದೀತೆಂದು ಒಂದು ಕ್ಷಣ ಬೆದರಿದ. ಊರಲ್ಲಿ ಇದರ ಸೂಕ್ಷ್ಮ ಗೊತ್ತಾದರೆ ತನಗೇನು ಮಾಡಬಹುದೆಂದು ನೆನೆದು ಅಂಜಿದ. ಗಂಟೆ ಬಾರಿಸುವ ಎಡಗೈ ಅದರುತ್ತಿದ್ದರೂ ಮನಸ್ಸನ್ನು ಒಂದು ತಹಬದಿಗೆ ತಂದುಕೊಂಡು ಪೂಜೆ ಮುಗಿಸಿದ.

ಮರುದಿನವೂ ಇದೇ ಘಟನೆ ಮರುಕಳಿಸಿತು. ಇವನನ್ನು ನೋಡಿ ಅವಳು ಒಳಹೋದಳು. ಇವನು ಬಂದ ಮೇಲೆ ಮತ್ತೆ ಬಂದು ರಂಗೋಲಿ ಬಿಡಿಸತೊಡಗಿದಳು. ಮತ್ತೆ ಮತ್ತೆ ಅವಳ ನೋಟ ಅವನ ಕಣ್ಣು ತುಂಬುತ್ತಿತ್ತು. ತಾನೇ ಸರಿಯಾಗಿ ಅದೇ ಸಮಯಕ್ಕೆ ಹೋಗುತ್ತಿದ್ದೇನೊ ಅಥವಾ ಅವಳೇ ನಾನು ಬರುವ ಸಮಯಕ್ಕೆ ರಂಗೋಲಿ ಬಿಡಿಸಲು ಬರುತ್ತಾಳೊ ದ್ವಂದ್ವ ಶುರುವಾಯಿತು. ಸುಮ್ಮನೆ ರಂಗೋಲಿ ಬಿಡಿಸುವ ಬದಲು ಎದ್ದು ಹೋಗಿ ಯಾಕೆ ಮಾಡುತ್ತಾಳೆ ಎಂದು ಯೋಚಿಸಿದಾಗ ಹೊಳೆದದ್ದು ಊರಿನ ಹಿರಿಯರು ಹೇಳಿದ ಮಾತು 'ಹೆಣ್ಣನ್ನು ಕಣ್ಣೆತ್ತಿ ನೋಡುವಂತಿಲ್ಲ, ಮನಸ್ಸಿನಲ್ಲಿ ಬಯಸುವಂತಿಲ್ಲ' ಆ ಮಾತು ನೆನಪಾಗಿ ಎರಡು ಕೈಗಳನ್ನು ಕೆನ್ನೆಗೆ ಹೊಡೆದುಕೊಂಡು ಶಾಂತಂ ಪಾಪಂ ಮಾಡಿಕೊಂಡ. ಆದರೂ ಅವನ ಕಣ್ಣಿನಿಂದ ಅವಳು ಕೂತು ರಂಗೋಲಿ ಹಾಕುವಾಗ ಸೆಳೆಯುತ್ತಿದ್ದ ಆ ನೋಟ ಅವನಿಂದ ದೂರವಾಗಲಿಲ್ಲ. ಕಣ್ಣಿನಿಂದ ಮನಸಿನೊಳಗೆ ಆ ನೋಟ ಇಳಿಯುತ್ತಿದೆ ಎಂಬುದು ಅವನಿಗೆ ಸ್ಪಷ್ಟವಾಗತೊಡಗಿತು.

ಹೀಗೆಯೇ ಹಲವು ತಿಂಗಳು ಕಳೆದರೂ ಅವರ ನೋಟಗಳು ತಾಕಲೇ ಇಲ್ಲ. ಇತ್ತ ಊರು ಮಳೆ ಬಾರದೇ ದುಗುಡದಲ್ಲಿತ್ತು. ಜೋಯಿಸರು ಹೇಳಿದ ಹಾಗೆಯೇ ಪೂಜೆ ಆಗ್ತಾ ಇದೆ. ಸಂಕನು ಚೆನ್ನಾಗಿಯೇ ಪೂಜೆ ಮಾಡ್ತಾ ಇದಾನೆ

ಆದರೆ ಮಳೆಯ ಒಂದ್ಹನಿಯೂ ಬಿದ್ದಿಲ್ಲ ಎನ್ನುವ ಯೋಚನೆಯೂ ಊರನ್ನು ಕಾಡತೊಡಗಿತು.

ಸಂಕನಿಗೆ ಯಾಕೋ ಮನಸು ಅವಳ ಕಡೆ ವಾಲುತ್ತಿರುವ ಸೂಚನೆ ಸಿಕ್ಕಿತು. ಎಷ್ಟೊ ಬಾರಿ ಪೂಜೆ ಬಿಟ್ಟು ರಾತ್ರೋರಾತ್ರಿ ಊರು ಬಿಡಬೇಕು ಎಂದು ಯೋಚಿಸಿದ. ಹನುಮಪ್ಪನ ಮುಂದೆ ನಿಂತು 'ದೇವ್ರೆ ಇಲ್ಲಿ ಎಲ್ಲಾನು ನಿಂದೆ.. ಅವಳನ್ನು ಕಣ್ಣಿಗೆ ಬೀಳಿಸಿದ್ದು ನೀನೆ, ನನ್ನೊಳಗೆ ಆಸೆ ತುಂಬಿಸುತ್ತಿರುವುದು ನೀನೆ. ಆಸೇನೂ ಕೊಟ್ಟ ಹಾಗೆ ಅದ್ರ ನಿಗ್ರಹವನ್ನೂ ಕೊಡು ತಂದೆ. ಅವಳಿಂದ ತಪ್ಪಿಸಿಕೊಳ್ಳುವ ಶಕ್ತಿ ಕೊಡು' ಎಂದು ಕೇಳಿಕೊಂಡ. ಅವನ ಆ ಸ್ವಗತ ಐದೇ ನಿಮಿಷದ್ದು. ಮರುಕ್ಷಣವೇ ಮನಸು ಇತ್ತ ಸೆಳೆಯುತ್ತಿತ್ತು. ನಾಳೆಯ ದಿನಗಳು ಇಲ್ಲಿ ಏನಾಗಬಹುದು ನೆನೆಸಿಕೊಂಡರೆ ಅವನಿಗೆ ಭಯವಾಗುತ್ತಿತ್ತು. ಆದರೂ ಅವಳನ್ನು ನೆನಸಿಕೊಂಡು ರಾತ್ರಿಯ ನಿದ್ದೆಗಳನ್ನು ಮರೆತು ಎದ್ದು ಕೂರುತ್ತಿದ್ದ.

***

ಒಂದಿನ ನೀರು ತರಲು ಹೋದ ಸಂಕನಿಗೆ ಅವಳು ರಂಗೋಲಿ ಡಬ್ಬಿ ಹಿಡಿದು ಹೊರಗೆ ಬರುತ್ತಿರುವುದು ಕಾಣಿಸಿತು. ಆಗಷ್ಟೇ ಬಿಸಿನೀರಿನಲ್ಲಿ ಮಿಂದು ತಲೆಗೆ ಬಿಳಿ ವಸ್ತ್ರ ಕಟ್ಟಿಕೊಂಡಿದ್ದಳು. ಅವಳನ್ನು ನೋಡಿದ ಅವನಿಗೆ ಒಂದು ಕ್ಷಣ ಹೃದಯ ನಿಂತು ಹೋದಂತಾಯ್ತು. ಅವಳ ಲಕ್ಷಣವಾದ ಮುಖ ಅದಕ್ಕಿಂತ ಲಕ್ಷಣವಾಗಿದ್ದ ಅವಳ ಮೂಗುತಿ ಅವನನ್ನು ಸೆಳೆದುಬಿಟ್ಟಿತು. ಅವನಿಗೆ ಗೊತ್ತಿಲ್ಲದೆ ಅವನ ತುಟಿಯಿಂದ ಸಣ್ಣ ನಗೆಯೊಂದು ಚಿಮ್ಮಿತು. ಮುಖ ನೋಡದೆ ಆ ಪರಿ ಸೋತು ಹೋಗಿದ್ದ ಸಂಕನ ಎದೆಯೊಳಗೆ ಈಗ ಅವಳನ್ನು ನೋಡಿ ಬಿರುಗಾಳಿ ಎದ್ದಿತ್ತು. ಇವನ ನಗುವನ್ನು ಗಮನಿಸಿದ ಅವಳು ತುಸು ಬೆಚ್ಚಿದಳು. ಗಾಬರಿಯಿಂದ ಮನೆಯೊಳಕ್ಕೆ ಹೊರಟು ಹೋದಳು. ಅವಳಿಗೆ ಅವನ ನಗೆಯ ವಾಸನೆ ಲಘುವಾಗಿ ಬಡಿದಿತ್ತು. ಒಳಗೆ ಹೋಗಿ ಕೂತು ಸಣ್ಣಗೆ ಬೆವರಿದಳು. ಅವನು ನೀರು ತೆಗೆದುಕೊಂಡು ಹೋದ ಎಷ್ಟೋ ಹೊತ್ತಿನ ಬಳಿಕ ಆಚೆ ಬಂದು ರಂಗೋಲಿ ಬಿಡಿಸಿ ಎದ್ದು ಒಮ್ಮೆ ಗುಡಿಯ ಕಡೆ ನೋಡಿದಳು. ಸಂಕನ ಸುಳಿವಿರಲಿಲ್ಲ. ದುಗುಡವನ್ನು ತುಂಬಿಕೊಂಡೇ ಒಳಹೊಕ್ಕಳು.

ಆ ರಾತ್ರಿ ಸಂಕ ಒಂದು ನಿಮಿಷವೂ ನಿದ್ದೆ ಮಾಡಲಿಲ್ಲ. ಕಣ್ಮುಚ್ಚಿದರೆ ಅವಳ ಮುಖವೇ ನೆನಪಾಗುತ್ತಿದ್ದರಿಂದ ಎಷ್ಟೇ ಪ್ರಯತ್ನಪಟ್ಟರು ನಿದ್ದೆ ಸುಳಿಯಲೇ ಇಲ್ಲ. ಎದ್ದು ಹೊರಗೆ ಬಂದ. ಇಡೀ ಊರು ತಣ್ಣಗೆ ನಿದ್ದೆ ಮಾಡುತ್ತಿತ್ತು. ಗುಡಿಯಿಂದ ಹತ್ತಾರು ಮಾರು ದೂರದಲ್ಲಿ ಸುಂದರಪ್ಪನ ಮನೆ. ಅದರ ಪಕ್ಕವೇ ಅವಳ ಮನೆ. ಇಡೀ ಊರಿನಲ್ಲಿ ಪ್ರಪ್ರಥಮ ಬಾರಿಗೆ ಅವನಿಗೆ ಆ ಮನೆಯೊಂದು ವಿಶೇಷವಾಗಿ

ಕಾಣತೊಡಗಿತು. ಅವನ ಕಣ್ಣಿಗೆ ಅವಳ ಹಳೆಯ ಮನೆಯೂ ಸುಂದರವಾಗಿ ಕಾಣತೊಡಗಿತು. 'ಅವಳೀಗ ಎಷ್ಟು ಗಾಢವಾದ ನಿದ್ದೆಯಲ್ಲಿರಬಹುದು? ತಾನು ಹೀಗೆಯೇ ನೇರವಾಗಿ ಅವಳ ನಿದ್ದೆಯೊಳಗೆ ನಡೆದು ಹೋಗುವಂತಿದ್ದರೆ' ಎಂದೆಲ್ಲಾ ಯೋಚಿಸುತ್ತಾ ಕೂತ. ಅವನ ಆ ರಾತ್ರಿಯೆಲ್ಲಾ ಅವಳ ಲಹರಿಯಲ್ಲೆ ಖರ್ಚಾಗಿ ಹೋಯಿತು.

ಬೆಳಗ್ಗೆ ಎದ್ದು ಸುಂದರಪ್ಪನ ಮನೆಗೆ ನೀರು ತರಲು ಹೋದಾಗ ಹೊರಗೆ ಅವಳ ಸುಳಿವಿರಲಿಲ್ಲ. ಸುಮ್ಮನೆ ಹಾಗೆ ಹೀಗೆ ತಡೆದಂತೆ ಮಾಡಿದರೂ ಅವಳು ಹೊರಗೆ ಬರಲಿಲ್ಲ. ಸುಂದರಪ್ಪನ ಹೆಂಡತಿಯೊಂದಿಗೆ ಏನನ್ನೋ ಮಾತಾಡುವಾಗ ಪಕ್ಕದ ಮನೆಯ ಆ ಹೆಂಗಸಿನ ವಿಚಾರ ಆಚಾನಕ್ಕಾಗಿ ಸುಂದರಪ್ಪನ ಹೆಂಡತಿಯ ಬಾಯಿಂದಲೇ ಬಂದು ಬಿಟ್ಟಿತು 'ಪಾಪ ಕಣಪ.. ಹರೆಯದ ಹೆಂಗಸು ಒಬ್ಬೆ ಬದುಕ್ತಿದಾಳೆ. ವಯಸ್ಸಾದ ಅವ್ವ, ಇವ್ಳೆ ಇರೋದು ಮನೇಲಿ. ಮದುವೆ ಆಗಿ ಒಂದೇ ವಾರಕ್ಕೆ ಗಂಡ ಅದೇನೋ ಮರದ ಮೇಲಿಂದ ಬಿದ್ದು ಸತ್ತು ಹೋದ್ನಂತೆ. ಅವಳು ತವರು ಮನೆಗೆ ಬಂದು ಇಲ್ಲೇ ಇದ್ದಾಳೆ. ಏಳೆಂಟು ವರ್ಷ ಆಯ್ತು ಬಂದು. ಕೂಲಿ-ನಾಲಿ ಮಾಡಿ ಹೊಟ್ಟೆ ತುಂಬಿಸಿಕೊಳ್ತಾ ಅವ್ವನನ್ನು ನೋಡಿಕೊಂಡು ಇದಾಳೆ. ಒಬ್ಬರತ್ರ ಮಾತಿಲ್ಲ ಕಥಿಯಿಲ್ಲ. ಬಂಗಾರದಂತ ಹುಡುಗಿ ಬಾಳು ಹಾಳಾಗಿ ಹೋಗ್ಯಾದ ನೋಡಪ ಸಂಕ' ಎನ್ನುತ್ತಾ ಮರುಕದ ಮಾತಾಡಿ ಒಳಗೆ ಎದ್ದು ಹೋಗಿದ್ದಳು.

ನೀರು ಎತ್ತಿಕೊಂಡು ಹೊರಗೆ ಬರುವುದಕ್ಕೂ ಅವಳು ರಂಗೋಲಿ ಮುಗಿಸಿ ಒಳಗೆ ಹೋಗುತ್ತಿರುವುದಕ್ಕೂ ಸರಿಯಾದ ಸಮಯ ಕೂಡಿತು. ಮತ್ತೆ ಸಂಕನಿಗೆ ಹತ್ತಿರದಿಂದ ಅವಳ ಮುಖ ನೋಡುವುದಕ್ಕೆ ಸಿಕ್ಕಿತು. ಮತ್ತೊಮ್ಮೆ ತುಟಿಯಿಂದ ನಗು ಕದಲಿಸಿದ. ಅವಳು ಅವನನ್ನು ನೋಡಿಯೂ ನೋಡದಂತೆ ಒಳಗೆ ಹೋದಳು. ಚಡಪಡಿಕೆಯಿಂದಲೇ ಗುಡಿಯತ್ತ ನಡೆದು ಬಂದ. ಪೂಜೆ ಮಾಡುವ ಮನಸಾಗಲಿಲ್ಲ. ಆದರೆ ಅನಿವಾರ್ಯಕ್ಕೆ ಮಾಡಲೇ ಬೇಕಾಯ್ತು. ಅವನಿಗೆ ಈ ಸಂಕಟದಿಂದ ಪಾರಾಗುವುದು ಹೇಗೆಂದು ತಿಳಿಯಲಿಲ್ಲ. ಇದ್ಯಾವುದರ ಉಸಾಬರಿಯೇ ಬೇಡ ಈ ಊರು ಬಿಟ್ಟು ಹೊರಟು ಹೋದರೆ ಹೇಗೆಂದು ಯೋಚಿಸಿದ. ಆ ಕ್ಷಣಕ್ಕೆ ಅವಳ ಮುಖ ನೆನಪಾಗಿ ಆ ಯೋಚನೆ ಎಷ್ಟೊಂದು ದುರ್ಬಲದ್ದು ಅನಿಸಿತು. ಅವಳಿಂದ ತಾನು ಪಾರಾಗಲು ಸಾಧ್ಯವೇ ಇಲ್ಲ ಅಂದುಕೊಂಡ. ಇದೇ ಮೊದಲ ಬಾರಿಗೆ ತಾನು ಪೂಜೆ ಒಪ್ಪಿಕೊಳ್ಳಬಾರದಿತ್ತು ಅನಿಸತೊಡಗಿತು. ಒಪ್ಪಿಕೊಂಡಾಗಿದೆ ಆದರೆ ಈಗೇನೂ ಮಾಡಲು ಸಾಧ್ಯವಿಲ್ಲ ಎಂದು ತನ್ನಷ್ಟಕ್ಕೆ ತಾನೇ ಒಂದು ಸಮಾಧಾನ ಹೇಳಿಕೊಂಡು ಸುಮ್ಮನಾದ.

ಈ ನಡುವೆ ಊರಿನಲ್ಲಿ ಇನ್ನೂ ಮಳೆ ಬರದೆ ಜನ ತುಂಬಾ ಅಸಮಾಧಾನದಲ್ಲಿದ್ದರು. ಐದಾರು ತಿಂಗಳಾಯ್ತು ಪೂಜೆ ಆರಂಭಿಸಿ ಒಂದು

ಅಂಗುಲದ ಮೋಡವೂ ಊರ ನೆತ್ತಿಯ ಮೇಲೆ ಸುಳಿಯುತ್ತಿಲ್ಲ ಎಂದು ಜನ ಚಿಂತಿತರಾಗಿದ್ದರು. 'ಏನಪ ಸಂಕ.. ಮಳೆಯ ಸುದ್ದೀನೇ ಇಲ್ವಪ..' ಊರಿನವರು ಕೇಳಿದಾಗ 'ಬರುತ್ತೆ ಯಜಮಾನ್ರೆ ಬರದೆ ಎಲ್ಲಿ ಹೋಗುತ್ತೆ. ಹನುಮಪ್ಪ ಮನಸು ಮಾಡಬೇಕು ಅಷ್ಟೆ. ನಾ ದಿನಾ ಅದ್ನೆ ಬೇಡಿಕೊಳ್ತಾ ಪೂಜೆ ಮಾಡ್ತೀನಿ. ಒಂದಲ್ಲ ಒಂದಿನ ದೇವ್ರು ಕಣ್ಣು ಬಿಡ್ತಾನೆ' ಒಬ್ಬ ಅನುಭವಸ್ಥ ಮಾತಾಡಿದಂತೆ ಮಾತಾಡಿದ್ದ.

ಮರುದಿನ ನೀರಿಗೆ ಹೋದ ಸಂಕನಿಗೆ ಮತ್ತೆ ಅವಳು ಎದುರಾದಳು. ಆದರೆ ಈ ಬಾರಿ ಅವಳು ಇವನನ್ನು ನೋಡಿದ್ದೆ ಎದ್ದು ಒಳಗೆ ಹೋಗಲಿಲ್ಲ. ಅವನನ್ನು ಒಮ್ಮೆ ನೋಡಿ ಕೂತು ರಂಗೋಲಿ ಬಿಡಿಸಲು ಆರಂಭಿಸಿದಳು. ಇವನಿಗೆ ಗಲಿಬಿಲಿಯಾಯಿತು. ಇದ್ಯಾಕೆ ಇವತ್ತು ಇವಳು ಒಳಗೆ ಹೋಗಲಿಲ್ಲ. ತನ್ನ ನೋಟವನ್ನು ತಪ್ಪಿಸಲಿಲ್ಲ ಅಂದುಕೊಳ್ಳುತ್ತಾ ಸುಂದರಪ್ಪನ ಮನೆಯ ಬಾಗಿಲ ಕಡೆ ನಡೆದ. ಮನೆಗೆ ಬೀಗ ಹಾಕಲಾಗಿತ್ತು. ಹೊರಗೆ ಎರಡು ತುಂಬಿದ ಕೊಡಗಳು ಕಂಡವು. ಅದರಲ್ಲಿ ಒಂದನ್ನು ಎತ್ತಿಕೊಂಡು ಆಚೆ ಬಂದ. ಅವಳು ಇನ್ನೂ ರಂಗೋಲಿ ಬಿಡಿಸುತ್ತಿದ್ದಳು. ಇಣುಕಿ ನೋಡಿದ. ರಂಗೋಲಿ ಮುಗಿದರೂ ಅದೇ ಅದೇ ಸಾಲುಗಳ ಮೇಲೆ ಪುಡಿ ಉದುರಿಸುತ್ತಿದ್ದಳು. ಸಂಕ ಸುತ್ತಮುತ್ತ ನೋಡಿದ. ಯಾರೂ ಇರಲಿಲ್ಲ. ಅವಳನ್ನು ಮಾತಾಡಿಸುವ ಆಸೆ ಅವನಿಗೆ ಬಲವಾಯಿತು. ರಂಗೋಲಿ ಮುಗಿದರೂ ಎದ್ದು ಹೋಗದೆ ಹಾಗೆ ಕೂತು ಪುಡಿ ಸಾರಿಸುತ್ತಿರುವ ಅವಳ ನಡೆಯಲ್ಲಿ ಅವನು ಏನನ್ನೋ ಹುಡುಕಿಕೊಂಡ.

ತನ್ನೆಲ್ಲಾ ಧೈರ್ಯ ಒಟ್ಟುಗೂಡಿಸಿ 'ಭಕ್ತಿ ಇದ್ರೆ ಗುಡಿಗೆ ಶನಿವಾರ ಎಲ್ಲರಿಗಿಂತ ಮೊದ್ಲೆ ಬರ್ಲಿ' ಎನ್ನುವ ಮಾತನ್ನು ಅವಳಿಗಷ್ಟೇ ಕೇಳುವಂತೆ ಮೆಲ್ಲಗೆ ಆಡಿ ಅಲ್ಲಿಂದ ಓಟ ಕಿತ್ತ. ಆ ಮಾತು ಕೇಳಿ ಅವಳ ಮುಖದಲ್ಲಿ ಯಾವ ಬದಲಾವಣೆ ಮೂಡಿರಬಹುದೆಂದು ತಾನೇ ಬಗೆಬಗೆಯಲ್ಲಿ ಊಹಿಸಿಕೊಂಡ. ಆ ಮಾತು ಯಾರಿಗಾದರೂ ಕೇಳಿಸಿತೋ, ತಾನು ಅಲ್ಲಿ ಅವಳನ್ನು ಅರೆಕ್ಷಣ ನೋಡುತ್ತಾ ನಿಂತದ್ದು ಯಾರಿಗಾದರೂ ಕಾಣಿಸಿತೋ ಎಂದು ತಲ್ಲಣಿಸಿದ. ಅಂದಿನ ಪೂಜೆಯೂ ಅವಳ ನೆನಪಿನಲ್ಲಿ ಸಮಾಪ್ತಿಯಾಯಿತು. ನಾಳೆಯೇ ಶನಿವಾರವಾದದ್ದರಿಂದ ಅವನು ನಿಂತಲ್ಲಿ ನಿಲ್ಲಲಾರದೆ ಕೂತಲ್ಲಿ ಕೂರಲಾಗದೆ ಒದ್ದಾಡಿ ಹೋದ. ರಾತ್ರಿ ಕಳೆದು ಯಾವಾಗ ಬೆಳಕಾದೀತು ಎಂದು ಕಾಯುತ್ತಾ ಕೂತ. ಅದೇ ರಾತ್ರಿ ಆ ಊರಿನ ಮೇಲೆ ಒಂದು ಸಣ್ಣ ಕರಿಮೋಡ ತೇಲಿಹೋಯಿತು.

ಶನಿವಾರ ಬೆಳಗ್ಗೆ ಬೇಗ ಎದ್ದು ಪೂಜೆಗೆ ಎಲ್ಲವನ್ನೂ ಸಿದ್ಧಮಾಡಿಕೊಂಡು ತನ್ನ ಅದೃಷ್ಟ ಪರೀಕ್ಷೆಗೆ ಕಾದು ಕೂತ. ಒಂಭತ್ತು ಗಂಟೆಯ ಪೂಜೆಗೆ ಏಳುಗಂಟೆಗೆಲ್ಲಾ ಸಿದ್ಧವಾಗಿ ಕೂತಿದ್ದ. ಗುಡಿಯಿಂದ ಆಚೆ ಇಣುಕಿಣುಕಿ ಅವಳೇನಾದರೂ ಬರುತ್ತಿದ್ದಾಳಾ ಎಂದು ಕಾಯತೊಡಗಿದ. ಎಂಟು ಗಂಟೆಯಾದರೂ ಅವಳ

ಸುಳಿವಿಲ್ಲದ್ದರಿಂದ ತಾನು ಸೋಲುತ್ತಿರುವ ಸುಳಿವು ಅವನಿಗೆ ಮೂಡತೊಡಗಿತು. ಸಮಯ ಹತ್ತಿರವಾಗುತ್ತಿದ್ದಂತೆ ಅವನ ಎದೆ ಬಡಿತ ಹೆಚ್ಚಾಗತೊಡಗಿತು. ಚಳಿಯಲ್ಲೂ ಬೆವರತೊಡಗಿದ್ದ.

ಕಾಯುತ್ತಿದ್ದವನು ಏನನ್ನೊ ನೆನಪಿಸಿಕೊಂಡವನಂತೆ ಗರ್ಭಗುಡಿಯ ಒಳಹೊಕ್ಕ. ಅದೇ ಸಮಯಕ್ಕೆ ಬಳೆಗಳ ಸದ್ದು ಗುಡಿಯ ಒಳಗಡೆ ನುಗ್ಗಿ ಬಂತು ಅದರೊಂದಿಗೆ ಟಣ್ ಅನ್ನುವ ಗಂಟೆಯ ಸದ್ದು ಕೇಳಿಸಿತು. ಉಸಿರನ್ನು ಬಿಗಿ ಹಿಡಿದುಕೊಂಡೆ ಆಚೆ ಬಂದ. ಎದುರಿಗೆ ಅವಳು ನಿಂತಿದ್ದಳು. ಅವನಿಗೆ ಕೈಕಾಲು ಆಡಲಿಲ್ಲ. ಏನು ಮಾತನಾಡಬೇಕು ತೋಚಲಿಲ್ಲ. ಒಮ್ಮೆ ನಕ್ಕ. ಅವಳೂ ಮೆಲ್ಲಗೆ ನಕ್ಕಳು. ಇವರಿಬ್ಬರ ನಗುವನ್ನು ಊರಿನ ಮೇಲೆ ಕವಿದಿದ್ದ ರಾತ್ರಿಗಿಂತ ದೊಡ್ಡ ಕರಿಮೋಡವೊಂದು ಕದ್ದು ನೋಡುತ್ತಿತ್ತು. ಅವಳು ಆ ಕ್ಷಣ ಅಲ್ಲಿ ನಿಲ್ಲದೆ ಹೊರ ಬಂದಳು. ಇವನು ಗುಡಿಯಿಂದ ಹೊರಹೋಗುವ ಅವಳನ್ನು ದೇವರು ನೋಡುವಂತೆ ನೋಡುತ್ತಾ ನಿಂತ. ಈ ಸಮಯವೊಂದು ಊರಿನವರ ಯಾರ ಕಣ್ಣಿಗೆ ಬೀಳದೆ ನಡೆದು ಹೋಯಿತು. ಸರಿಯಾಗಿ ಒಂಭತ್ತು ಗಂಟೆಗೆ ಪೂಜೆಗೆ ಬಂದವರ ಬಾಯಿಯಲ್ಲಿ ಊರಿನ ನೆತ್ತಿಯ ಮೇಲೆ ರಾತ್ರಿಯಿಂದ ಮೂಡತೊಡಗಿದ್ದ ಕರಿಮೋಡಗಳ ಬಗ್ಗೆಯೇ ಚರ್ಚೆ ಇತ್ತು. ಅದ್ಯಾವುದನ್ನು ಕೇಳಿಸಿಕೊಳ್ಳುವ ಗೋಜಿಗೆ ಅವನು ಹೋಗಲಿಲ್ಲ. ಎಂದಿಗಿಂತ ಇಂದು ಅವನು ಮಾಡಿದ ಪೂಜೆಯೂ ತುಂಬಾ ಚೆನ್ನಾಗಿ ಮೂಡಿಬಂದಿತ್ತು. ಊರಿನವರು ಅದನ್ನು ಅವನಿಗೆ ಹೇಳುತ್ತಿದ್ದರೆ ಅವರ ಮಾತಿನ ಕಡೆ ಅವನ ಗಮನವಿರಲಿಲ್ಲ.

ಮುಂದಿನ ಎಂಟ್ಹತ್ತು ದಿನಗಳಲ್ಲಿ ಬರೀ ನೋಟ ಮತ್ತು ಅಗೋಚರ ನಗುವಿನಲ್ಲೇ ಅವರಿಬ್ಬರೂ ತುಂಬಾ ಹತ್ತಿರವಾದರು. ಮಾತನಾಡಲು ಏನೂ ಉಳಿದೇ ಇಲ್ಲ ಎನ್ನುವಷ್ಟು ಸಲುಗೆ ಅವರ ನೋಟದಲ್ಲಿ ತುಂಬಿಹೋಗಿತ್ತು. ಇಬ್ಬರ ಕಣ್ಣುಗಳಲ್ಲೂ ಅದೇನೋ ಚಡಪಡಿಕೆ ಕಾಣಿಸುತ್ತಿತ್ತು. ಇದೇ ಹೊತ್ತಿಗೆ ಆಕಾಶದಲ್ಲಿ ಮೋಡಗಳು ಕಾಣಿಸಿಕೊಳ್ಳುತ್ತಿರುವುದು ಊರಿನ ಜನರಲ್ಲಿ ಒಂದು ಆಶಾಭಾವನೆಯು ಮೂಡತೊಡಗಿತು.

ಅವಳ ಯಾವುದೋ ಸೂಚನೆಗೆ ಇವನು ಕಾದಂತೆ, ಇವನ ಯಾವುದೋ ಅನುಮತಿಗೆ ಅವಳು ಕಾದಂತೆ ಇಬ್ಬರೂ ಕಾತರಿಸಿರುತ್ತಿದ್ದರು. ಬರು-ಬರುತ್ತಾ ಸಂಕನ ಪೂಜೆಯೂ ಕಳೆಕಟ್ಟತೊಡಗಿತು. ಅವಳು ಹಾಕುತ್ತಿದ್ದ ಅವಳ ರಂಗೋಲಿಗೂ ದಿನೇ ದಿನೇ ಹೊಸ ರಂಗು ಮೂಡತೊಡಗಿತು. ಪ್ರತಿ ಶನಿವಾರ ಪೂಜೆಯ ಹೊತ್ತಿಗೆ ಅವಳು ಕಡ್ಡಾಯವಾಗಿ ಹಾಜರಾಗಿ ಕೊನೆಯ ಸಾಲಿನಲ್ಲಿ ನಿಂತು ಹನುಮಪ್ಪನ ಬದಲಿಗೆ ಅವನನ್ನೇ ನೋಡತೊಡಗಿದಳು. ಸುಮಾರು ಮೂವತ್ತರ ಹರೆಯದ ಎಣ್ಣೆಗೆಂಪಿನ, ಬರೀ ಕಚ್ಚೆ ಹಾಕಿಕೊಂಡು ಬರೀ ಕಲ್ಲಿನಂತಹ

ಬೆತ್ತಲು ದೇಹದಲ್ಲಿರುತ್ತಿದ್ದ ಸಂಕನನ್ನು ನೋಡಿ ಅವಳೊಳಗೊಂದು ಆಸೆ ಸದ್ದಿಲ್ಲದೆ ಮೂಡಿತ್ತು. ಇಬ್ಬರೂ ಪೂಜೆಯ ನೀತಿ ನಿಯಮಗಳನ್ನು ಬದಿಗೆ ತಳ್ಳಿ ತಮ್ಮ ಮನಸುಗಳನ್ನು ಮುಂಚಾಚಿದ್ದರು.

***

ಒಂದು ಶನಿವಾರ ಪೂಜೆಯ ಗಡಿಬಿಡಿಯಲ್ಲಿದ್ದ ಸಂಕನಿಗೆ ದಿಢೀರನೆ ಅವಳ ಆಗಮನದಿಂದ ಗಲಿಬಿಲಿಯಾಯಿತು. ಅವರಿಬ್ಬರೂ ಅಲ್ಲಿ ಹನುಮಪ್ಪ ಇರುವುದನ್ನು ಮರೆತು ಕಣ್ಣಿಗೆ ಸಲುಗೆ ಕೊಟ್ಟಿದ್ದರು. ಇಬ್ಬರೂ ನೇರನೇರವಾಗಿ ಒಂದೂ ಮಾತು ಆಡಿರಲಿಲ್ಲ. ಇಂದೂ ಕೂಡ ಅವರು ಮಾತಿಗೆ ಹಂಬಲಿಸಲಿಲ್ಲ. ಅವಳು ಕಣ್ಣಲ್ಲಿ ಏನನ್ನೊ ಹೇಳಿದ್ದು, ಅದು ತನಗೆ ಅರ್ಥವಾಯಿತು ಎಂದು ಎಂಬಂತೆ ಅವನು ಕಣ್ಣಲ್ಲೆ ಉತ್ತರಿಸಿದ್ದ. ಅವಳು ವಾಪಸು ಹೊರಟಾಗ ಅವಳ ಸೀರೆಯ ಚುಂಗು ಬಾಗಿಲಿನ ಕದಕ್ಕೆ ಸಿಲುಕಿ ಜಗ್ಗಿತು. ಅವಳು ಬಾಗಿ ಅದನ್ನು ಬಿಡಿಸಿಕೊಳ್ಳುವಾಗ ಅವನು ಅವಳ ಬಳಿ ಬಂದು ಸಹಾಯಕ್ಕೆ ನಿಂತ. ಆಗ ಅವಳ ಬೆರಳು ಅವನ ಮೈ ಸವರಿತು. ಇಬ್ಬರೂ ಯಾವುದೊ ಶಾಕಿಗೆ ಒಳಗಾದವರಂತೆ ನಡುಗಿ ಹೋದರು. ಅದೇ ಕ್ಷಣಕ್ಕೆ ಮುಗಿಲಿನಿಂದ ಸಣ್ಣ ಗುಡುಗೊಂದು ಕೇಳಿ ಬಂತು. ಅವಳು ಲಗುಬಗೆಯಿಂದ ಮನೆ ಸೇರಿದಳು. ಊರಿನ ಜನ ಮನೆಯಿಂದ ಹೊರಬಂದು ನೆರೆಯುತ್ತಿದ್ದ ಮೋಡಗಳನ್ನು ಈಗ ತಾನೇ ಬಂದ ಗುಡುಗಿನ ಸದ್ದಿನ ಬೆನ್ನು ಹತ್ತಿ ನೋಡತೊಡಗಿದರು.

ಇಡೀ ಜೀವಮಾನದಲ್ಲಿ ಇವತ್ತಿನ ದಿನದಷ್ಟು ನಿಧಾನದ್ದು ಮತ್ತೊಂದಿಲ್ಲ ಎನಿಸಿತು ಅವನಿಗೆ. ತನ್ನ ಜೀವನದಲ್ಲಿ ಇದುವರೆಗೂ ರಾತ್ರಿ ನೋಡಿಯೇ ಇಲ್ಲವೇನೋ ಎಂಬಂತೆ ರಾತ್ರಿಗಾಗಿ ಹಸಿದು ಕೂತನು. ಎಲ್ಲಿಯೂ ನಿಲ್ಲಲಾಗದೆ ಕೂರಲಾಗದೆ ಅತ್ತಿತ್ತ ಓಡಾಡುತ್ತಾ ತುಂಬಾ ಚಡಪಡಿಸಿದ. ಹೊರಗೆ ನಿಂತು ಅವಳ ಮನೆಯ ಕಡೆ ನೋಡಿ ಏನನ್ನೋ ನೆನೆದುಕೊಂಡವನಂತೆ ಸಮಾಧಾನಪಟ್ಟುಕೊಂಡ.

ಸಂಜೆಯ ಪೂಜೆಯ ಮೇಲೆ ಅವನಿಗೆ ಯಾವುದೇ ಗಮನವಿರಲಿಲ್ಲ. ಹೀಗೆ ಒಂದಷ್ಟು ಮಾಡಿ ಗಂಟೆ ಆಡಿಸಿ ಮುಗಿಸಿದ. ಊರಿನವರು ಹೇಳಿದ್ದ ಯಾವ ಮಾತುಗಳೂ ಈಗ ಅವನ ನೆನಪಿಗಿರಲಿಲ್ಲ.

ಎಷ್ಟೋ ಶತಮಾನಕ್ಕೊಮ್ಮೆ ಕತ್ತಲಾಗುವಂತೆ ಅವನಿಗೂ ಕತ್ತಲಾಯಿತು. ಶನಿವಾರವಾಗಿದ್ದರಿಂದ ಸುಂದರಪ್ಪನ ಮನೆಯಿಂದ ಬಂದ ಊಟವನ್ನು ಅರೆಬರೆಯಾಗಿ ತಿಂದು ಮುಗಿಸಿದ. ಕ್ರಮೇಣ ಊರು ನಿಧಾನಕ್ಕೆ ಮಲಗತೊಡಗಿತು.

ಸುಮಾರು ಹತ್ತು ಗಂಟೆಗೆ ಗುಡಿಯಿಂದ ಹೊರಬಿದ್ದ ಸಂಕ. ಸುಮ್ಮನೆ ಗುಡಿಯ ಬೀದಿಯಲಿ ಒಮ್ಮೆ ಅಲೆದ. ಅವಳ ಮನೆಕಡೆ ಕಣ್ಣು ಹಾಯಿಸಿದ.

ಅವಳ ಮನೆಯ ಬಾಗಿಲು ತೆರೆದಿತ್ತು. ಒಳಗೆ ಹಚ್ಚಿಟ್ಟ ದೀಪ ಉರಿಯುತ್ತಿತ್ತು. ಆ ಕಡೆ ಈ ಕಡೆ ನೋಡಿದ. ಜನರ ಯಾವ ಸುಳಿವೂ ಇರಲಿಲ್ಲ. ಒಮ್ಮೆ ಆಕಾಶದ ಕಡೆ ನೋಡಿದ. ಮೋಡಗಳು ಎಂದಿಗಿಂತ ದಟ್ಟವಾಗಿದ್ದವು. ಅವಳು ಬಾಗಿಲಲ್ಲಿ ಕಾಣಿಸಿಕೊಳ್ಳುವುದಕ್ಕೂ ಮುಗಿಲಲ್ಲಿ ಮಿಂಚೊಂದು ಫಳಾರನೆ ಮೂಡಿಬರುವುದಕ್ಕೂ ಸರಿಹೋಯಿತು.

ಆ ಮಿಂಚಿನ ಬೆಳಕೇ ಅವನನ್ನು ಅವಳ ಬಾಗಿಲಿಗೆ ಕರೆತಂದಿತ್ತೇನೊ ಎಂಬಂತೆ ಅವನು ಅವಳ ಮನೆಯ ಬಾಗಿಲ ಬಳಿ ತಲುಪಿದ. ಅವಳು ಅವನನ್ನು ಕಣ್ಣಲ್ಲೆ ಒಳಗೆ ಕರೆದಳು. ಅವನು ಅವಳ ಮನೆಯ ಹೊಸ್ತಿಲು ತುಳಿದು ಒಳಗೆ ಕಾಲಿಟ್ಟದ್ದೇ ಇಡೀ ಊರಿಗೆ ಊರೇ ಬೆಚ್ಚಿಬೀಳುವಂತೆ ಸಿಡಿಲೊಂದು ಬಾರಿಸಿತು. ಇನ್ನೇನು ನಿದ್ದೆಯ ಸೋಗಿನಲ್ಲಿದ್ದ ಜನ ಎದ್ದು ಕೂತರು.

ಸಂಕ ಅವಳ ಮನೆಯ ಒಳಗೆ ಹೊಕ್ಕಿದ್ದೇ ಮನೆಯ ಬಾಗಿಲು ಮುಚ್ಚಲ್ಪಟ್ಟಿತು. ಬಾಗಿಲು ಮುಚ್ಚುವುದಕ್ಕು ಜೋರು ಗಾಳಿ ಬೀಸುವುದಕ್ಕು ಸರಿಹೋಯಿತು. ಇಬ್ಬರೂ ಚಾಪೆ ಮೇಲೆ ಮಲಗಿಕೊಂಡರು. ಅವರಿಬ್ಬರ ಹೃದಯದ ಬಡಿತಗಳು ಸ್ಪಷ್ಟವಾಗಿ ಕೇಳಿಸುತ್ತಿದ್ದವು. ತನ್ನ ನಡುಗುವ ಕೈಗಳಿಂದಲೇ ಅವನು ಅವಳ ಮೇಲೆ ಕೈಹಾಕಿದ. ಸಿಡಿಲು ಮತ್ತೊಮ್ಮೆ ಮೊದಲಿಗಿಂತ ಜೋರಾಗಿ ಅಬ್ಬರಿಸಿತು. ಹೊರಗೆ ಬೀಸುತ್ತಿರುವುದು ಗಾಳಿಯೋ ಇವಳ ಏದುಸಿರೋ ಎಂಬಂತೆ ಗಾಳಿ ಮತ್ತು ಅವಳ ಉಸಿರು ಒಟ್ಟಿಗೆ ಹುಟ್ಟಿಕೊಂಡವು.

ಅವಳು ಇಡೀ ಜನ್ಮದ ಪುಣ್ಯವೆಂಬಂತೆ ಅವನನ್ನು ತಬ್ಬಿಕೊಂಡಳು. ಇದುವರೆಗೂ ಆ ಊರು ನೋಡಿರದಷ್ಟು ದಟ್ಟಮೋಡಗಳು ಆ ಊರಿನ ಮೇಲೆ ನೆರೆದವು. ಜನ ಮನೆಯಿಂದ ಹೊರಬಂದು ನಿಂತರು. ಮಳೆಯ ಅಬ್ಬರ ಜೋರಿದೆ ಆದರೆ ಹನಿಯೇ ಉದುರುತ್ತಿಲ್ಲ ಏಕೆ ಅಂತ ಜನ ಮೇಲೆ ಕೆಳಗೆ ನೋಡತೊಡಗಿದರು.

ಅವನು ಅವಳ ತುಟಿಗಳೊಳಗೆ ತುಟಿ ಇಟ್ಟ ಕ್ಷಣಕ್ಕೆ ಹನುಮಾಪುರಕ್ಕೆ ಮೊದಲ ಹನಿ ಬಿದ್ದಿತು. ಇಬ್ಬರೂ ಇಷ್ಟಿಷ್ಟೇ ಬೆತ್ತಲಾಗತೊಡಗಿದರು. ಇತ್ತ ಹೊರಗೆ ಹನಿಗಳು ಚುರುಕಾದವು. ಅವನು ಅವಳನ್ನು ಪ್ರವೇಶಿಸಿದ ಕ್ಷಣಕ್ಕೆ ಮತ್ತೊಂದು ಅಬ್ಬರದ ಸಿಡಿಲೊಂದು ಮೂಡಿ ಮಾಯವಾಯಿತು. ಅವನು ಅವಳೊಳಗೆ ಬೋರ್ಗರೆಯತೊಡಗಿದ. ಇತ್ತ ಊರಿಗೆ ಉಳಿಗಾಲವೇ ಇಲ್ಲವೆಂಬಂತೆ ಜೋರು ಮಳೆಯಾಗತೊಡಗಿತು.

ಜನ ಮನೆಯಿಂದ ಹೊರಬಂದು ಮಳೆಯಲ್ಲಿ ಕುಣಿಯತೊಡಗಿದರು.

ಹನುಮಪ್ಪನ ಮುಂದೆ ಹಚ್ಚಿಟ್ಟಿದ್ದ ದೀಪ ಶಾಂತವಾಗಿ ಉರಿಯುತ್ತಿತ್ತು.

5

ಅರ್ಧ ನೇಯ್ದಿಟ್ಟ ಸ್ವೆಟರ್

ಬಹಳ ದಿನಗಳಿಂದ ಆ ಮನೆಯಲ್ಲಿ ಟಿವಿ ಮಾತನಾಡಿಲ್ಲ. ಅದು ಮೌನವಾಗಿರಲು ಅಂತಹ ಉದ್ದೇಶಪೂರ್ವಕವಾದ ಕಾರಣವೇನಿಲ್ಲ. ಬಹುಶಃ ಅದನ್ನು ಯಾರೂ ಮಾತನಾಡಿಸಿಲ್ಲ. ಸಮಯವಿಲ್ಲ, ನೋಡಲು ಅಲ್ಲೇನು ಇಲ್ಲ, ಇಲ್ಲವೇ ನೋಡುವ ಮನಸ್ಸಿಲ್ಲ.. ಹೀಗೆ ಏನಾದರೂ ಒಂದನ್ನು ಊಹಿಸಿಕೊಳ್ಳಬಹುದು. ಮೂರೇ ಪದದ ಒಂದು ಸಾಲು ಆ ಮನೆ ತುಂಬಿಕೊಂಡು ವರ್ಷಗಳಾದವು. 'ಯೋಧ ಆಕಾಶ್ ಸತ್ತ' ಎಂಬುದದು. ಅವಳ ಪಾಲಿಗೆ ಮತ್ತು ಊರವರ ಪಾಲಿಗೆ ಅವನು ಸತ್ತ ಅನ್ನುವುದು ತೀರಾ ಮಾಮೂಲಿ ಅರ್ಥ ಕೊಡುವಂತದ್ದಲ್ಲ. ದೇಶಕ್ಕೆ ಪ್ರಾಣಕೊಟ್ಟ ಅನ್ನುವುದು ಅಥವಾ ವೀರ ಮರಣ ಅನ್ನುವುದು ಹೆಚ್ಚು ಸರಿ. ಸಾವು ಏನೇ ಅಂದರೂ ಪರಿಣಾಮಗಳು ಮಾತ್ರ ಒಂದೇ. ಜೀವ ಹೋಗುತ್ತದೆ, ದೇಹ ಹೆಣವಾಗುತ್ತದೆ, ನಂಬಿದವರು ಒಂಟಿಯಾಗುತ್ತಾರೆ, ಅನಾಥರಾಗುತ್ತಾರೆ. ಜಗತ್ತನ್ನು ಅರಿಯದ ಮಗುವಿದ್ದರೆ "ಅಪ್ಪ ಅಂದರೆ ಏನು!?" ಅಂತ ಕೇಳುತ್ತದೆ.

ಇದೀಗ ಅಪ್ಪ ಅಂದರೇನು? ಎಂಬ ಪ್ರಶ್ನೆ ಮುಗಿದು, ಅಪ್ಪ ಎಲ್ಲಿದ್ದಾರೆ? ಅನ್ನುವ ಪ್ರಶ್ನೆಗೆ ಬಂದಿದ್ದಾನೆ ಕೋಮಲಿಯ ಮಗ. ಕೋಮಲಿ ಮಗನಿಗೆ ನಕ್ಷತ್ರವನ್ನು ತೋರಿಸಿ "ನೋಡು ಅಲ್ಲಿದ್ದಾರೆ ಅಪ್ಪ..!" ಅಂದು ಅದರ ಸುತ್ತ ಹತ್ತಾರು ಪುಟ್ಟ ಕತೆಗಳನ್ನು ಹುಟ್ಟಿಸಿಕೊಂಡು ಹೇಳಿ ಮಲಗಿಸಿದ್ದಾಳೆ. ಮಗನಿಗೆ ನಕ್ಷತ್ರದ ಕಥೆ ಗೊತ್ತು, ಅಪ್ಪನ ಕಥೆ ಗೊತ್ತಿಲ್ಲ. ನಕ್ಷತ್ರದಲ್ಲಿ ಅಪ್ಪ ಕಾಣಿಸಿಲ್ಲ, ಕಾಣಿಸಲು ಅಪ್ಪನೇನು ನಕ್ಷತ್ರವಲ್ಲ! ಅವಳೀಗ ಯಾವುದೋ ಚೆಂದಮಾಮನ ಕಥೆಯನ್ನು ಓದಿಕೊಂಡು ಅದರಂತೆ ಅವನನ್ನು ಸಮಾಧಾನಿಸುವುದನ್ನು ಅವಳು ಕಲಿತಿದ್ದಾಳೆ. ಕೋಮಲಿಗೆ

ಈಗೀಗ ತಾನೊಬ್ಬ ಒಳ್ಳೆಯ ಕಥೆಗಾರ್ತಿಯಾಗುತ್ತಿದ್ದೇನೆ ಅಂತ ಅನ್ನಿಸಿ ಒಂದು ಸಣ್ಣ ನಗು; ಅದಕ್ಕಿಂತ ದೊಡ್ಡ ಅಳು.

ಮಗನನ್ನು ಮಲಗಿಸಿ ನಡುಮನೆಗೆ ಬಂದು ಕೂತಳು. ರಾತ್ರಿ ಬಿಚ್ಚಿಟ್ಟ ಸ್ವೆಟರ್ ಹೆಣೆಯಬೇಕಿದೆ. ಹೆಗಲು ಎಣೆಯುತ್ತಾಳೆ; ಹೆಣೆದಷ್ಟೇ ರಾತ್ರಿ ಬಿಚ್ಚುತ್ತಾಳೆ. ಮತ್ತೆ ಹಗಲು ಹೆಣೆಯುವುದು, ರಾತ್ರಿ ಬಿಚ್ಚುವುದು. ನಿತ್ಯ ಇದೊಂದು ಪ್ರೀತಿ. ಸ್ವೆಟರ್ ಹೆಣೆಯುವುದು ಎಂದೂ ಮುಗಿಯಬಾರದು. ಮುಗಿದರೆ ತೊಡಲು ಅವನಿಲ್ಲ, ಹೆಣೆಯದೆ ಬಿಡಲು ಅವನಿಂದ ತಪ್ಪಿಸಿಕೊಳ್ಳಲು ಮನಸಿಲ್ಲ.

ಇಂದಾದರೂ ಟಿವಿ ಹಾಕಿಕೊಂಡು ನೋಡೋಣವೇ ಅಂತ ಒಮ್ಮೆ ಅನಿಸಿತು. ಗಂಡ ಸತ್ತ ಸುದ್ದಿಯನ್ನು ಮೊದಲು ಹೇಳಿದ್ದು ಟಿವಿಯೆ. "ಜಮ್ಮುವಿನ ಗಡಿಯಲ್ಲಿ ಗುಂಡಿನ ಚಕಮಕಿ; ನಾಲ್ವರು ಭಾರತೀಯ ಯೋಧರು ಹುತಾತ್ಮ" ಅನ್ನುವ ಬ್ರೇಕಿಂಗ್ ನ್ಯೂಸ್. ಅದರ ಬೆನ್ನಲ್ಲೇ ಗಂಡನ ಹೆಸರು ಮತ್ತು ಫೋಟೋವನ್ನು ತೋರಿಸಿತ್ತು. ಕೈಯಲ್ಲಿ ಅವನಿಗಾಗಿ ಹೆಣೆಯುತ್ತಿದ್ದ ಸ್ವೆಟರ್ ಇತ್ತು. ಸ್ವೆಟರ್ ಹೆಣೆಯುವುದು ಮುಗಿದಿರಲಿಲ್ಲ, ಅವನು ಬದುಕು ಮುಗಿಸಿ ಹೋಗಿದ್ದ.

ಆಮೇಲೆ ಆಗಿದ್ದೆಲ್ಲ ಇಂದು ಅಲ್ಲಿ ನಡೆಯುತ್ತಿರುವಂತದ್ದೆ! ಹೆಣ ಬಂದಿತು, ನಾಡು ಸೇರಿತು, ಊರು ನೆರೆಯಿತು, ಸಮಾಧಾನ, ಸಹಾಯ, ಸಾವಿಗೆ ಗೌರವ ಎಲ್ಲವೂ ಸಿಕ್ಕವು. ಈಗ ಟಿವಿ ಹಾಕಿದರೆ ಬಹುಶಃ ಇದಕ್ಕಿಂತ ಭಿನ್ನವಾದ ದೃಶ್ಯ ನನಗೆ ಸಿಗಲಿಕ್ಕಿಲ್ಲ ಅಂದುಕೊಂಡಳು. "ನಮ್ಮ ರಾಜ್ಯದ ಯೋಧನೊಬ್ಬ ಸತ್ತಿದ್ದಾನಂತೆ. ಟಿವಿ ಪೇಪರ್‌ಗಳಲ್ಲಿ ಅದೇ ವಿಷಯ. ಇವತ್ತು ದೇಹ ಬರುತ್ತಂತೆ." ಅನ್ನುವ ಸುದ್ದಿ ಅವಳ ಕಿವಿಗೆ ಬೆಳಗ್ಗೆಯೇ ಬಿದ್ದಿತ್ತು. ಆದರೂ ಟಿವಿ ಹಾಕಿಕೊಂಡು ನೋಡುವ ಮನಸ್ಸಾಗಿರಲಿಲ್ಲ. ಸತ್ತ ಅದೇ ಯೋಧನ ಮಗು ತನ್ನ ತಾಯಿಗೆ ಏನೇನು ಪ್ರಶ್ನೆಗಳನ್ನು ಕೇಳಬಹುದೆಂದು ಮನಸ್ಸು ಯೋಚಿಸುತ್ತಿತ್ತು. ಸುಮ್ಮನೆ ಮಲಗಿದ್ದ ತನ್ನ ಮಗನ ಕಡೆ ನೋಡಿದಳು. ಸ್ವೆಟರ್ ಅವಳ ಕಡೆ ನೋಡುತ್ತಿತ್ತು.

ಸೋಫಾದ ಮೇಲೆ ಕಾಲು ಚಾಚಿಕೊಂಡಳು. ಗಂಡನಿದ್ದಿದ್ದರೆ ಮನಸನ್ನು ಕೂಡ ಚಾಚಿಸುತ್ತಿದ್ದ ಅನಿಸಿತು. ಸೈನಿಕನ ಹೆಂಡತಿ, ವೀರ ಯೋಧನ ಹೆಂಡತಿ ಎಂಬ ಬಿರುದುಗಳೇನೊ ಸರಿ ಆದರೆ ಊರಿಗೆ ಬಂದಾಗಲೆಲ್ಲಾ ತನಗೆ ಮುಟ್ಟಾದಾಗ ಯಾವಾಗಲೂ ಇರುವ ಹೊಟ್ಟೆ ನೋವಿಗೆ ಸಮಾಧಾನ ಮಾಡುವಂತೆ ತಲೆಯನ್ನು ತೊಡೆ ಮೇಲೆ ಇಟ್ಟುಕೊಂಡು ಪ್ರೀತಿ ಮಾಡುತ್ತಿದ್ದ ಗಂಡನನ್ನು ಯಾವುದು ತಾನೇ ಕೊಡುತ್ತದೆ?. ಬಿರುದು ಬಾವಲಿಗಳನ್ನು ಹೊರುವುದು ನಮ್ಮಂಥವರಿಗೆ ಭಾರ. ಹೊತ್ತು ಹೊತ್ತು ಸಾಕಾಗಿದೆ! ಸಾಮಾನ್ಯನಿಗೆ ಬಿರುದು ಬೇಡ; ನೋವಿಗೆ, ಅಳುವಿಗೆ ಬೆರಳುಗಳ ಮಧ್ಯೆ ಬೆರಳು ತೊಡಿಸಿ ಸಮಾಧಾನ ಮಾಡುವ ಅಗ್ದಿ ತನ್ನವರೇ

ಆದವರು ಬೇಕು "ಏನಮ್ಮ ದೇಶಕ್ಕಾಗಿ ಇಷ್ಟು ತ್ಯಾಗ ಮಾಡಲಾಗದೆ!?" ಅಂತ ಜನ ಕೇಳಿಯಾರು! ಆದರೆ ನಾವು ಸಣ್ಣವರು ಸ್ವಾಮಿ, ಬಿರುದು, ತ್ಯಾಗ ಪದಗಳು ಅರ್ಥವಾಗುವುದಿಲ್ಲ. ಮಗ ಭಯದಲ್ಲಿ ಅಪ್ಪಾ ಅಂದಾಗ 'ಬಂದೆ ಮಗನೇ ಬಂದೆ' ಅಂದು ಕಿರುಬೆರಳು ಹಿಡಿಯುವ ಸುಖವಷ್ಟೇ ಬೇಕು; ಮಗನ ಜ್ವರಕ್ಕೆ ದಿಗಿಲು ಬೀಳುವ ಅವನ ಅಪ್ಪ ಬೇಕು. ಎಂದಿಲ್ಲದ ಲಹರಿಗಳು ಅವಳನ್ನು ಇಂದು ಒಟ್ಟಾಗಿ ತಾಡುತ್ತಿವೆ.

ಮತ್ತೆ ಮತ್ತೆ ಎಲ್ಲವೂ ನೆನಪಾಗುತ್ತಿವೆ..

ನಿನ್ನೆ ದಿನಪೂರ್ತಿ ಸಾಲಿನಲ್ಲಿ ನಿಂತು ಕಾದಿದ್ದಾಳೆ; ಮಗನನ್ನು ಶಾಲೆಗೆ ಸೇರಿಸುವ ಒಂದೇ ಒಂದು ಅರ್ಜಿಗಾಗಿ. ಬೆಳಿಗ್ಗೆಯಷ್ಟೆ ತಿಂಗಳ ರಕ್ತ ಕಳೆದುಕೊಂಡ ಸುಸ್ತು. ದಿನಪೂರ್ತಿ ನಿಲ್ಲುವ ಶಿಕ್ಷೆ. ಬೆನ್ನೊಳಗಿನ ನರ ಅದಾಗಲೇ ಅದರ ಸುಳಿವು ಕೊಟ್ಟಿತ್ತು. ಆಕೆಗದು ಪ್ರಾಣ ಹೋಗುವಂತಹ ಯಾತನೆ. ಗಂಡ ತುಂಬಾ ನೆನಪಾದ. ಗಂಡನ ನೆನಪಿಗೆ ಕಣ್ಣಲ್ಲಿ ನೀರು. ಅದು ಇಂದಿಗೂ ಬತ್ತಿಲ್ಲ; ಅದು ಬತ್ತುವ ನೀರಲ್ಲ! ಅವರಿದ್ದಿದ್ದರೆ ತನಗೆ ಇವೆಲ್ಲ ಕಷ್ಟಗಳೇ ಅನಿಸುತ್ತಿರಲಿಲ್ಲ. ತಾನು ಈ ನಡುವೆ ಗಂಡಿನಂತಾಗುತ್ತಿದ್ದೇನೆಯೆ ಅಂತ ಅನಿಸತೊಡಗಿತ್ತು. ಹೆಣ್ಣಿನಲ್ಲಿರಬೇಕಾದ ನಾಚಿಕೆ, ಭಯ, ಬಿಗುಮಾನ, ವಯ್ಯಾರಗಳು ಸತ್ತೇ ಹೋಗಿದ್ದವು. ಸುಮ್ಮನೆ ನಾಚಿಕೊಳ್ಳಬೇಕು ಅನಿಸುತ್ತೆ, ಹೂ ಮುಡಿಯಬೇಕು ಅನಿಸುತ್ತೆ, ಚೆಂದದ ಬಟ್ಟೆ ತೊಡಬೇಕು ಅನಿಸುತ್ತೆ. ಆದರೆ ಇವೆಲ್ಲ ಯಾವಾಗ? ಯಾಕೆ? ಬದುಕು ಬರೀ ಹೋರಾಟದಲ್ಲೇ ಕಳೆಯುತ್ತಿರುವಾಗ ಇವಕ್ಕೆ ಹೊತ್ತಾದರೂ ಎಲ್ಲಿದೆ? ಜನ ಗಟ್ಟಿಯಾಗು ಅಂತಾರೆ, ಆದರೆ ಅದ್ಹೇಗೆ ಅಂತ ಯಾರೂ ಹೇಳುವುದಿಲ್ಲ..

ಅವೊತ್ತೊಂದಿನ

"ನೀವು ಹೂಂ ಅಂದ್ರೆ ನಿಮ್ಮನ್ನು ಮದುವೆಯಾಗ್ಬೇಕು ಅಂದುಕೊಂಡಿದ್ದೀನಿ" ಅಂತ ಹರಿ ಅಂದಾಗ ತಟ್ಟನೆ ಕೇಳಿಯೆ ಬಿಟ್ಟಿದ್ದಳು ಕೋಮಲಿ.

"ಯಾಕೆ?"

ಯಾಕೋ ಅವನಿಂದ ಉಸಿರು ಆಚೆ ಬರಲಿಲ್ಲ. ಅವನ ಮುಖವನ್ನೇ ನೋಡುತ್ತ ಆಕೆ ಹೇಳಿದಳು "ಆದರ್ಶನಾ? ಆಸೇನಾ? ಪಾಪ ಅನ್ನುವ ಫೀಲಾ? ನೀ ಹೇಳಿದ್ರಲ್ಲಿ ಸರಿ ತಪ್ಪನ್ನು ನಾನು ಹುಡುಕುತ್ತಿಲ್ಲ. ಆದರೆ ನಾನು ಹೀಗೆಯೆ ಕೇಳಿದವರ ದನಿಯಲ್ಲಿ ಒಂದು ಉದ್ದೇಶ ಹುಡುಕ್ತೀನಿ.. ಎಂತಹ ಹಿಂಸೆ ಅನಿಸುತ್ತೆ ಗೊತ್ತಾ? ಬಿಡು ನೀನಿಲ್ಲದಿದ್ದರೆ ಮುಂದೆ ಇನ್ಯಾರೊ ಕೇಳ್ತಿದ್ರು, ಕೇಳ್ತಾರೆ ಕೂಡ. ನೋಡು ಹರಿ, ಹುಡುಗ್ರು ಕೆಲವು ಸಾರಿ ಇಂಥದೊಂದು ಆದರ್ಶಕ್ಕೆ ಬೀಳ್ತಾರೆ. ವಿಧವೆಯನ್ನು ಮದುವೆಯಾಗ್ತೀನಿ ಎನ್ನುವ ಆದರ್ಶ ಅದು. ವಿಧವೆಯರಿಗೆ ಅದಕ್ಕಿಂತ ದೊಡ್ಡ

ಹಿಂಸೆ ಮತ್ತೊಂದಿಲ್ಲ. ವಿಧವೆಯನ್ನು ಮದುವೆಯಾಗುವುದು ತಪ್ಪಲ್ಲ ಆದರೆ ಈ ಸಮಾಜದಲ್ಲಿ ಒಬ್ಬ ಹುತಾತ್ಮ ಯೋಧನ ಪತ್ನಿ ಮದುವೆಯಾಗುವುದು ಅಷ್ಟು ಸುಲಭವಲ್ಲ. ನೋಡು ಅವನು ಗಡಿಯಲ್ಲಿ ದೇಶಕ್ಕೆ ಪ್ರಾಣಬಿಟ್ಟ, ಇವಳು ಅವನು ಸತ್ತ ಎರಡೇ ವರ್ಷಕ್ಕೆ ಬೇರೆ ಮದುವೆಯಾದ್ಲು ಅಂತಾರೆ.." ಹರಿಯುತ್ತಿರುವ ಮಾತನ್ನು ತಟ್ಟನೆ ನಿಲ್ಲಿಸಿದಳು. ಗಂಟಲಲ್ಲಿ ದುಃಖ ತುಂಬಿಕೊಂಡಿತು. ಅವಳ ಭಾರವಾದ ಉಸಿರು ಇಷ್ಟಿಷ್ಟೆ ಗಾಳಿ ಸೇರಿತು.

ಹರಿ ಏನನ್ನೋ ಮಾತಾಡಲು ಪ್ರಯತ್ನಿಸಿ ಸೋತ. ಅವಳು ಮತ್ತೆ ಅವನ ಕಡೆ ನೋಡಲಿಲ್ಲ. ನಂತರ ಹರಿ ಅಲ್ಲಿ ನಿಲ್ಲಲಿಲ್ಲ.

ನೆವ ತಂದುಕೊಂಡು ಮೈಕೈ ಮುಟ್ಟುವುದು, ಕಣ್ಣಿನಲ್ಲಿ ವಿಚಿತ್ರ ಆಸೆ ಕೂರಿಸಿಕೊಂಡು ನೋಡುವುದು ಮಾಡುವಾಗ ಇವ್ರಿಗೆ ಆಗ ಮಾತ್ರ ನಾನೊಬ್ಬಳು ಯೋಧನ ಪತ್ನಿ ಅನ್ನೋದು ಗೊತ್ತಾಗಲ್ವಾ? 'ಸುಮಾರು ಜನ ಗಂಡಸರ ಮಧ್ಯೆ ಹರಿ ಹೆಜ್ಜೆ ಮುಂದೆ ಇಟ್ಟಿದ್ದು ಒಂದು ಖುಷಿಯೆ' ಅಂದುಕೊಂಡು ಎದ್ದು ನೇರವಾಗಿ ಬಂದು ಕನ್ನಡಿಯ ಮುಂದೆ ನಿಂತು ಕೊಂಡಳು.

ನನಗೇಕೆ ವಯಸ್ಸಾಗುತ್ತಿಲ್ಲ. ಬೇಗ ಬೇಗ ಯಾಕೆ ಮುಖದಲ್ಲಿ ನೆರಿಗೆಗಳು ಮೂಡುತ್ತಿಲ್ಲ. ಆ ನೆರಿಗೆಗಳಲ್ಲಿ ನನ್ನ ಎಲ್ಲಾ ಆಸೆಗಳು ಆತ್ಮಹತ್ಯೆ ಮಾಡಿಕೊಳ್ಳಲು ಕಾದಿರುವಾಗ ಬದುಕೇಕೆ ಇಷ್ಟು ನಿಧಾನ. ಯಾವ ಹಸಿವಿಗೆ ದಿನಗಳು ಇಷ್ಟು ನಿಧಾನಕ್ಕೆ ಹೆಜ್ಜೆ ಹಾಕುತ್ತಿವೆ. ಕನ್ನಡಿಯಿಂದ ಬೇಗ ಮುಖ ಆಚೆ ತೆಗೆಯಬೇಕು ಅನಿಸಿತು.

ಇಂದು ಸಂಜೆಯಷ್ಟೆ ಹರಿ ತನ್ನ ಮುಂದೆ ನಿಂತು ಮದುವೆ ಪ್ರಸ್ತಾಪ ಮಾಡಿದ್ದಕ್ಕೆ ಆಕೆಯ ಯೋಚನೆಗಳು ಇಷ್ಟೊಂದು ಕೆಂಪಾಗಿದ್ದವು. ಹೊರಳಿ ಗಡಿಯಾರದ ಕಡೆ ನೋಡಿದಳು. ಸಣ್ಣ ಮುಳ್ಳು ಹನ್ನೊಂದು ದಾಟಿತ್ತು. ಬೆನ್ನಿನ ನರದಲ್ಲಿ ಇನ್ನೂ ಚಳುಕು ಇದೆ. ದೇಹದ ತುಂಬಾ ತುಂಬಿಕೊಂಡ ಸುಸ್ತು ಹಾಗೆಯೇ ಉಳಿದಿದೆ. ಎದ್ದು ಮಗ ಮಲಗಿದ್ದ ರೂಮಿನ ಕಡೆ ಹೋದಳು. ಮಗ ಬಲಗೈಯನ್ನು ಬಿಗಿಯಾಗಿ ಮುಷ್ಟಿ ಕಟ್ಟಿಕೊಂಡು ಮಲಗಿದ್ದಾನೆ. ಅವನಿಗೆ ಹುಟ್ಟಿನಿಂದಲೂ ಅದೊಂದು ಅಭ್ಯಾಸ. ಮಗನ ಆ ಮುಷ್ಟಿಯಲ್ಲಿ ತನ್ನ ಬೆರಳನ್ನು ತೂರಿಸಿ "ನೋಡು ಮಗನಿಗೆ ಅಪ್ಪ ಅಂದ್ರೆ ಎಷ್ಟು ಇಷ್ಟ, ನನ್ನ ಬೆರಳು ಹಿಡ್ಕೊಂಡೆ ಮಲಗ್ತಾನೆ" ಅಂತ ಗಂಡ ದಿನಾ ಮಲಗುವ ಹೊತ್ತಿನಲ್ಲಿ ಆಡುತ್ತಿದ್ದ ಮಾತುಗಳು ನೆನಪಾದವು. ಕಣ್ಣುಗಳು ಮತ್ತೊಮ್ಮೆ ಒದ್ದೆ! ಮಗನ ಪಕ್ಕ ಮಲಗಿ ಅವನ ಮುಷ್ಟಿಯಲ್ಲಿ ತನ್ನ ಬೆರಳು ತೂರಿಸಿದಳು. ಕಣ್ಣುಗಳನ್ನು ಬಿಗಿಯಾಗಿ ಮುಚ್ಚಿಕೊಂಡಳು. ಕಣ್ಣೀರು ಜಿನುಗುತ್ತಿತ್ತು.

ಬೆಳಗು ಎಂದಿನಂತೆಯೇ ಇತ್ತು. ಇಂದು ಮಗನಿಗೆ ಶಾಲೆಯಲ್ಲಿ ಅಡ್ಮಿಷನ್. ಅವಳಿಗೆ ಗೊತ್ತಿತ್ತು ಮಗನಿಗೆ ಸೀಟು ಸಿಕ್ಕೇ ಸಿಗುತ್ತೆ ಅನ್ನುವುದು. "ಮಗುವಿನ ತಂದೆ ಹುತಾತ್ಮ ಯೋಧ ಅಂತಹ ಸೈನಿಕರ ಮಗನಿಗೆ ಸೀಟು ಇಲ್ಲ ಅಂತೀವಾ ಮೇಡಂ?" ಅಂತಾರೆ. ಆದರೆ ಅವಳ ಯೋಚನೆಗಳೇ ಬೇರೆ. ಮಗು ದಿನಾ ಶಾಲೆಯಿಂದ ಬಂದು ಕೇಳುವ ಪ್ರಶ್ನೆಗಳಿಗೆ ಹೇಗೆ ಉತ್ತರಿಸುವುದು? ತೀರಾ ನಾಲ್ಕು ವರ್ಷದ ಮಗುವಿಗೆ ಅಪ್ಪನ ಸಾವನ್ನು ಹೇಗೆ ಅರ್ಥ ಮಾಡಿಸುವುದು? ಪ್ರತಿ ತಿಂಗಳ ಪೇರೆಂಟ್ ಮೀಟಿಂಗ್‌ನಲ್ಲಿ ಎಲ್ಲಾ ಮಕ್ಕಳು ಅಪ್ಪ ಅಮ್ಮನ ಜೊತೆ ಇದ್ದಾಗ ನನ್ನ ಮಗ ಕೇವಲ ತಾಯಿಯೊಂದಿಗೆ ಇದ್ದಾಗ ಅವನ ಮನಸ್ಸಿನಲ್ಲಿ ಏನೆಲ್ಲಾ ಯೋಚನೆಗಳು ಮೂಡಬಹುದು. ಯೋಚನೆಗಳನ್ನು, ಪ್ರಶ್ನೆಗಳನ್ನು ನೆನೆದು ಬೆಚ್ಚಿದಳು. ಮಗನ ಕೈ ಹಿಡಿದುಕೊಂಡು ರಸ್ತೆಗೆ ಇಳಿದಳು. ರಸ್ತೆಯ ಒಂದು ಬದಿಯಲ್ಲಿ ನಡೆಯತೊಡಗಿದಳು. ಮಗ ತಾಯಿಯ ಕೈ ಹಿಡಿದುಕೊಂಡು ಕಣ್ಣಲ್ಲಿ ಬೆರಗು ತುಂಬಿಕೊಳ್ಳುತ್ತಾ ಅಮ್ಮನ ಜೊತೆ ಹೆಜ್ಜೆ ಹಾಕತೊಡಗಿದ.

ಫುಟ್ಪಾತ್‌ನಲ್ಲಿ ನಡೆಯುತ್ತಿದ್ದಾಗ ಟಿವಿ ಅಂಗಡಿಯಿಂದ ಬಂದ ಸುದ್ದಿಯ ಸಾಲೊಂದು ಅವಳನ್ನು ಮತ್ತೆ ತಿವಿಯಿತು. 'ಗಡಿಯಲ್ಲಿ ಉದ್ವಿಗ್ನ ವಾತಾವರಣ, ಯಾವುದೇ ಸಮಯದಲ್ಲಿ ಯುದ್ಧ ಘೋಷಣೆ' ಅನ್ನುವುದನ್ನು ನಿರೂಪಕ ತುಸು ಉನ್ಮಾದದಲ್ಲಿ ಹೇಳುತ್ತಿದ್ದ. ಅವನ ದನಿಯಲ್ಲಿ ಒಂದು ಜೋಶ್ ಇತ್ತು.

"ಅದು ಯುದ್ಧವಲ್ಲ, ವಿಧವೆಯರನ್ನು ಸೃಷ್ಟಿಸುವ ಕಾರ್ಖಾನೆ. ಮಕ್ಕಳನ್ನು ಅನಾಥರನ್ನಾಗಿ ಮಾಡುವ ಕೇಂದ್ರ.." ಅಂತ ಗಟ್ಟಿಯಾಗಿ ಕೂಗಬೇಕು ಅಂದುಕೊಂಡಳು. ಬರೀ ಸ್ವಾರ್ಥದ ಗಜಿಬಿಜಿಯ ಬಜಾರಿನಲಿ ಅವಳ ಧ್ವನಿ ಎಷ್ಟು ಜನಕ್ಕೆ ಕೇಳಿಸೀತು?

ಕೇಳಿಸಿಕೊಂಡರೂ ಆಗುವುದೇನು? ಯಾರ ಉಸಾಬರಿ ಯಾರಿಗೂ ಬೇಕಿಲ್ಲ ಇಲ್ಲಿ.

ಆದರೆ ಅವಳ ಮಗ ಇದ್ಯಾವುದರ ಅರಿವಿಲ್ಲದೆ ಅಮ್ಮನ ಬೆರಳ ಹಿಡಿದುಕೊಂಡು ಸಾಗುತ್ತಿದ್ದ. ಮಗುವಿನ ಬೆರಗು ತುಂಬಿಕೊಳ್ಳುವ ಕ್ರಿಯೆಗೆ ಯಾವ ಅಡ್ಡಿಗಳೂ ಇರಲಿಲ್ಲ. ಯುದ್ಧ ತನ್ನ ತಂದೆಯನ್ನು ನುಂಗಿ ಹಾಕಿದೆ ಅನ್ನುವ ಸತ್ಯ ಮಗುವಿಗೆ ಹೇಗೆ ತಾನೆ ತಿಳಿಯಬೇಕು?

ಆರು ತಿಂಗಳ ಹಿಂದಷ್ಟೇ ಈ ಬಜಾರಿನಲ್ಲಿ ಅಪ್ಪ ಆ ಮಗುವಿನ ಬೆರಳು ಹಿಡಿದು ನಡೆದಿದ್ದು ಮಗುವಿಗೆ ನೆನಪಾಯಿತು. ಮಗು ಅಪ್ಪನನ್ನು ಕೇಳಬೇಕು ಅನ್ನುವುದರೊಳಗೆ ಏನನ್ನೋ ನೋಡಿ ಮರೆತು ಬಿಟ್ಟಿತು.

ಸರಭರ ನಡೆಯುತ್ತಿದ್ದಳು ಕೋಮಲಿ. ಒಮ್ಮೆ ಕತ್ತೆತ್ತಿ ತುಂಬಿದ ಬಜಾರಿನ ಕಡೆ ನೋಡಿದಳು. ಅಲ್ಲೆಲ್ಲೋ ಹರಿಯ ಮುಖ ಕಂಡಂತಾಯ್ತು. ನಿಜಕ್ಕೂ ಇಲ್ಲಿ ಹರಿ ಇದ್ದಾನಾ? ಅಥವಾ ಸುಮ್ಮನೆ ತನಗೆ ಹಾಗೆ ಅನಿಸುತ್ತಿದೆಯಾ? ಅವಳಿಗೆ ಯಾವುದೂ ಸ್ಪಷ್ಟವಾಗಲಿಲ್ಲ.

ಆದರೆ ಯಾಕೋ ಅತ್ತ ಕಡೆ ಮತ್ತೆ ಮತ್ತೆ ನೋಡಬೇಕು ಅನಿಸಿತು ಅವಳಿಗೆ. ಒಂದು ಕ್ಷಣ ನಿಂತು ಅತ್ತ ನೋಡಿದಳು. ಇಲ್ಲ ಹರಿ ಇರಲಿಲ್ಲ.

ಮತ್ತೆ ನಡೆಯತೊಡಗಿದಳು..

ಹರಿ ಇರಬಹುದಾ? ಅನುಮಾನ ಮಾತ್ರ ಹೋಗಿರಲಿಲ್ಲ. ನಡೆಯುತ್ತಾ ತಿರುಗಿ-ತಿರುಗಿ ನೋಡಿದಳು. ಹರಿ ಕಾಣಿಸಲಿಲ್ಲ.

ಮತ್ತೆ ಸುಮ್ಮನೆ ನಡೆಯತೊಡಗಿದಳು.

ಹೆಣೆಯುವ ಸ್ವೆಟರ್ ನೆನಪಾಯ್ತು..

ಸ್ವೆಟರ್ ಮುಗಿಸಬೇಕೋ.. ಮುಗಿಸಿದರೆ ತೊಡಲು ಅವರಿಲ್ಲ. ಅರ್ಧ ನೇಯ್ದ ಸ್ವೆಟರ್‌ಗೆ ಜೀವವಿಲ್ಲ. ಇನ್ಮೇಲೆ ಅದನ್ನು ಪೂರ್ತಿ ಕಳಚಿಬಿಟ್ಟು ಸುಮ್ಮನಾಗಲೇ? ಅಂತ ಯೋಚಿಸುವ ಹೊತ್ತಿಗೆ..

ಈಗ ನಿಜಕ್ಕೂ ಹರಿ ದೂರದಲ್ಲಿ ಅದೇ ರಸ್ತೆಯಲ್ಲಿ ಅವಳ ಎದುರಿಗೆ ನಡೆದು ಬರುತಿದ್ದ.

ಅವನನ್ನು ನೋಡ್ಬೇಕೋ, ಮಾತಾಡಿಸಬೇಕೋ ಎಂಬ ಗೊಂದಲದಲ್ಲಿ ಅವಳು ಹೆಜ್ಜೆ ಇಡತೊಡಗಿದಳು. ಸ್ವೆಟರ್‌ನ ಗೊಂದಲವೂ ಅವಳನ್ನು ಹಿಂಬಾಲಿಸಿತು.

❋

6

ಹತ್ತಿರವಿದ್ದೂ ದೂರನಿಂತು

ದೇಹವು ಕೊಳಕು ಕೊಳಕಾದ, ಯಾವುದೋ ಜನ್ಮದಲಿ ಸ್ನಾನ ಮಾಡಿದಂತಿರುವ, ತೊಟ್ಟ ತುಣುಕು ಬಟ್ಟೆಗಳು ಅಲ್ಲಲ್ಲಿ ಹರಿದು ಹೋಗಿರುವ, ಚಲನೆಯಿಂದ ಮಾತ್ರ ಮನುಷ್ಯನೆಂದು ಗುರುತಿಸಬಹುದಾದ ಅವನನ್ನು ಎಳೆದು ತಂದು ಈ ಕಲಾವಿದನ ಮುಂದೆ ನಿಲ್ಲಿಸಿದರು. ಇದು ಆ ಕಲಾವಿದನನ್ನು ಪರೀಕ್ಷಿಸಲೆಂದೇ ಹೂಡಿದ ಹುನ್ನಾರವೆಂದು ಯಾರಾದರೂ ಹೇಳಬಹುದಿತ್ತು. ಇದೆಲ್ಲವೂ ಆ ಬಡ ಕಲಾವಿದನಿಗೂ ಗೊತ್ತಾಗಿತ್ತು. ಆತ ತನ್ನೊಳಗೆ ತಾನೇ ಮಾತಾಡಿಕೊಂಡು ಒಮ್ಮೆ ತಣ್ಣಗೆ ನಕ್ಕಿದ್ದ.

ಆ ಕಲಾವಿದನಿಗೊಂದು ಹೆಸರಿತ್ತು ಮತ್ತು ಈಗವನಿಗೆ ಅದು ಮರೆತು ಹೋಗಿದೆ. ಮರೆಯಲು ಯತ್ನಿಸಿದ್ದನೋ ಅಥವಾ ಬಳಕೆಯಾಗದೆ ಅದಕ್ಕದೆ ಮರೆತು ಹೋಗಿತ್ತೋ ಸ್ವತಃ ಅವನಿಗೂ ನಿಖರವಿಲ್ಲ. 'ಹೇ, ಓಯ್, ಹಲೋ..' ಗಳಿಗೆ 'ಹ್ಞೂಂ' ಗುಡುತ್ತಿದ್ದ, ದಿನಗಳನ್ನು ತಳ್ಳುತ್ತಿದ್ದ.

ಆ ಕಲಾವಿದನು ಈಗಷ್ಟೇ ಊರಿನವರು ಹುಚ್ಚನೆಂದು ಕರೆ ತಂದವನ ಮುಂದೆ ತಾನು ಚಿತ್ರ ಬರೆಯಲು ಜೋಡಿಸಿಟ್ಟುಕೊಂಡಿದ್ದ ಹತ್ತಾರು ಬ್ರಷ್‌ಗಳಲ್ಲಿ ಒಂದನ್ನು ಆಯ್ದು ಕೊಡಲು ಹೇಳಿದ. ಆದರೆ ಹುಚ್ಚನೆನಿಸಿಕೊಂಡಿದ್ದ ಆ ವ್ಯಕ್ತಿ ಏನೊಂದೂ ಪ್ರತಿಕ್ರಿಯಿಸದೆ ಸುಮ್ಮನೆ ತನ್ನ ಪಾಡಿಗೆ ತಾನಿದ್ದ. ಜನರ ಗುಂಪು ಉಸಿರು ಬಿಗಿ ಹಿಡಿದು ನಿಂತಿತ್ತು. ಕೊನೆಗೂ ಅಲ್ಲಿ ಮುಂದಿದ್ದ ನಾಲ್ಕಾರು ಜನರ ಮತ್ತು ಈ ಕಲಾವಿದನ ಪ್ರಯತ್ನದಿಂದಾಗಿ ಹುಚ್ಚನು ಕೊನೆಗೂ ಒಂದು ಬ್ರಷ್ ಎತ್ತಿಕೊಟ್ಟ.

ತನ್ನ ಮುಂದೆ ಜೋಡಿಸಿಟ್ಟುಕೊಂಡಿದ್ದ ಕ್ಯಾನ್ವಾಸ್ ಮೇಲೆ ಬಣ್ಣ ಅದ್ದಿಕೊಂಡು ಬ್ರಷ್ ಆಡಿಸಲು ತೊಡಗಿದ ಕಲಾವಿದ. ಅಲ್ಲಿ ನೆರೆದಿದ್ದ ಜನ ಬಹಳ ಕುತೂಹಲದಿಂದ

ಮೂಡುವ ಚಿತ್ರಕ್ಕಾಗಿ ಕಾಯತೊಡಗಿದರು. ಗುಂಪಿನಲ್ಲೊಬ್ಬ 'ಈಗ ಗೊತ್ತಾಗುತ್ತೆ ಇವ್ನ ಬಂಡವಾಳ' ಎಂದು ಕೂಗಿದ. ಮತ್ತೊಬ್ಬ 'ಹಾಗೇನಾದರೂ ಆದರೆ ಇವ್ನ ಇವತ್ತೆ ಊರ್ ಬಿಟ್ ಓಡ್ಸಬೇಕು' ಅಂದ. ರಸ್ತೆಯಲ್ಲಿ ಓಡಾಡುತ್ತಿದ್ದವರೂ ಇಲ್ಲೇನು ನಡೆಯುತಿದೆ ಎಂಬ ಕೂತೂಹಲದಲ್ಲಿ ನಿಂತು ನೋಡತೊಡಗಿದರು. ಈ ಕಲಾವಿದನ ಬಗ್ಗೆ ಮೊದಲೇ ತಿಳಿದಿದ್ದ ಊರಿನ ಜನರೂ ಸುದ್ದಿ ತಿಳಿದು ಅಲ್ಲಿಗೆ ಬಂದರು. ಇದ್ಯಾವುದರ ಪರಿವೆ ಇಲ್ಲದ ಕಲಾವಿದ ಆ ಹುಚ್ಚನ ಕಣ್ಣುಗಳನ್ನೇ ನೋಡುತ್ತಾ ಕ್ಯಾನ್ವಾಸ್ ಮೇಲೆ ತನ್ನ ಬ್ರಷ್ ಓಡಿಸತೊಡಗಿದ.

ಅವನ ಬ್ರಷ್ ಓಡುತ್ತಾ ಓಡುತ್ತಾ ಚಿತ್ರ ಒಂದು ಎಳೆಯ ಮಗುವಿನ ರೂಪು ಪಡೆಯಲು ಆರಂಭಿಸಿತು. ಮುದ್ದಾದ ಪುಟ್ಟ ಕಣ್ಣುಗಳು, ಮೃದುವಾದ ಹೊಳೆಯುತ್ತಿರುವ ಕೆನ್ನೆಗಳು, ಪುಟ್ಟದಾದ ಗದ್ದ. ನವಿರು ಕೂದಲು, ಚೂರು ದೊಡ್ಡದಾದ ಕಿವಿಗಳು, ಸಣ್ಣ ಸಣ್ಣ ಹಲ್ಲುಗಳ ಪುಟ್ಟ ಬಾಯಿ. ಜನರಿಗೆ ಆಶ್ಚರ್ಯವೊ ಆಶ್ಚರ್ಯ.

ಕಲಾವಿದ ತನ್ನ ಕುಂಚದ ಕೆಲಸವನ್ನು ಮುಂದುವರೆಸಿದ. ಸುಮಾರು ಒಂದು ಗಂಟೆಯ ಬಳಿಕ ಕ್ಯಾನ್ವಾಸ್ ಮೇಲೆ ಮುಗ್ಧವಾಗಿ ನಗುತ್ತಿದ್ದ ಮಗುವಿನ ಚಿತ್ರ. ಕಲಾವಿದ ನೋಡುತ್ತಿದ್ದದ್ದು ಹುಚ್ಚನನ್ನು ಮಾತ್ರ. ಆದರೆ ಅವನ ಕಣ್ಣುಗಳನ್ನೇ ನೋಡುತ್ತಾ ಬರೆದ ಚಿತ್ರ ಹುಚ್ಚನದಾಗಿರದೆ ಒಂದು ಮಗುವಿನದ್ದಾಗಿತ್ತು..

ಹುಚ್ಚನೊಳಗೆ ಒಂದು ಎಳೆಯ ಮಗುವಿದೆಯಾ? ಯಾವ ಮಗುವಿಗಾಗಿ ಹೀಗೆ ಅಲೆಯುತ್ತಿದ್ದಾನೆ? ಅವನೇ ಅವನೊಳಗೆ ಮಗುವಾಗಿ ಉಳಿದಿರುವನಾ? ಇವು ಅಲ್ಲಿ ನಿಂತಿದ್ದವರ ಎದೆಯೊಳಗಿನ ಪ್ರಶ್ನೆಗಳು. ಉತ್ತರ ನಿಗೂಢವಾಗಿ ಕ್ಯಾನ್ವಾಸ್ ಮೇಲಿತ್ತು. ಜನರ ಕಣ್ಣುಗಳಲ್ಲಿ ದಿಗಿಲು ತುಂಬಿತ್ತು.

ಅಲ್ಲಿರುವ ಎಲ್ಲರಿಗೂ ಬೆರಗು. ಕೆಲವರು ಕಲಾವಿದನ ಈ ವಿಚಿತ್ರ ಮೋಡಿಯನ್ನು ಒಪ್ಪಿಕೊಂಡರು. ಕೆಲವರು ನಂಬುವುದೋ ಬೇಡವೋ ಎಂಬ ದ್ವಂದ್ವದಲ್ಲಿದ್ದರು. ಇನ್ನೂ ಕೆಲವರು ಇದು ಸಾಧ್ಯವೇ ಇಲ್ಲ, ಕಲಾವಿದ ದೊಡ್ಡ ಸುಳ್ಳ, ಅದೆಲ್ಲಾ ಆಗಲು ಹೇಗೆ ಸಾಧ್ಯ? ಎಂದರು. ನೂರೆಂಟು ತರಹದ ಗುಜುಗುಜು ಆರಂಭವಾಯಿತು. ಕಲಾವಿದ ಸುಮ್ಮನೆ ತಾನು ಬರೆದ ಆ ಮಗುವಿನ ಚಿತ್ರ ನೋಡುತ್ತಾ ನಿಂತಿದ್ದ.

'ಒಬ್ಬ ವ್ಯಕ್ತಿಯ ಒಳಗಿರುವ ಇನ್ನೊಬ್ಬ ವ್ಯಕ್ತಿಯನ್ನು ಕ್ಯಾನ್ವಾಸ್ ಮೇಲೆ ಬರೆಯಲು ಹೇಗೆ ಸಾಧ್ಯ? ಮನಸನ್ನು ಓದಲು ಸಾಧ್ಯನಾ? ಸರಿ ಮನಸೇನೋ ಓದಬಹುದು ರೂಪವನ್ನೂ ನೋಡಬಹುದಾ? ಮನಸಿನೊಳಗೆ ಅಡಗಿ ಕೂತ ಇನ್ನೊಂದು ಜೀವದ ಮುಖ ಹೇಗೆ ಕಂಡೀತು? ಇದನ್ನು ನಂಬಬೇಕಾ?..' ಇಂತಹವೇ ಮಾತುಗಳು. ಈಗಷ್ಟೇ ಅಲ್ಲ ಆತ ಪ್ರತಿಬಾರಿ ಇಂತದ್ದೊಂದು ಚಿತ್ರ ಬರೆದಾಗ ಈ ತರಹದ ಮಾತುಗಳು ಕೇಳಿ ಬರುತ್ತಿದ್ದವು.

ಆದರೆ ಈ ಕಲಾವಿದ ಆ ಕುರಿತು ಏನನ್ನೂ ಮಾತಾಡದೆ, ಯಾವುದಕ್ಕೂ ಉತ್ತರ ಕೊಡದೆ ಮೌನವಾಗಿ ಉಳಿದುಹೋಗುತ್ತಿದ್ದ. ಆತ ಎಂದೂ ಕೂಡ ತನ್ನನ್ನು ತಾನು ಯಾವ ರೀತಿಯಿಂದನೂ ಸಮರ್ಥಿಸಿಕೊಳ್ಳುವುದಕ್ಕೆ, ನಂಬಿಸುವುದಕ್ಕೆ ಹೋಗುತ್ತಿರಲಿಲ್ಲ. ತನ್ನ ಪಾಡಿಗೆ ತಾನಿರುತ್ತಿದ್ದ.

ಅಂದು ಹುನ್ನಾರ ಹೂಡಿದವರ ಮಾತು ನಿಂತಿತು. ಜನ ಚದುರಿತು. ನಂತರ ಆ ಹುಚ್ಚನು ತನ್ನ ಪಾಡಿಗೆ ಎಲ್ಲೋ ನಡೆದು ಹೋದ. ಅವನೊಂದಿಗೆ ಅವನೊಳಗಿನ ಮಗುವೂ!

ಯಾವುದೊ ಒಂದು ದೊಡ್ಡ ನಗರಕ್ಕೆ ಹೊರಟು ಹೋಗುವ ನುಣುಪಾದ ದೊಡ್ಡ ರಸ್ತೆಯ ಪಕ್ಕದಲ್ಲೊಂದು ಪುಟ್ಟ ಪಾರ್ಕು. ಹತ್ತು ಹಲವು ಗಿಡಗಳು, ಮರಗಳು, ಲಾನ್, ಮಕ್ಕಳಿಗೆ ಆಡಲು ಅವಕಾಶಗಳು, ಕೂರಲು ಕಲ್ಲುಬೆಂಚುಗಳು ಇದಷ್ಟನ್ನೆ ಹೊಂದಿರುವ ಸಣ್ಣ ಪಾರ್ಕು. ಪಶ್ಚಿಮಕ್ಕೆ ಮುಖ ಮಾಡಿರುವ ಅದರ ಗೇಟಿನ ಬಳಿಯಲ್ಲೇ ಈ ಕಲಾವಿದ ಸದಾ ಕೂತಿರುತ್ತಾನೆ. ಅವನನ್ನು ಚೂರು ದಿಟ್ಟಿಸಿ ನೋಡಿದರೆ ಯಾರಾದರೂ ಅವನಿಗೆ ಕನಿಷ್ಠ ಐವತ್ತಾದರೂ ವಯಸ್ಸು ಆಗಿರಬಹುದೆಂದು ಹೇಳಬಹುದಿತ್ತು. ಅಲ್ಲಲ್ಲಿ ಒಂದೆರಡು ಕಪ್ಪು ಕೂದಲು ಮಾತ್ರ ಇರುವ ಉದ್ದನೆಯ ಬಿಳಿ ಗಡ್ಡ, ಬಣ್ಣ ಮೆತ್ತಿಕೊಂಡ ಬಟ್ಟೆಯೇ ತನ್ನ ಧರ್ಮ ಎನ್ನುವಂತೆ ತೊಟ್ಟ ಕುರ್ತಾದಂತ ಅಂಗಿ ಮತ್ತು ದೊಗಳೆ ಪ್ಯಾಂಟು, ಮುಂದೆ ಹರಡಿಕೊಂಡಿರುವ ಅವನೇ ಬರೆದು ಕಟ್ಟು ಹಾಕಿಸಿಟ್ಟುಕೊಂಡ ಬಗೆ ಬಗೆಯ ಚಿತ್ರಪಟಗಳು, ಚಿತ್ರ ಬರೆಯಲು ಜೋಡಿಸಿಟ್ಟ ಹತ್ತಾರು ಬಗೆಯ ಬ್ರಷ್‌ಗಳು, ಬದುಕಿನಂತಹ ನೂರೆಂಟು ಬಣ್ಣ.. ಇವಿಷ್ಟು ನೀವು ಪಾರ್ಕಿನ ಬಳಿ ಹಾಯ್ದು ಹೋದರೆ ಕಾಣ ಸಿಗುವ ಚಿತ್ರಣ..

ಇದಷ್ಟೇ ಆಗಿದ್ದರೆ ಅಲ್ಲಿನ ಒಂದು ಹಿಂಡು ಜನ ಹುಚ್ಚನನ್ನು ಕರೆದುಕೊಂಡು ಬಂದು ಆ ಕಲಾವಿದನನ್ನು ಪರೀಕ್ಷೆಗೆ ಒಡ್ಡುತ್ತಿರಲಿಲ್ಲ. ಈ ಕಲಾವಿದ ತುಂಬಾ ವಿಶೇಷ ಎನಿಸಿದ್ದು ಒಂದು ಬೇರೆಯದೆ ಕಾರಣಕ್ಕೆ..

ಅವನಿಂದ ಎಷ್ಟೋ ಜನರ ನೆಮ್ಮದಿ ಹೊರಟು ಹೋಗಿತ್ತು. ಎಷ್ಟೋ ಜನರಿಗೆ ನೆಮ್ಮದಿಯೂ ಸಿಕ್ಕಿತ್ತು. ಮತ್ತೆ ಕೆಲವರಿಗೆ ತಾನೇನು ಎಂಬುದು ಅರ್ಥವೂ ಆಗಿತ್ತು. ಈ ಎಲ್ಲದರ ಮರ್ಮ ಅವನು ಹಿಡಿಯುತ್ತಿದ್ದ ಬ್ರಷ್‌ನಲ್ಲಿತ್ತು. ಕ್ಯಾನ್ವಾಸ್‌ನಲ್ಲಿ ಮೂಡುತ್ತಿದ್ದ ಚಿತ್ರದಲ್ಲಿತ್ತು.

***

ಚಿತ್ರ ಬರೆಸಿಕೊಳ್ಳಬೇಕು ಎಂದು ಬಂದವರಿಗೆ ಆ ಕಲಾವಿದ ತನ್ನ ಮುಂದಿರುವ ಹತ್ತಾರು ಬ್ರಷ್‌ಗಳಲ್ಲಿ ಒಂದನ್ನು ಆಯ್ದು ಕೊಡಲು ಹೇಳುತ್ತಿದ್ದ. ಬರೆಸಿಕೊಳ್ಳಲು

ಬಂದವನೇ ಅಷ್ಟು ಬ್ರಷ್‌ಗಳಲ್ಲಿ ಒಂದನ್ನು ತಮ್ಮ ಕೈಯಾರೆ ಎತ್ತಿಕೊಡಬೇಕು. ಎತ್ತಿಕೊಟ್ಟ ಆ ಬ್ರಷ್‌ನಿಂದಲೇ ಆ ಕಲಾವಿದ ಚಿತ್ರ ಬರೆಯುತ್ತಿದ್ದ. ಬರೆಯುವಾಗ ಮಾತ್ರ ಅವರು ಅವನ ಎದುರಿಗೆ ಕೂತಿರಬೇಕು. ಕಣ್ಣು ತೆರೆದಿರಬೇಕು. ತೆರೆದ ಕಣ್ಣಲ್ಲಿ ಬರೆಯುವ ಕಲಾವಿದನನ್ನೇ ನೋಡಬೇಕು. ಆದರೆ ಆ ಕಲಾವಿದ ಕೂತವರ ಕಣ್ಣುಗಳನ್ನು ಮಾತ್ರ ನೋಡುತ್ತಾನೆ. ಅವರ ಮುಖ, ಮೂಗು, ಕೆನ್ನೆ, ಕೈ ಕಾಲುಗಳ ಬಗ್ಗೆ ಅವನಿಗೆ ಗಮನವಿಲ್ಲ. ಅದು ಅವನಿಗೆ ಬೇಕಾಗಿಯೂ ಇಲ್ಲ. ಬರೀ ಕಣ್ಣುಗಳನ್ನು ನೋಡುತ್ತಾ ಚಿತ್ರ ಬರೆಯುತ್ತಾ ಹೋಗುತ್ತಾನೆ. ಆದರೆ ಆ ಕ್ಯಾನ್ವಾಸಿನ ಮೇಲೆ ಅಲ್ಲಿ ಕೂತವರ ಚಿತ್ರ ಮೂಡುವುದಿಲ್ಲ. ಬದಲಿಗೆ ಕೂತವರ ಮನಸಿನಲ್ಲಿ ಯಾರಿದ್ದಾರೊ ಅವರ ಚಿತ್ರ ಮೂಡುತ್ತದೆ. ಅವರ ಮನಸಿನಲ್ಲಿ ಏನಿದೆಯೋ ಅದು ಮೂಡುತ್ತದೆ. ನೋಡುವವರಿಗೆ ಇದೊಂದು ಅಚ್ಚರಿ; ಅಷ್ಟೇ ಅಲ್ಲ ಬರೆಸಿಕೊಂಡವನಿಗೂ ಇದು ಅದಕ್ಕಿಂತ ಅಚ್ಚರಿ. ಸ್ವತಃ ಚಿತ್ರ ಬರೆಸಿಕೊಂಡವರ್ಯಾರೂ ಇದು ಸುಳ್ಳು ಎಂದು ಹೇಳಿಲ್ಲ. ಇದು ಸರಿಯಿಲ್ಲ, ತಪ್ಪು ಬೇರೆ ಚಿತ್ರ ಬಂದಿದೆ ಎಂದು ವಾದಿಸಿಲ್ಲ. ಎಲ್ಲರೂ ಒಂದು ಒಪ್ಪಿತ ಮೌನದೊಂದಿಗೆ ಎದ್ದು ಹೋಗುತ್ತಿದ್ದರು. ಕೆಲವರಿಗೆ ಸಂಭ್ರಮ, ಅವರ ಜೊತೆಗೆ ಬಂದವರಿಗೆ ಒಮ್ಮೊಮ್ಮೆ ಸಂಕಟ, ಪೀಕಲಾಟ.

ಇದ್ಯಾಕೆ ಹೀಗೆ ಎಂದು ಸ್ವತಃ ಈ ಕಲಾವಿದನಿಗೂ ಗೊತ್ತಿರಲಿಲ್ಲ. ಮೊದಲ ಬಾರಿ ಹೀಗೆ ಯಾರದೋ ಚಿತ್ರ ಬರೆಯುವಾಗ ಎದುರಿಗೆ ಕೂತವರ ಚಿತ್ರ ಮೂಡದೆ ಅವರ ಮನಸಿನೊಳಗಿರುವವರ ಚಿತ್ರ ಮೂಡಿದಾಗ ಖುಷಿ ಆಗಿತ್ತು. ತನ್ನ ಬಗ್ಗೆಯೇ ತನಗೆ ಹೆಮ್ಮೆ ಆಗಿತ್ತು.

ಅದೇ ಹುರುಪಿನಲ್ಲಿ ಒಂದು ದಿನ ತನ್ನ ಹೆಂಡತಿಯನ್ನು ಕೂರಿಸಿಕೊಂಡು ಚಿತ್ರ ಬರಿತೀನೀ ಅಂದಿದ್ದ. ಎಂದೂ ತನ್ನ ಚಿತ್ರ ಬರೆಯದ ಗಂಡ ಇಂದು ತನ್ನ ಚಿತ್ರ ಬರೆಯುತ್ತೇನೆ ಅಂದಾಗ ಅವಳಿಗೆ ಸ್ವಾಭಾವಿಕವಾಗಿಯೇ ಖುಷಿಯಾಗಿತ್ತು. ಸಂಭ್ರಮಗೊಂಡಿದ್ದಳು. ಹೆಂಡತಿಯ ಕಣ್ಣು ನೋಡುತ್ತಾ.. ಅವಳೊಳಗೆ ಇರುವ ತನ್ನ ಚಿತ್ರವನ್ನು ಬರೆಯುವ ಹುರುಪು ಕೂಡ ಅವನನ್ನು ಪುಳಕಿತಗೊಳಿಸಿತ್ತು.

ಹೆಂಡತಿಯನ್ನು ಖುಷಿಯಿಂದ ಎದುರಿಗೆ ಕೂರಿಸಿಕೊಂಡು, ಅವಳ ಕಣ್ಣುಗಳನ್ನು ನೋಡುತ್ತಾ, ಅದರ ಆಳದಲ್ಲಿ ಇಳಿಯುತ್ತಾ ಬ್ರಷ್‌ಗೆ ಬಣ್ಣ ಮೆತ್ತಿಕೊಂಡು ಕ್ಯಾನ್ವಾಸ್ ಮೇಲೆ ಅಡಿಸತೊಡಗಿದ. ತನ್ನ ಚಿತ್ರ ತಾನೇ ಬರೆದುಕೊಳ್ಳುವ ವಿಚಿತ್ರ ಕಲಾವಿದನಾದೆನೇ ನಾನು? ಎಂದು ತನಗೆ ತಾನೇ ಕೇಳಿಕೊಂಡ. ಆದರೂ ಇದು ವಿಶೇಷವೆನಿಸಿತ್ತು. ಬ್ರಷ್ ಆಡಿಸುತ್ತಾ ಆಡಿಸುತ್ತಾ ಎರಡೇ ಸೆಕೆಂಡ್‌ಗೆ ಗೊತ್ತಾಯ್ತು.. ಇದು ನನ್ನ ಚಿತ್ರವಲ್ಲ. ಹೌದು ಇದು ನಿಜಕ್ಕೂ ನನ್ನ ಚಿತ್ರವಲ್ಲ. ಹಾಗಾದರೆ ಹೆಂಡತಿಯ ಮನಸಿನೊಳಗೆ ಯಾರಿದ್ದಾರೆ? ಇಷ್ಟ ಇದ್ದದ್ದು ನಾನಲ್ಲವೇ? ಇಷ್ಟು ದಿನ ಇದ್ದದ್ದೂ ನಾನಲ್ಲವೇ? ನೀ ನನ್ನ ಎದೆಯ ಸಾಮ್ರಾಟ ಅಂತ ಅವಳು ಆಗಾಗ

ಹೇಳುತ್ತಿದ್ದದ್ದು ಬರೀ ಮಾತೇ? ಅವಳು ಅಷ್ಟೊಂದು ಪ್ರೀತಿ ಮಾಡುತ್ತಿದ್ದದ್ದು ನಟನೆಯೇ? ಒಳ್ಳೆಯ ಪ್ರೀತಿಯನ್ನು ಕೂಡ ನಟಿಸಬಹುದೇ? ಬ್ರಷ್ ಹಿಡಿದ ಅವನ ಅಂಗೈ ತುಂಬಾ ಬೆವರು. ಕಾಲುಗಳಲ್ಲಿ ನಡುಕ. ಹಣೆಯ ಮೇಲೆ ಚೆಲ್ಲಿ ಬಿದ್ದ ಬೆವರ ಸಾಲು..

ನಾನಿಲ್ಲ, ಹಾಗಾದರೆ ಬೇರೆಯವರು ಯಾರಿದ್ದಾರೆ? ನಾನಿಲ್ಲದೆ ಬೇರೆ ಯಾರಿದ್ದರೆ ತಾನೆ ನನಗೇನು? ಬೇರೆಯವರು ಇರುವುದಂತೂ ಖಚಿತ. ಇಷ್ಟು ದಿನ ಬಾಳಿದ ಜೋಡಿ ಸಂಸಾರಕ್ಕೆ ಯಾವ ಅರ್ಥವಿದೆ? ಮನೆಯಲ್ಲಿ ಒಬ್ಬ, ಮನಸಿನಲ್ಲಿ ಒಬ್ಬ.. ಹೇಗೆ ಸಾಧ್ಯ? ಕಾಣದ ಈ ಮನಸಿನೊಳಗೆ ಏನೇನಿರುತ್ತೊ?

ಪ್ರಶ್ನೆಗಳನ್ನು ಮಾತ್ರ ಹಾಕಿಕೊಂಡ. ಉತ್ತರ ಹುಡುಕಿಕೊಳ್ಳುವ ಅವಶ್ಯಕತೆ ಅವನಿಗೆ ಕಾಣಲಿಲ್ಲ. ಹುಡುಕಿಕೊಂಡು ಅವನು ಯಾವ ಪರೀಕ್ಷೆಯಲ್ಲಿ ತಾನೇ ಪಾಸಾಗಬೇಕು? ಅಂತಹ ಪಾಸಾದರೂ ತನಗೇಕೆ? ಇಡೀ ಬದುಕು ಅವನನ್ನು ಮತ್ತೆಂದೂ ಉತ್ತೀರ್ಣನಾಗದಂತೆ ಫೇಲ್ ಮಾಡಿ ಬಿಸಾಕಿತ್ತು. ಅವನು ನಪಾಸಾಗಿದ್ದ. ಯೋಚನೆಗಳ ಮಧ್ಯೆ ಮುಳುಗಿದ್ದ. ಅವನನ್ನು ಹೆಂಡತಿ ಎಚ್ಚರಿಸಿದಳು..

'ರೀ ಏನಾಯ್ತು.. ಬರೀರಿ. ನಿಮಗೆ ನನ್ನ ಕೆನ್ನೆ ಮೇಲಿನ ಮಚ್ಚೆ ಇಷ್ಟ ಅಲ್ವ? ಅಲ್ಲಿಂದನೇ ಆರಂಭಿಸಿ' ಎಂದು ನುಲಿದಳು.

ನಗು ಬಂತು. ಅದರ ಹಿಂದೆ ಕಣ್ಣಿ ಹನಿಯ ಕಡಲು ನುಗ್ಗಿತು. ಎರಡಕ್ಕೂ ಕೂಡ ಗದರಿ ಹಿಂದೆ ಕಳುಹಿಸಿದ. ಭರತ ಇಳಿದ ಮೇಲಿನ ಕಡಲಿನಂತೆ ಶಾಂತವಾಗಲು ಪ್ರಯತ್ನಿಸಿದ.

ಇಬ್ಬರ ನಡುವೆ ಅರೆಕ್ಷಣ ಶತಮಾನವೊಂದರ ಮೌನ ಕವಿಯಿತು.

ಅವಳಿಗೆ ಕ್ಯಾನ್ವಾಸ್ ಮೇಲೆ ಮೂಡುತ್ತಿದ್ದ ಬದಲಿ ಚಿತ್ರದ ಜಾಡು ಸಿಕ್ಕಿತ್ತು. ಅವನ ಹುಡುಗನ ಹಣೆಯ ನಟ್ಟ ನಡುವೆ ಇರುವ ಸಿಡುಬಿನ ಕಲೆ ಈಗಾಗಲೇ ಚಿತ್ರದ ಮೇಲೆ ಮೂಡಿತ್ತು.

ಅವಳು ಏನು ಹೇಳಬೇಕು ಎಂಬುದರ ಹುಡುಕಾಟದಲ್ಲಿದ್ದಳು. 'ನಿನ್ನ ಚಿತ್ರವೇ ತಪ್ಪು.. ನಾನು ಹಾಗೆ ಇಲ್ಲ' ಅನ್ನಬೇಕು ಅಂದುಕೊಂಡಳು. ಮರುಕ್ಷಣಕ್ಕೆ 'ಹೌದು ನಾನು ನಟಿಸಿದ್ದು ನಿಜ.. ಮನಸಿನೊಳಗೆ ಅವನಿದ್ದಾನೆ ಅನ್ನಲೇ?' ಅನ್ನುವ ಯೋಚನೆಯೂ ಅವಳಿಗೆ ಬಂದು ಹೋಯಿತು.

ಅರೆಕ್ಷಣ ಹಾಗೆಯೇ ನಿಂತು ಯೋಚಿಸಿದಳು. ಯೋಚಿಸುತ್ತಲೇ ಇದ್ದಳು.

ಅವಳ ಉತ್ತರಕ್ಕೆ ಕಲಾವಿದ ಕಾಯಲಿಲ್ಲ. 'ನೋಡು, ಈಗಷ್ಟೇ ದಾರಿಗಳು ಎರಡಾದವು. ದಾರಿ ಸಿಕ್ಕ ಮೇಲೆ ಯಾರೂ ಸುಮ್ಮನೆ ಕೂರುವುದಿಲ್ಲ. ಕೂರಲೂ

ಬಾರದು. ಹೊರಡಲು ತಯಾರಿ ನಡೆಸಬೇಕು. ಹೋಗುವುದು ಖಚಿತವೆಂದ ಮೇಲೆ ಬೇಗ ಹೊರಡುವುದು ಒಳ್ಳೆಯದು. ಹೋಗುವುದು ದಿಟವಾದ ಮೇಲೆ ಹೊರಟು ಬಿಡಬೇಕು. ನನಗೊಂದು ದಾರಿಯಿಲ್ಲ, ಹೋಗಿ ಸೇರುವ ಊರು ಇಲ್ಲ. ಇಲ್ಲಿ ಉಳಿಯುವೆ. ನೀ ಹೋದ ದಾರಿಯ ನೋಡುತ್ತಾ, ನೇವರಿಸುತ್ತಾ. ಈಗ ನಿನಗೊಂದು ಊರು ಸಿಕ್ಕಿದೆ. ಹೊರಡು. ದಾರಿಯಲ್ಲಿ ಮುಳ್ಳುಗಳಿರಬಹುದು ಹುಷಾರು. ಬಿಸಿಲು, ಮಳೆ, ಗಾಳಿಯೂ ಇರಬಹುದು. ಕಾಳಜಿ ಇರಲಿ' ಅಂದ. ಮೊದಲ ಬಾರಿ ಗಂಡನನ್ನು ನೆನೆದು ಅವಳ ಮನಸು ಕಲಕಿತು. ಅವಳೊಳಗಿದ್ದು ಕ್ಯಾನ್ವಾಸ್ ಮೇಲೆ ಇನ್ನೇನು ಮೂಡಲು ಕಾದಿದ್ದ ಚಿತ್ರವೂ ಕನಲಿತು.

ಅವಳು ನಡೆದಳು; ಅವನು ಉಳಿದನು.

ಇಬ್ಬರೇ ಇರುವ ಅವನ ಮನೆ ಈಗ ಅವಳಿಲ್ಲದೆ ಖಾಲಿಯಾಯಿತು. ಸುಮ್ಮನೆ ಮನೆ ತುಂಬಾ ಓಡಾಡಿದ. ಯಾರೂ ಇಲ್ಲ ತಾನೊಬ್ಬನೇ ಎಂಬುದು ಅರ್ಥವಾಗಲು ಅವನಿಗೆ ಹಲವು ದಿನಗಳೇ ಬೇಕಾದವು.

ಬ್ರಷ್ ಕೈಯಿಂದ ಜಾರಿತು. ಮತ್ತೆ ಎತ್ತಿಕೊಳ್ಳಲೊ ಬೇಡವೊ ಯೋಚಿಸಿದ. ಕನಿಷ್ಠ ಸುಳ್ಳೇ ಆದರೂ ಒಬ್ಬರ ಮನಸಿನಲ್ಲಿ ಒಬ್ಬರು ಇದೀವಿ ಎಂದು ನಂಬಿಕೊಂಡು ಬದುಕ್ತಾ ಇದ್ವಿ, ಈ ಬ್ರಷ್, ಈ ಬಣ್ಣದಿಂದ ಎಲ್ಲವು ಬೆತ್ತಲಾಯಿತು. ಒಮ್ಮೊಮ್ಮೆ ಸುಳ್ಳೂ ಕೂಡ ಒಳ್ಳೆಯದೆನಿಸುತ್ತದೆ. ಕೊಲ್ಲುವ ಸತ್ಯದ ಮುಂದೆ ಸುಮ್ಮನೆ ಭ್ರಮೆ ಹುಟ್ಟಿಸುವ ಸುಳ್ಳೇ ಮೇಲು ಅನಿಸಿತು.

ಊರು ಬಿಟ್ಟು ಹೊರಡಲು ಯೋಚಿಸಿದ. ಎಲ್ಲಿಗೆ ಹೋದರೂ ಹೋಗುವುದು ನಾನೇ ಅಲ್ವ, ಎಲ್ಲಿದ್ದರೂ ನನ್ನೊಳಗಿನ ಎಲ್ಲವೂ ನನ್ನೊಂದಿಗೆ ಬರುವುದರಿಂದ ಹೋದರೂ ಒಂದೇ ಹೋಗದೇ ಇದ್ದರೂ ಒಂದೇ ಎಂದು ಸುಮ್ಮನಾದ.

ಪ್ರತಿದಿನ ಬ್ರಷ್ ಹಿಡಿಯುವ ಹಂಬಲವಾಗುತ್ತಿತ್ತು. ಆದರೂ ಬಲವಂತದಿಂದ ಅದರಿಂದ ದೂರ ಉಳಿಯುತ್ತಿದ್ದ. ಬಣ್ಣ, ಬ್ರಷ್ ಎಲ್ಲವುಗಳನ್ನು ಕಟ್ಟಿ ಎತ್ತಿಟ್ಟುಬಿಟ್ಟಿದ್ದ.

ಕೆಲವೇ ದಿನಗಳಲ್ಲಿ ಇದ್ದಕ್ಕಿದ್ದ ಹಾಗೆ ಅವನಿಗೊಂದು ಯೋಚನೆ ಬಂತು. ಅಗಲಿದ್ದು ಸರಿ ಇದೆ ಅನಿಸಿತು. ಸುಮ್ಮನೆ ಒಟ್ಟಿಗಿರುವಂತೆ ನಟಿಸುತ್ತಿದ್ದೆವು ಅಷ್ಟೇ. ಆದರೆ ಒಟ್ಟಿಗೆ ಇರಲಾಗುತ್ತಿರಲಿಲ್ಲ. ಇಬ್ಬರೂ ಯಾವುದೋ ಅಭಾವದಲ್ಲಿ ಬಳಲಬೇಕಾಗುತ್ತಿತ್ತು. ಆದರೆ ಈಗ ಇಬ್ಬರಲ್ಲಿ ಒಬ್ಬರಾದರೂ ನೆಮ್ಮದಿಯಿಂದ ಇರುವಂತಾಗಿದೆ. ಅವಳಿಗೆ ಅವಳ ಇಷ್ಟದವನು ಸಿಕ್ಕಿದಾನೆ. ನನಗೂ ಅವಳನ್ನು ಅವಳ ಇಷ್ಟದವನ ಬಳಿ ಕಳುಹಿಸಿದ ಸಮಾಧಾನ ಇದೆ ಎಂದುಕೊಂಡ.

ಮಿಂಚಿನಂತೆ ಮರುಕ್ಷಣಕ್ಕೆ ಅವನಿಗೆ ಮತ್ತೊಂದು ಯೋಚನೆ ಹೊಳೆಯಿತು. ಜಗತ್ತಿನಲ್ಲಿ ಅದೆಷ್ಟು ಜನ ಹೀಗೆ ಬದುಕಿದ್ದಾರೋ. ಸುಳ್ಳೆ ಸುಳ್ಳೇ ಜೊತೆ ಇದ್ದಾರೋ.

ಜೊತೆಯಿದ್ದು ಸಂಕಟ ಉಣ್ಣುತ್ತಿದ್ದಾರೊ. ಅವರಿಗೊಂದು ಬಿಡುಗಡೆ ಬೇಕು. ಹೇಳುವವರು ಬೇಕು. ಒಳಗಿರುವುದು ಇವರಲ್ಲ ಅವರು ಎಂದು ತೋರಿಸುವವರು ಬೇಕು. ಜೊತೆಗಿರುವುದು ಬರೀ ಸುಳ್ಳು ಎಂದು ಅರಿವಾಗಬೇಕು. ಇದ್ದವರಿಗೂ, ಹೋದವರಿಗೂ ಅದೊಂದು ನೆಮ್ಮದಿ, ಸಮಾಧಾನ!

ಹಾಗೆ ಯೋಚಿಸಿದ್ದೆ ಅವನ ಮುಂದೆ ಬ್ರಷ್‌ಗಳು, ಬಣ್ಣಗಳು ಬಂದು ನಿಂತವು. ಅರೆ, ಇಷ್ಟು ದಿನ ನಾನು ಅದೆಂತಹ ತಪ್ಪು ಮಾಡಿದೆ. ಚಿತ್ರ ಬರೆಯುತ್ತಾ ಹೋಗಬಹುದಿತ್ತು. ಯಾರ-ಯಾರದೋ ಮುಖಗಳು ಬಯಲಾಗುತ್ತಿದ್ದವು. ಸುಳ್ಳುಗಳು ತಿಳಿಯುತ್ತಿದ್ದವು. ಸಿಗಬೇಕಾದವರು ಸಿಗುತ್ತಿದ್ದರು. ಬೇಡ ಎನ್ನುವವರು ಎದ್ದು ಹೋಗುತ್ತಿದ್ದರು. ಇದೊಂದು ಒಳ್ಳೆಯ ಕೆಲಸವೇ! ಆದರೆ ತಾನು ಆ ಕೆಲಸಕ್ಕೆ ಅಂತ ಮತ್ತೆ ಬ್ರಷ್ ಹಿಡಿಯುವುದು ಬೇಡ. ಆದರೆ ಬ್ರಷ್ ಬಿಟ್ಟು ಇರಲಾಗದು ಎಂಬ ತನ್ನೊಳಗಿನ ಕರೆಗಾಗಿಯಾದರೂ ನಾನು ಮತ್ತೆ ಕ್ಯಾನ್ವಾಸ್ ಮೇಲೆ ಬಣ್ಣ ಬಳಿಯಬೇಕು ಅಂದುಕೊಂಡ.

ಅಟ್ಟದ ಮೇಲಿದ್ದ ಗಂಟು ತೆಗೆದು ಕೆಳಗೆ ತಂದ. ಬ್ರಷ್ ಮತ್ತು ಬಣ್ಣಗಳನ್ನು ಜೋಡಿಸಿಕೊಂಡ.

ಅವನ ಬೆರಳಿಗೆ ಮತ್ತೆ ಬಣ್ಣ ಅಂಟಿಕೊಂಡಿತು.

ಬದುಕಿನಲ್ಲಿ ಬಣ್ಣವಿಲ್ಲದವನು ಬರೆದದ್ದೆಲ್ಲಾ ಬಣ್ಣವೇ ಆಯ್ತು. ಬ್ರಷ್ ಆತ್ಮೀಯ ಗೆಳೆಯನಾಯಿತು. ಮತ್ತೆ ಪಾರ್ಕಿನ ಬದಿಯ ಜಾಗ ಖಾಯಂ ಆಯ್ತು..

ಕಲಾವಿದನ ಈ ವಿಚಿತ್ರ ಮೋಡಿ ಹಲವು ಜನರನ್ನು ಸೆಳೆಯಿತು. ಈ ವಿಷಯ ಊರಲ್ಲೆಲ್ಲಾ ಹರಡಿತು. ಸುತ್ತಲಿನ ಊರಿಗೂ ಹಬ್ಬಿತು. ಜನ ನೋಡಲು ಬರುತ್ತಿದ್ದರು. ಹಾಗೆ ಬಂದವರು ತಮ್ಮ ಚಿತ್ರ ಬರೆಸಿಕೊಳ್ಳಲು ಹಿಂದೇಟು ಹಾಕುತ್ತಿದ್ದರು. ಮನಸಿನೊಳಗಿನ ಗುಪ್ತ ಮುಖವೊಂದನ್ನು ಜಗಜ್ಜಾಹೀರು ಗೊಳಿಸಿಕೊಳ್ಳುವುದು ಅವರಿಗೆ ಬೇಕಿರಲಿಲ್ಲ. ತದನಂತರ ಆಗುವ ಅವಾಂತರಗಳನ್ನು ಹೊರುವ ಧೈರ್ಯವೂ ಅವರಿಗಿರಲಿಲ್ಲ.

ಆದರೆ ಕೆಲವರು ಪ್ರಯತ್ನಿಸುತ್ತಿದ್ದರು. ಸ್ವಲ್ಪ ಧೈರ್ಯ ಮಾಡುತ್ತಿದ್ದವರು ಪ್ರೇಮಿಗಳು ಮಾತ್ರ. ಅದರಲ್ಲೂ ಅರ್ಧದಷ್ಟು ಜನ ತಮ್ಮ ಮನಸಿನಲ್ಲಿರುವ ಬೇರೆಯವರ ಮುಖದ ಗುಟ್ಟನ್ನು ಬಿಟ್ಟುಕೊಟ್ಟು ಜೊತೆಗೆ ಪ್ರೀತಿಯನ್ನು ಬಿಟ್ಟು ಹೊರಡಬೇಕಾದ ಅನಿವಾರ್ಯತೆಯೂ ಎದುರಾಗುತ್ತಿತ್ತು..

ಮುದುಕಿಯ ಮನಸಿನೊಳಗೆ ಎಲ್ಲೋ ದೂರದಲ್ಲಿರುವ ಮಗನ ಮುಖ, ದಂಪತಿಗಳ ಎದೆಯೊಳಗೆ ಬೇರೆ ಯಾರದೋ ಮುಖಗಳು, ಅವನ ಮನಸಿನಲ್ಲಿ ಅವಳು; ಅವಳ ಮನಸಿನಲ್ಲಿ ಇನ್ಯಾರೋ, ಕೆಲವರ ಮನಸಿನಲ್ಲಿ ಮುಳ್ಳು ಹಂದಿಗಳು,

ಹಾವುಗಳು, ಚೇಳು, ಹಂದಿ, ನರಿ ಇಂಥವೇ ಕಾಣುತ್ತಿದ್ದವು. ಕಲಾವಿದನಿಗೆ ಈ ಬದುಕೇ ಸರಿಯಿಲ್ಲ.. ಇಲ್ಲಿ ಯಾರೂ ಸರಿಯಿಲ್ಲ.. ಅನಿಸತೊಡಗಿತು. ಎಲ್ಲರ ಬದುಕು ಒಂದು ನಾಟಕದೊಳಗೆ ತೂರಿಸಿಕೊಂಡ ಬಣ್ಣವಿಲ್ಲದ ನಟನೆ ಅನಿಸುತ್ತಿತ್ತು..

ಇತ್ತೀಚೆಗಂತಲಾಗಿ ಚಿತ್ರ ಬರೆಯುವುದನ್ನು ಬಿಟ್ಟು ಬಿಡಬೇಕೆಂದು ತುಂಬಾ ಅಂದುಕೊಳ್ಳುತ್ತಿದ್ದ. ಯಾರದೋ ಮನಸಿನ ನೆಮ್ಮದಿ ಕಿತ್ತು ಹಾಕುತ್ತಿದ್ದೇನೆ ಅನಿಸುತ್ತಿತ್ತು ಅವನಿಗೆ. ಯಾಕೆ ಇದೆಲ್ಲಾ ನನಗೆ. ಮನಸಿನಲ್ಲಿ ಇರುವುದನ್ನು, ಇಲ್ಲದಿರುವುದನ್ನು ಜಾಹೀರುಗೊಳಿಸುವುದು? ತನಗೆ ತಾನೇ ಕೇಳಿಕೊಳ್ಳುತ್ತಿದ್ದ. ಬ್ರಷ್ ಬಿಡಬೇಕು, ಬಣ್ಣ ಬಿಡಬೇಕು ಅಂತ ಯೋಚಿಸುತ್ತಿದ್ದ. ಬ್ರಷ್ ಬಿಟ್ಟ ದಿನ ಪ್ರಾಣವೂ ತನ್ನನ್ನು ಬಿಟ್ಟು ಹೋಗಬಹುದೆಂದು ಅವನಿಗೆ ಅನಿಸುತ್ತಿತ್ತು. ಇದೇ ತೊಳಲಾಟದಲ್ಲಿ ನವೆದು ಹೋಗುತ್ತಿದ್ದ.

ಅದೊಂದು ದಿನ ಅವಳು ಬಂದಳು. ಆಗಾಗ ಬಂದು ಹೋಗುತ್ತಿದ್ದ ಹುಡುಗಿ. ಚೂಪು ಮೂಗಿನ, ತುಂಬು ಗಲ್ಲದ, ಸೆಳೆವ ಮೂಗುತಿಯ ಚೆಲುವೆ ಆಕೆ. ಚಿತ್ರಗಳೆಂದರೆ ಅವಳಿಗೆ ಮೋಹ. ಆಗಾಗ ಬಂದು ಕೆಲವು ಚಿತ್ರಪಟಗಳನ್ನು ಕೊಂಡು ಒಯ್ಯುತ್ತಿದ್ದಳು. ಮತ್ತೆ ಬರುತ್ತಿದ್ದಳು ಹೊಸದನ್ನು ಹುಡುಕಿ ತೆಗೆದುಕೊಂಡು ಹೋಗುತ್ತಿದ್ದಳು. ಕಲಾವಿದನಿಗೆ ಅವಳೊಂದು ಅಚ್ಚರಿ. ಈ ಊರಲ್ಲಿ ಕಲೆಯ ಬಗ್ಗೆ ಇಷ್ಟೊಂದು ಒಲವಿರುವ ಈ ಹುಡುಗಿ ಯಾರೋ ಎಂದು ಖುಷಿ ಪಡುತ್ತಿದ್ದ.

ಮನಸಿನಾಳದಲ್ಲಿನ ಮುಖ ಬರೆಯುವ ಕಲಾವಿದನ ಮೋಡಿಯ ಬಗ್ಗೆ ಅವಳಿಗೂ ಗೊತ್ತಿತ್ತು. ಅವಳೆಂದೂ ಅದರ ಬಗ್ಗೆ ಕುತೂಹಲ ವ್ಯಕ್ತಪಡಿಸಿರಲಿಲ್ಲ. ಆ ಬಗ್ಗೆ ಕಲಾವಿದನ ಬಳಿ ಏನನ್ನೂ ಕೇಳಿರಲಿಲ್ಲ. ಇಷ್ಟದ ಚಿತ್ರ ನೋಡುತ್ತಿದ್ದಳು. ಕೊಳ್ಳುತ್ತಿದ್ದಳು.

ಅಲ್ಲೇ ಕೂತು ಮಾತಾಡುತ್ತಿದ್ದಳು. ನಗುತ್ತಿದ್ದಳು, ನಗಿಸುತ್ತಿದ್ದಳು. ಬಣ್ಣ ಅಂದರೇನು? ಎನ್ನುತ್ತಿದ್ದಳು. ಚಿತ್ರಕ್ಕೆ ಜೀವ ಇದೆಯಾ? ಕೇಳುತ್ತಿದ್ದಳು. ಮನುಷ್ಯನಿಗೆ ಬರೀ ಜೀವ ಇದೆ, ಭಾವ ಇರೋದು ಮಾತ್ರ ಚಿತ್ರಕ್ಕೆ ಅನ್ನುತ್ತಿದ್ದಳು. ಒಮ್ಮೆ ತಿಂಡಿಗೆ ಬನ್ನಿ ಎಂದು ಕರೆಯುತ್ತಿದ್ದಳು. ಕಾಫಿಗಾದರೂ ಬರಬಹುದಲ್ಲ ಅನ್ನುತ್ತಿದ್ದಳು. ಅವನು ಸುಮ್ಮನಿರುತ್ತಿದ್ದ. ಬಲವಂತಕ್ಕೆ ಎಂದಾದರೂ ಎರಡು ಮಾತಾಡುತ್ತಿದ್ದ. ಒಮ್ಮೊಮ್ಮೆ ಅವಳೊಂದಿಗೆ ನಕ್ಕಂತೆ ನಟಿಸುತ್ತಿದ್ದ.

ಆದರೆ ಒಂದು ದಿನ ಕಲಾವಿದನೇ ಅವಳನ್ನು ಮಾತಿಗೆಳೆದ 'ಬಹುತೇಕರಿಗೆ ತನ್ನ ಮನಸಿನಲ್ಲಿರುವ ಮುಖ ಯಾವುದೆಂದು ತಿಳಿಯುವ ಕುತೂಹಲ ಇರುತ್ತೆ. ಜೋಡಿಯಾಗಿ ಬರುವವರಿಗಿಂತ ಒಂಟಿಯಾಗಿಯೇ ಬಂದು ಬರೆಸಿಕೊಂಡು ಹೋದವರೇ ಜಾಸ್ತಿ. ನೀವು ಆರಂಭದಲ್ಲಿ ಒಂಟಿಯಾಗಿ ಬಂದಾಗ ಅದೇ ಕಾರಣಕ್ಕೆ

ಬಂದಿದ್ದೀರಿ ಅಂದ್ಕೊಂಡೆ. ಆದರೆ ನಂತರ ಗೊತ್ತಾಯ್ತು ನೀವು ಆ ತರಹ ಅಲ್ಲ ಅಂತ..'

'ಓಹ್.. ಏನೀಗ? ನಿಮಗೆ ನನ್ನ ಮನಸಿನೊಳಗಿನ ಮುಖ ಬರೆಯುವ ಆಸೆಯಾ?'

ತುಸು ಸಿಡುಕು, ತುಸು ವ್ಯಂಗ್ಯದಲ್ಲಿ ಕೇಳಿದಳು.

'ಇಲ್ಲ ಇಲ್ಲ ಹಾಗೇನು ಇಲ್ಲ. ಸುಮ್ಮನೆ ಕುತೂಹಲಕ್ಕೆ ಕೇಳಿದೆ ಅಷ್ಟೆ.' ಅಂದ

'ಓಹೋ.. ನಿಮ್ಮ ಕುತೂಹಲ ನಾನೇಕೆ ಕೊಲ್ಲಲಿ? ಕೂರುತ್ತೇನೆ ಬರೆಯಿರಿ..' ಎನ್ನುತ್ತಲೇ ಅವನಿಗೆ ಒಂದು ಬ್ರಷ್ ಎತ್ತಿಕೊಟ್ಟು ಬಿರುಸಿನಲ್ಲೆ ಅವನ ಮುಂದೆ ಕೂತಳು. ಈಗ ಇದೆ ನಿನಗೆ ಅನ್ನುವಂತಿತ್ತು ಅವಳ ನೋಟ. ತನ್ನ ಬಟ್ಟಲು ಕಣ್ಣು ಅಗಲಿಸಿದಳು..

ಅಯ್ಯೋ ಮಾತಾಡಿಸಿದ ಅರೆ ಕ್ಷಣಕ್ಕೆ ಇವಳು.. ಹೀಗೆ ಕೂತುಬಿಟ್ಟಳಲ್ಲ ಅನಿಸಿತಾದರೂ ಅವಳ ಕೋರಿಕೆ ಅಲ್ಲಗಳೆಯಲಾಗದೆ.. ಕೈಗೆ ಬಣ್ಣ ಮೆತ್ತಿಕೊಂಡ ಬ್ರಷ್ ಎತ್ತಿಕೊಂಡ.

ಅವಳ ಕಣ್ಣೊಳಗೆ ಕಣ್ಣಿಟ್ಟ, ಯಾವುದೋ ಶಾಂತವಾಗಿರುವ ಕಡಲೊಳಗೆ ನುಗ್ಗಿದಂತಾಯ್ತು ಅವನಿಗೆ. ಕಣ್ಣಿನಲ್ಲೇ ಎಷ್ಟೊಂದು ನಾಜೂಕಿನ ಅಲೆಗಳು ತೇಲುತ್ತಿವೆ ಅನಿಸಿತು. ಬರೆಯಲೋ, ಸುಮ್ಮನೆ ನೋಡುತ್ತಾ ನಿಂತು ಬಿಡಲೋ ಎಂಬ ದ್ವಂದ್ವ ಕಾಡತೊಡಗಿತು.

ಬರೆಯದೆ ವಿಧಿ ಇರಲಿಲ್ಲ. ಅವಳ ಕಣ್ಣೋಟ ಸಹಿಸಿಕೊಂಡು ಬರೆಯಲು ಆರಂಭಿಸಿದ.

ಕ್ಯಾನ್ವಾಸ್ ಮೇಲೆ ಬ್ರಷ್ ಓಡಿಸತೊಡಗಿದ. ಅವಳ ಕಣ್ಣುಗಳಲ್ಲಿ ಮುಳುಗಿದ. ಒಂದೇ ನಿಮಿಷ ಅಷ್ಟೆ. ಸಡನ್ ಆಗಿ ಬ್ರಷ್ ಓಡಿಸುವುದನ್ನು ನಿಲ್ಲಿಸಿ ಬಿಟ್ಟ..

ತನ್ನ ಚಿತ್ರ ತಾನೇ ಬರೆದುಕೊಳ್ಳುತ್ತಿರುವ ಕ್ಷಣ ಅದು. ಬ್ರಷ್ ಆಡಿಸಿದ ಎರಡೇ ಕ್ಷಣಕ್ಕೆ ಕ್ಯಾನಾಸ್ ಮೇಲೆ ಅವನ ಗುಂಗುರು ಕೂದಲು ಮೂಡಿದವು. ಹೀಗೆ ಹಿಂದೊಮ್ಮೆ ತನ್ನ ಚಿತ್ರ ಬರೆದುಕೊಳ್ಳಬೇಕು ಅಂತ ಹೊರಟಾಗ ಬೇರೆಯವರ ಚಿತ್ರ ಬರೆಯಬೇಕಾಯಿತು. ಈಗ ಬೇರೆಯವರ ಚಿತ್ರ ಬರೆಯಲು ಹೊರಟಾಗ ತನ್ನ ಚಿತ್ರ ಬರುತ್ತಿದೆ. ಈ ವಿಚಿತ್ರ ಬದುಕಿನಂತೆ..

ಚಿತ್ರ ಮುಗಿಸಬೇಕೋ.. ನಿಲ್ಲಿಸಬೇಕೋ ಅವನಿಗೆ ಗೊತ್ತಾಗಲಿಲ್ಲ.

ಅವಳ ಕಡೆ ನೋಡಿದ. ಅವಳು ತುಂಬಾ ಮೋಹಕವಾಗಿ ನಕ್ಕಳು.. ಅವಳಿಗೆಲ್ಲಾ ಅರ್ಥವಾಗಿದೆ.

‘ಊರಿನವರೆಲ್ಲರ ಚಿತ್ರ ಬರೆಯುವ ಕಲಾವಿದರಿಗೆ ತಮ್ಮ ಚಿತ್ರ ಬರೆದುಕೊಳ್ಳಲು ಭಯವೋ..?’ ನೇರವಾಗಿ ಕೆಣಕಿದಳು. ಅವನಿಗೇನು ಹೇಳಬೇಕೆಂದು ತಿಳಿಯಲಿಲ್ಲ.

ಆದರೂ ಹೇಳಿದ..

‘ಈ ಬದುಕೇ ಹೀಗೆ.. ಯಾರಲ್ಲಿ ಯಾರೋ ಇದ್ದಾರೆ. ನಾವು ನಮ್ಮವರು ನಮ್ಮೊಳಗೆ ಇದ್ದಾರೆಂದು ಬದುಕುತ್ತಿದ್ದೇವೆ. ಅಷ್ಟು ಸುಳ್ಳು ಸಾಕು ಬದುಕಲು. ಸತ್ಯದೊಂದಿಗೆ ಬದುಕಲು ಸಾಧ್ಯವಿಲ್ಲ. ಸುಳ್ಳು ಇಲ್ಲದೆ ಯಾರೂ ನೆಮ್ಮದಿಯಿಂದ ಬದುಕಲು ಸಾಧ್ಯವಿಲ್ಲ. ಹೆಂಡತಿ ನನ್ನನ್ನೇ ಪ್ರೀತಿಸುತ್ತಿದ್ದಾಳೆ ಅನ್ಕೊಂಡು ಬದುಕಬೇಕು.. ಪರೀಕ್ಷೆ ಒಳ್ಳೆಯದಲ್ಲ.. ಜಗತ್ತಿನ ಪರೀಕ್ಷೆಗಳು ಅಷ್ಟೊಂದು ಒಳ್ಳೆಯ ಫಲಿತಾಂಶ ನೀಡಿದ ಉದಾಹರಣೆಗಳಿಲ್ಲ..’ ಎಂದು ಹೇಳುತ್ತಾ ತನಗೇ ತಾನು ಸುಳ್ಳು ಹೇಳಿಕೊಳ್ಳಲು ಪ್ರಯತ್ನಿಸಿದ.

ಇಂತಹ ದ್ವಂದ್ವಗಳು ಅವನೊಳಗೆ ಸದಾ ನಡೆಯುತ್ತಿದ್ದವು.

‘ಅಯ್ಯೋ ರೀ ಬಿಡ್ರಿ.. ಎಷ್ಟು ಬೋರು ರೀ ನೀವು. ನನ್ನೊಳಗೆ ನೀವು ಇದೀರಿ. ಖುಷಿಯಾಗಿಲ್ವ ನಿಮಗೆ. ನೀತಿ ಹೇಳ್ತಾ ಇದ್ದೀರಲ್ಲ.. ಸಾಕು ಸುಮ್ನಿರಿ’ ಅಂದಳು.

‘ಹೌದು ನಾನು ನಿಮ್ಮೊಳಗೆ ಇರಬಹುದು... ಆದರೆ ನನ್ನೊಳಗೆ ನೀವು ಇದೀರಾ..?’ ಅವನು ಕೇಳಿದ.

‘ಇರದೇ ಏನು.. ಇರ್ತೀನಿ. ಬೇಕಾದರೆ ನೀವು ಪರೀಕ್ಷಿಸಿಕೊಂಡು ನೋಡಿ..’ ಅವಳ ಉತ್ತರ.

ಅವನು ನಕ್ಕು ಹೇಳಿದ

‘ನನ್ನ ಬ್ರಷ್ ನಾನೇ ಎತ್ತಿಕೊಳ್ಳಬಲ್ಲೆ.. ಆದರೆ ನನ್ನ ಕಣ್ಣುಗಳನ್ನು ನಾನೇ ಹೇಗೆ ನೋಡಿಕೊಳ್ಳಲಿ.. ಕಣ್ಣುಗಳನ್ನು ನೋಡದೆ ಹೇಗೆ ಬರೆಯಲಿ? ಮನುಷ್ಯ ತನ್ನ ಕಣ್ಣೊಳಗೆ ತಾನು ನೋಡಿಕೊಂಡ ದಿನ ಗೆಲ್ತಾನೆ. ಒಳಗೆ ಯಾವ ಮುಖವಿದೆ ನನಗೆ ಗೊತ್ತಿಲ್ಲ. ನಾನು ಕಣ್ಣಿದ್ದೂ ಕುರುಡ..’ ಅನ್ನುತ್ತಾ ಬ್ರಷ್ ಕೆಳಗಿಟ್ಟ.

ಅವಳಿಗೇನು ಉತ್ತರಿಸಬೇಕೆಂದು ತಿಳಿಯಲಿಲ್ಲ..

7

ಹಲಗೆಯ ಸದ್ದು..

'ಟಣ್ ಟಣ್ ಟಣಕ್..' ಹಲಗೆಗೆ ಎರಡು ಏಟು ಹಾಕಿದ ಹನುಮ. ಹುಟ್ಟಿದ ಸದ್ದು ಅವನ ಸುತ್ತವೇ ಒಂದು ಸುತ್ತು ಸುತ್ತಿ ಕರಗಿತು. ಆದರೆ ಆ ಸದ್ದು ಎಳ್ದತಾಂಗಿ 'ಚುಚ್ಚ್ ಚುಚ್ಚ್..' ಎಂದು ಲೊಚಗುಟ್ಟಿದ. ಗೊಣಗುತ್ತಾ ತನ್ನ ಆಣಿ ತುಂಬಿದ ಎಡಗಾಲು ಎಳೆಯುತ್ತಾ ತೇರು ಮನೆ ಹತ್ತಿರ ಸುಳಿದ. ಹಗಲೊಂದು ಕತ್ತಲೊಳಗೆ ಸದ್ದಿಲ್ಲದೆ ಕರಗುತ್ತಿತ್ತು. ಆವರಿಸಿದ ಕತ್ತಲಲ್ಲಿ ಚೂರೇ ಚೂರು ಉಳಿದ ಬೆಳಕಿನಲ್ಲಿ ಎಲ್ಲವೂ ಮಸುಕು. ಅಗಸಿಯಲ್ಲಿ ಉರಿಬೇಕಿದ್ದ ದೀಪಗಳನ್ನು ಇನ್ನೂ ಹಾಕಿರಲಿಲ್ಲ. ಅಲ್ಲಲ್ಲಿ ಬಿದ್ದಿದ್ದ ಚೂರುಪಾರು ಕಾಗದದ ತುಂಡುಗಳನು ಆಯ್ದು ಒಟ್ಟಾಕಿ ಬೀಡಿ ಸೇದಲು ಮೀಸಲಿಟ್ಟ ಕಡ್ಡಿಪೆಟ್ಟಿಗೆನ ಜೇಬ್ನಿಂದ ತೆಗ್ದು ಕತ್ಲಲ್ಲಿ ಗೀರಿದ. ಚಿಟಿಕೆಯಷ್ಟು ಬೆಳಕು ಕಾಗದ ತಬ್ಕೊಂಡು ಬೊಗಸೆಯಾಗಿ ಬೆಳೀತು. ಚರ್ಮದ ತನ್ನ ಹಲ್ಗೆನ ಚೂರು ಚೂರೆ ಹತ್ರ ತಂದು ಕಾಯ್ಸಿ ಕಾಯ್ಸಿ ತೆಗೆದು, ಬೆರಳಲಿ ಬಾರಿಸಿ ನೋಡಿದ. ಅವನ ಬಾಯಿಂದ ಅವನಿಗೆ ಗೊತ್ತಿಲ್ಲದೆ 'ಅಲೆಲೆ..' ಎನ್ನುವ ಉದ್ಗಾರವೊಂದು ಹುಟ್ಟಿ ಸತ್ತಿತು. ಹಲಗೆ ಖಿಣಖಿಣನೆ ನುಡಿಯಿತು. ಉರೀತಾ ಇರೊ ತುಂಡು ಬೆಂಕಿ ಬಿಟ್ಟು ಹೊಸ ಹುರುಪಿನೊಂದಿಗೆ ಎದ್ದ. ಊರು ಇವನನ್ನು ಗಮನಿಸದೆ ತನ್ನ ಪಾಡಿಗೆ ತಾನಿತ್ತು.

ಮಾದಪ್ಪನ ಮುರುಕು ನೆರಿಕೆಯ ಚಹಾದ ಹೋಟೆಲ್ ಮುಂದೆ ನಾಲ್ಕಾರು ಜನರನ್ನು ಬಿಟ್ಟರೆ ಅಗಸಿ ಖಾಲಿ ಇತ್ತು. ಮಾದಪ್ಪ ಒಗ್ಗರಣೆ ಮಂಡಕ್ಕಿ ಮಾಡುವಾಗ ಪಾತ್ರೆಯಾಡಿಸುವ ಸದ್ದು ಒಂದು ಲಯದೊಂದಿಗೆ ಜನರ ಮಾತುಗಳಿಗೆ ಹಿನ್ನೆಲೆಯಾಗಿ ಬರುತ್ತಿತ್ತು. ಹಾಲಿನ ಡೈರಿಗೆ ಹಾಲು ಒಯ್ಯುವವರಲ್ಲಿ ಆಗೊಬ್ಬರು ಈಗೊಬ್ಬರನ್ನು ಬಿಟ್ಟರೆ ಅರ್ಧಂಬರ್ಧ ಇರುಳಿನಂತೆ ಜನರೂ ವಿರಳ.

ಖಿಣಖಿಣ ಅನ್ನುವ ಹಲಗೆ ಬಡೀತ ಹನುಮ ಹೊರಟ. ಐವತ್ತು ದಾಟಿದ, ಎಡಗಾಲು ಎಳೆಯುವ, ಮಾಸಲಾದ ಬಟ್ಟೆಯಲ್ಲಿನ ಹನುಮ ಕಾಲವೊಂದು ಬಿಸಾಕಿ ಹೋದ ಹಳೆ ಕಾಲದ ವಸ್ತುವೆಂಬಂತೆ ಕಾಣುತ್ತಿದ್ದ. ನಾಲ್ಕು ಮನೆ ಇರುವ ಬ್ರಾಹ್ಮಣ್ರ ಬೀದಿಯಿಂದ ಹೊರಟು ಬಲಕ್ಕೆ ಲಿಂಗಾಯ್ತರ ಕೇರಿಗೆ ತಿರುಗಿ ಅಲ್ಲಿಂದ ಕುರುಬ್ರ ಓಣಿ ತಲುಪಿ ಅದರಾಚೆಗೆ ಮೂವತ್ತು ಮನೆ ಇರುವ ಮಾದ್ರ ಕೇರಿಗೆ ನುಗ್ಗದೆ ಹೊರಗೆ ನಿಂತು ಹಲಗೆ ಸದ್ದಿನೊಂದಿಗೆ 'ನಾಳೆ ಗುಡಿ ಮುಂದೆ ಪಂಚಾಯ್ತಿ ಐತ್ರಪೊ ಮನೆಗೊಂದ್ ಆಳು ಬರ್ಬೇಕಂತ್ರಪೊ' ಅಂತ ಜೋರಾಗಿ ಕೂಗಿದ. ಕೂಲಿಯಿಂದ ಬಂದವರು ಬೆಲ್ಲದ ಚಹಾ ಹೀರುವ ಮೊದಲಿನ ಗುಟುಕಿಗೇ ಇವನ ಜೋರು ಕೂಗನ್ನು ನೆಂಚಿಕೊಂಡರು. ಎರಡು ಪಾಕೇಟು ಸಾರಾಯಿ ಹಾಕಿದ್ರೇನೆ ಅವ್ನ ಕೂಗಿಗೊಂದು ಲಯ ಬರ್ತಿತ್ತು. ಊರಲ್ಲಿ ಅವನು ಬರೀ ಹನುಮನಲ್ಲದೆ ಹಲಗೆ ಹನುಮನೆಂದೇ ಹೆಸರಾಗಿದ್ದ.

***

ಹೊಲಗೇರಿಯ ಸಣ್ಣೀರ ಸತ್ತು ನಾಲ್ಕು ತಿಂಗಳೇ ಸಂದಿವೆ. ಬಿದ್ದಿದ್ದೇ ನೆವವಾಗಿ ಹೆಂಡತಿ, ಮಗನನ್ನು ಎರಡು ಕೋಣೆಯ ಮುರುಕು ಮನೆಯನ್ನು ಬಿಟ್ಟು ಹೊರಟು ಹೋಗಿದ್ದ. ಅವಾಗಿಂದ ಗುಡಿಯ ಉತ್ಸವಮೂರ್ತಿ ಹನ್ಮಪ್ಪ ಬೂದಿ ಬಸಪ್ಪನ ತಲೆಮ್ಯಾಲೆ ಹೊಂಟು ಬಂದಿಲ್ಲ. ಉತ್ಸವಮೂರ್ತಿ ಆ ಊರೋರ ಭಾಷೆಯಲ್ಲಿ ಹೊಂಡದೇವ್ರು. ಹನ್ಮಪ್ಪನ ಹೊರುವ ಬಾಬ್ತು ಬಸಪ್ಪನ ಮನೆತನಕ್ಕಲ್ಲದೆ ಬೇರೆಯವರಿಗಿಲ್ಲ. ಹೊಂಡದೇವ್ರು ಹಾಗೆ ಸುಮ್ ಸುಮ್ನೆ ಹೊಂಟು ಬರಲ್ಲ. ಅದರ ಮುಂದೆ ಬಿರುದು, ಬಾವಲಿ, ಕಹಳೆ, ತುಡುಮು, ಚವರಿ ಮತ್ತು ಹಿಲಾಲು ಇರಲೇಬೇಕು. ಹಿಲಾಲು ಹಿಡಿಯೊ ಸಣ್ಣೀರ ಸತ್ತ ನಾಲ್ಕು ತಿಂಗ್ಳಿಂದ ಹೊಂಡದೇವ್ರು ಹೊಂಟಿಲ್ಲ. ಪ್ರತಿ ಶನಿವಾರ ಹನ್ಮಪ್ಪ ಬೂದಿ ಬಸಪ್ಪನ ತಲೆ ಮೇಲೆ ಮೆರವಣಿಗೆ ಹೊಂಟು ಊರ ಮುಂದಿನ ಕರೆಕಲ್ಲು ತನಕ ಹೋಗಿ ಪೂಜೆ ಮುಗಿಸಿ ಮತ್ತೆ ಬಂದು ಗುಡಿ ಮುಂದೆ ನಿಲ್ತಿತ್ತು. ವಾರದಿಂದ ಕಾದೋರು ದೇವ್ರ ಅಪ್ಣೆಗಾಗಿ ಮುಗಿ ಬೀಳೋರು. 'ಮನ್ಯಾಗ ಒಂದಕ್ಕೊಂದೆ ಸರಿಯಿಲ್ಲ, ಮಗ ಮನ್ಬಿಟ್ಟು ಹೋಗ್ಯಾನೆ, ಎಡ್ಗಾಲು ಸರಿಯಿಲ್ಲ ಏನ್ಮಾಡೋದು, ಮನೆ ಕಟ್ಲೆ ಮಾಡೋದು ಯಾವಾಗ' ಇಂತ ಕಷ್ಟಗಳನ್ನ ಹೊಂಡದೇವ್ರ ಮುಂದಿಟ್ಟು ಪರಿಹಾರ ಪಡೆದು ಪುನೀತರಾದೋರಂತೆ ಎದ್ದು ಹೋಗ್ತಿದ್ರು. ದೇವ್ರು ಹೊತ್ತ ಬಸಪ್ಪ ತನ್ನ ಕೈಲಿರೊ ಚಾವಟಿಯಿಂದ ಜೋರಾಗಿ ಎಳ್ಳು ಬೆನ್ಮೇಲೆ ಬಾರಿಸುತ್ತಿದ್ದ. ಅದು ಹನ್ಮಪ್ಪ ನೀಡೋ ಚಲೋ ಆರ್ಶೀವಾದ ಅಂತ ಜನ ನಂಬ್ತಿದ್ರು. ಏಟು ಪಡ್ದೊರೆಲ್ಲ ದೇವ್ರು ನಿಗಾ ತಮ್ಮ ಮ್ಯಾಲೆ ಐತೆ ಅಂತ ಭಾವಿಸಿ ವಿನೀತರಾಗ್ತಿದ್ರು. ಇಂತಿಪ್ಪ ವಿಧಿವಿಧಾನವುಳ್ಳ ಹೊಂಡದೇವ್ರು ಹೊರಡದೇ ಇರುವುದು ಜನರನ್ನು ಚಿಂತೆಗೀಡು ಮಾಡಿತ್ತು. ಊರಿಗೆ ಊರೇ ಕಂಗಾಲಾಗಿತ್ತು.

ಸಣ್ಣೀರನ ಸಾವಿಂದ ಹಿಲಾಲು ಹಿಡಿಯೋರು ಯಾರೂ ಇಲ್ಲದ ಕಾರಣ ಅದೆಲ್ಲವೂ ನಿಂತಿತ್ತು. ಹಿಲಾಲು ಹಿಡಿಯಾಕೆ ಹೊಲಗೇರಿಯೋರೆ ಆಗ್ಬೇಕು. ಅದ್ರಲ್ಲೂ ಹತ್ತು ವರ್ಷದೊಳಗಿನ ಹುಡುಗನೇ ಆಗ್ಬೇಕು. ಹತ್ತು ವರ್ಷದ ಹುಡುಗನಿಗೆ ಗುಡಿ ಮುಂದೆ ನಿಲ್ಸಿ ಕೆಂಪು ನೀರು ಸುರೀಬೇಕು. ಆ ಹಸಿ ಮೈಯಲ್ಲೆ ಅವ್ನು ತಂಗ್ಯಾಮ್ಮನ ಗುಡಿ ದೀಪದಿಂದ ಹಿಲಾಲು ಹೊತ್ತಿಸ್ಕೊಂಡು ಬರಬೇಕು. ಅವೊತ್ತಿಂದ ಅವ್ನು ಹಿಲಾಲು ಹಿಡಿಯೋ ಕಾರ್ಯ ಗುರುತರವಾಗುತ್ತದೆ. ಸಾಯೋವರೆಗೂ ಅವ್ನು ಪ್ರತಿ ಶನಿವಾರ ಹೊಂಡದೇವ್ರಿಗೆ ತಪ್ಪದೆ ಹಿಲಾಲು ಹಿಡಿಬೇಕು. ಹಿಲಾಲು ಹಿಡಿಯೋರಿಗೆ ಊರಿನ ಪ್ರತಿ ಮನೆಯವ್ರು ಧವಸ ಧಾನ್ಯಾನೋ, ಕಾಸನ್ನೋ ವರ್ಷಕ್ಕೊಮ್ಮೆ ನೀಡ್ಬೇಕು. ಅದು ಅಲ್ಲಿನ ನೇಮ.

ಸಣ್ಣೀರ ಸತ್ಮೇಲೆ ಹಿಲಾಲು ಹಿಡಿಯೋದು ಯಾರು ಅನ್ನುವ ಪ್ರಶ್ನೆಯಲ್ಲೆ ನಾಲ್ಕು ತಿಂಗಳು ಕಳೆದಿತ್ತು. ಗುಡಿಯ ಧರ್ಮದರ್ಶಿಯೂ, ಊರ ಪಂಚಾಯ್ತಿ ಮುಖಂಡನೂ, ಕಳೆದಬಾರಿ ಎಂಎಲ್ಎ ಎಲೆಕ್ಷನ್ ನಿಂತು ಸೋತವನು ಆಗಿದ್ದ ಚೂಪು ಮೀಸೆಯ ಮಾದೇಗೌಡ ನಿಂಗಪ್ಪ ಪಟೇಲಪ್ಪ ಯಾವ್ದೊ ಪ್ಲಾನು ಮಾಡಿ ಇಷ್ಟು ದಿನ ಮುಂದೆ ತಳ್ಳಿದ್ದ. ನೂರು ಎಕರೆ ಜಮೀನ್ದಾರನಾಗಿದ್ದ ನಿಂಗೇಗೌಡರ ಏಕೈಕ ಕುಲಪುತ್ರನಾದ ಮಾದೇಗೌಡ ಪಟೇಲನು ಅಪ್ಪನ ಗತ್ತಿನಲ್ಲೇ ಊರನ್ನು ತನ್ನ ಬಿಗಿಯಲ್ಲಿ ಇಟ್ಟುಕೊಳ್ಳುವುದರಲ್ಲಿ ಯಶಸ್ವಿಯಾಗಿದ್ದನು. ಪಟೇಲಿಕೆ, ಗೌಡಿಕೆ ನಡೆಯದ ಕಾಲದಲ್ಲಿದ್ದರೂ ಜನ ಪಟೇಲಪ್ಪ ಎಂದರೆ ಹೆದರಿ ದೂರ ಇರುತ್ತಿದ್ದರು.

ದೊಡ್ಡ ಪಕ್ಷದ ಮುಂದಾಳು, ಮಂತ್ರಿಗಳ ಜೊತೆ ಗುರುತಿಸಿಕೊಂಡವನು ಆದ ಪಟೇಲಪ್ಪನ ಒಳತಂತ್ರಗಳು ಬೇರೇನೆ ಇರುತ್ತಿದ್ದವು. ಯಾರಾದ್ರೂ ಎದುರು ಮಾತಾಡಿದ್ರೆ ರೇಷನ್ ಕಾರ್ಡು ರದ್ದು ಮಾಡ್ಸೋದು, ಯಾವುದೊ ಕಾರಣ ಹಿಡಿದು ಮನೆ ಒಡೆಸಿ ಹಾಕೋದು, ಬ್ಯಾಂಕಿನಲ್ಲಿ ಸಾಲ ಸಿಗದಂಗೆ ಮಾಡೋದು, ಹುಡುಗರನ್ನು ಬಿಟ್ಟು ಗಲಾಟೆ ಎಬ್ಸೋದು ಹೀಗೆ ಏನಾದ್ರೂ ಒಂದನ್ನು ಮಾಡಿ ತನಗೆ ಮಾತ್ರ ಏನೂ ಗೊತ್ತಿಲ್ಲದ ಹಾಗೆ ಉಳಿದುಬಿಡುತ್ತಿದ್ದ.

ಪಟೇಲಪ್ಪನ ಮಾತೇ ಊರಲ್ಲಿ ಶಾಸನವಾಗಿತ್ತು. ಹನ್ಮಪ್ಪನ ಪರಮ ಭಕ್ತನೂ ಪಂಚಾಯ್ತಿಯಲ್ಲಿ ಧರ್ಮಭೀರುವೂ ಆಗಿದ್ದಾನೆಂದು ಪರವೂರಿನವ್ರು ಮಾತಾಡಿಕೊಳ್ತಿದ್ರು. ಆದ್ರೆ ಅದೇ ಊರಿನ ಜನ ಪಟೇಲರ ಬಗ್ಗೆ ಯಾವ ಮಾತನ್ನೂ ಕೂಡ ಆಡಲು ಹೆದರುತ್ತಿದ್ದರು. ಮಾತು ಆಡಿದ್ರೆ ಮಾತೇ ಇರದಂತೆ ಸದ್ದಿಲ್ಲದೆ ಮಾಡಿ ಮುಗ್ಸಿ ಜನರ ಮುಂದೆ 'ಛೆ ಛೇ.. ಹಿಂಗಾಯ್ತೇ?' ಅಂತ ಲೊಚಗುಟ್ಟೋದು ಅವನಿಗೆ ಚೆನ್ನಾಗಿ ಗೊತ್ತಿತ್ತು.

ಮಾದ್ರ ಹಲಗೆ ಹನುಮಗೆ ಹೇಳಿ 'ನಾಳೆ ಪಂಚಾಯ್ತಿಗೆ ಮನೆಗೊಬ್ರು ಬರ್ಬೇಕಂತ್ರೊಪ್ಪೊ..' ಅಂತ ಡಂಗುರ ಸಾರೋಕೆ ಹೇಳಿದವನೆ ಪಟೇಲಪ್ಪ. ಅಂತೆಯೇ ಹನುಮ ಹಲಗೆ ಹೊಡ್ಕೊಳ್ತಾ ಊರೊಳೊಗೆ ಹೊರಟಿದ್ದ.

***

ಸಣ್ಣ ಹುಡ್ಗನಾಗಿದ್ದಿಂದ ಸಣ್ಣೀರ ಪಟೇಲರ ಮನೇಲಿ ಸಂಬಳಕ್ಕಿದ್ದ. ಪಟೇಲರ ಅಪ್ಪ ನಿಂಗೇಗೌಡ್ರು ವರ್ಷಕ್ಕೆರಡು ಬಟ್ಟೆ ಸಾವ್ರ ರೂಪಾಯಿ ಕೂಲಿ ಕೊಡ್ತಿದ್ರು. ಹಿಲಾಲು ಹಿಡಿಯೊ ಬಾಬ್ತು ಬಂದಾಗ ಸಂಬಳ ಬಿಟ್ಟು ಸಣ್ಣಪ್ಪ ಮನೇಲಿದ್ದ. ಅದು ಮನೆಯಾಗಿದ್ರು ಮನೆಯಂಗೆ ಇರ್ಲಿಲ್ಲ. ನಾಡ ಹೆಂಚು ಹೊದಿಸಿದ ಒಂದು ಸಣ್ಣ ಕಿಟಕಿ ಇರುವ ಜನತಾ ಮನೆ ಅವನದು. ಹೊಲೆಗೇರಿಯ ಯಾವ ಮನೆಗಳೂ ಇದಕ್ಕಿಂದ ಭಿನ್ನವಿರಲಿಲ್ಲ. ಮನೇಲಿ ಸಣ್ಣೀರ ಮತ್ತು ವಯಸ್ಸಾದ ಅವರ ಸಣ್ಣಪ್ಪನ ಬಿಟ್ಟರೆ ಹೆಣ್ಣು ಜೀವ ಯಾವ್ದೂ ಇರಲಿಲ್ಲ. ಸಣ್ಣೀರನ ಅವ್ವ ಜ್ವರ ಬಂದು ಎರಡೇ ದಿನ ಸರ್ಕಾರಿ ಆಸ್ಪತ್ರೆಯಲ್ಲಿ ಮಲಗಿ ಹೆಣವಾಗಿ ಊರಿನ ಮಣ್ಣು ಸೇರಿದ್ದಳು.

ಸಣ್ಣೀರ ಪಟೇಲರ ಮನೆಯ ದನಗಳ ಚಾಕ್ರಿ, ಹೊಲ್ದಾಗೆ ಕೆಲ್ಸ, ಸಂಜೆಗೆ ಎರಡು ಪಾಕೇಟು ಸಾರಾಯಿ, ರಾತ್ರಿ ಮುದ್ದೆ, ಐವತ್ತು ರೂಪಾಯಿ ಕೂಲಿಗೆ ಒಗ್ಗಿಕೊಂಡು ದಿನ ಕಳೀತಿದ್ದ. ಹರೆಯಕ್ಕೆ ಬಂದ ಸಣ್ಣೀರನಿಗೆ ಪಕ್ಕದೂರು ಮಾದ್ನಳ್ಳಿಯಿಂದ ಸಾವಿತ್ರಿಯನ್ನು ತಂದು ಮದುವೆ ಮಾಡಿ ಅವರಪ್ಪ ಸಣ್ಣಪ್ಪ ಕಣ್ಮುಚ್ಚಿದ್ದ. ನೀಳ ಮೂಗು, ದುಂಡು ಮೊಖ, ಚೆಂಡು ಮೊಲೆ, ಸಣ್ಣ ನಡುವು, ಉದ್ದ ಕೂದ್ಲಿನ ಎಣ್ಣೆಗೆಂಪು ಬಣ್ಣದ ಸಾವಿತ್ರೀನ ಸಣ್ಣೀರ ಬಹುಮೆಚ್ಚಿಕೊಂಡಿದ್ದ. ಹೊಲಗೇರಿಯ ಗೂಡಿನಂತಹ ಮನೇಲಿ ಸಣ್ಣೀರ ಮತ್ತು ಸಾವಿತ್ರಿಯ ಬದುಕು ಬಿಚ್ಚಿಕೊಂಡಿತ್ತು.

ಸಣ್ಣೀರನ ಜತೆ ಸಾವಿತ್ರಿನು ಪಟೇಲರ ಹೊಲಕ್ಕೆ ಕ್ಯಾಮೆಗೆ ಹೋಗುತ್ತಿದ್ದಳು. ಸಣ್ಣೀರನಿಗೆ ಪಟೇಲರ ಹೊಲ ಅಲ್ಲದೆ ಬೇರೆ ಕಡೆಯಾದರೂ ಎಲ್ಲಿ ಕೆಲಸ ಇತ್ತು. ಪಟೇಲರೆಂದರೆ ತಲೆ ಮೇಲಿನ ಟವಾಲು ತೆಗೆದು ಕೈಯಲಿಡಿದು ನಡು ಬಗ್ಗಿಸುವ ಕಾಯಕ ಅವರಪ್ಪ ಸಣ್ಣಪ್ಪನಿಂದ ಮಗನಿಗೂ ಹರಿದು ಬಂದಿತ್ತು. ನೂರಾರು ಎಕರೆಯ ಪಟೇಲರೇ ಊರಿನ ಬಹುಪಾಲು ಜನರ ಕೈಗೆ ಕೆಲಸ, ಹೊಟ್ಟೆಗೆ ಗಂಜಿ ಕರುಣಿಸುವ ಅನ್ನದಾತರಾಗಿದ್ದರು. ಅವೊತ್ತೊಂದಿನ ಹೊಲಕ್ಕೆ ಬಂದ ಪಟೇಲಪ್ಪ ಸಾವಿತ್ರಿಯನ್ನು ಬರೀ ಹಿಂದಿನಿಂದಲೇ ನೋಡಿ ಕಣ್ಣು ಅರಳಿಸಿದ್ದ. 'ನಡು ಸಣ್ಣಗಿನ ಹೆಂಗಸು ಯಾರೀಕೆ' ಮನಸ್ಸಲೇ ಯೋಚಿಸಿದ್ದ. ಸಣ್ಣೀರನನ್ನು ಕರೆದು 'ಯಾರ್ಲೆ ಇದು ಹೊಸ ಹೆಂಗಸು ಕೂಲಿಗೆ ಬಂದಿರೋದು?' ಅಂತ ಕೇಳಿದಾಗ ಸಣ್ಣೀರ ಹಲ್ಲುಗಿಂಜುತ್ತ 'ನಮ್ ಹೆಂಡ್ರು ಬುದ್ಧಿ' ಎಂದು ನಡು ಬಗ್ಗಿಸಿ ಹೇಳಿದ್ದ. ಸಾವಿತ್ರಿಯನ್ನು ಮುಂದಿನಿಂದ ಅವಳ ರೂಪ ನೋಡಿ ಲೋಟದಷ್ಟು ಜೊಲ್ಲು

ಸುರಿಸಿದ್ದ. ಹೊಲೇರ ಕೇರಿ ಹೆಂಗಸ್ರನ್ನ, ಲಿಂಗಾಯಿತ್ರ ಬೀದಿ ಹೆಂಗಸ್ರನ್ನ ಹೊಲ್ದಾಗೆ ಮಿಷನ್ನಿನ ಮನೀಗೆ ಎಳ್ಳುಕೊಂಡು ಹೋಗಿ ಸುಖವುಂಡು ಕೈಬಿಟ್ಟಿದ್ದ. ಊರಿನಲ್ಲಿ ಇದರ ಗುಸುಗುಸು ಇದ್ದರೂ ಯಾರೂ ಕೂಡ ಪಟೇಲಪ್ಪನ ಮುಂದೆ ಆ ಮಾತೆತ್ತಿ ಉಳಿಯಂಗಿರ್ಲಿಲ್ಲ. ಮಾಡೋರು ಮಾಡ್ಕಿಕೊಳ್ಳೋರ ನಡ್ವೆ ನಮ್ದು ಎಂತದೊ ಅಂದ್ಕೊಂಡು ಸುಮ್ಮನಾಗಿದ್ದರು. ಸಾವಿತ್ರಿನ ನೋಡಿದ್ದೇ ಪಟೇಲಪ್ಪನಿಗೆ ಮನಸು ಕಲಕಿ ಹೋಗಿತ್ತು. ಒಂದು ಸಮಯಕ್ಕೆ ಹೊಂಚಾಕ್ಕೊಂಡು ಕಾಯುತ್ತಿದ್ದ.

ಈ ಮಧ್ಯೆ ಸಾವಿತ್ರಿ ಬಸುರಿ ಅಂತ ಗೊತ್ತಾಗಿ ಪಟೇಲಪ್ಪ ಕೈಕೈ ಹಿಚ್ಕೊಂಡಿದ್ದ. ಬಸುರಿ ಹೆಂಡತಿನ ಸಣ್ಣೀರ ಮನೆಯಾಗ ಬಿಟ್ಟು ತಾನೊಬ್ನೆ ಕೆಲ್ಸಕ್ಕೆ ಹೋಗಾಕಿಡಿದ. ಅವನ ಕೆಲಸದಾಗೆ ಒಂದು ಹೊಸ ಹುರುಪು ಬಂದಿತ್ತು. ಅಪ್ಪ ಆಗುವ ಹೊಸ ಕನಸು ಹೊತ್ತುಕೊಂಡು ಬಿಸಿಲು ಸೋಲುವಂತೆ ಹೊಲದಲ್ಲಿ ದುಡಿಯುತ್ತಿದ್ದ. ರಾತ್ರಿ ಮನೆಗೆ ಬಂದು ಸಾವಿತ್ರಿಯ ತೊಡೆ ಮೇಲೆ ಮಲಗಿ ಮಗುವಿನ ಕುರಿತಾದ ಕನಸುಗಳನ್ನು ಹೆಣೆಯುತ್ತಿದ್ದ. ಅವಳ ಹೊಟ್ಟೆಯನ್ನು ಸವರುತ್ತಾ, ಸಾವಿತ್ರಿಯೊ? ಸಣ್ಣೀರನೊ? ಎಂದು ಕೇಳಿ ಕೇಳಿ ಹೆಂಡತಿಯನ್ನು ಮುದ್ದು ಮಾಡುತ್ತಿದ್ದ. ಸಾವಿತ್ರಿ ನಾಚಿ ಮಾತಿಲ್ಲದೆ ಸಣ್ಣೀರನನ್ನು ತಬ್ಬಿಬಿಡುತ್ತಿದ್ದಳು. ಗುಡಿಸಲು ಅವರಿಬ್ಬರ ಪ್ರೀತಿಯನ್ನು ಕದ್ದು ನೋಡದೆ ಕಣ್ಮುಚ್ಚಿಕೊಳ್ಳುತ್ತಿತ್ತು. ಒಡೆದ ಹೆಂಚಿನ ಕಿಂಡಿಯಿಂದ ಇಣುಕುತ್ತಿದ್ದ ಚಂದ್ರ ಸುಖವಾಗಿ ನಗುತ್ತಿದ್ದ.

ಈಗೀಗ ಪಟೇಲಪ್ಪ ಸಣ್ಣೀರಗೆ ಬಹಳ ಕಾಳಜಿ ತೋರಿಸತೊಡಗಿದ. ಹೊಲದಿಂದ ಪಟೇಲ್ರ ಮನೆ ಅಲ್ಲಿಂದ ಸಾರಾಯಿ ಅಂಗಡಿ ಅಲ್ಲಿಂದ ತೂರಾಡುತ್ತ ಮನೆ ಇವು ಸಣ್ಣೀರನ ಸಂಜೆಯ ನಡಾವಳಿಗಳಾಗಿದ್ದವು. ಟವಲು ಕೈಯಲ್ಲಿಡಿದು 'ಬುದ್ಧಿ ಖುಷಿಗೆ ಏನಾರ..?' ಎಂದು ರಾಗ ಎಳೆದು ತಲೆ ಕೆರೆದುಕೊಳ್ಳುತ್ತಾ ನಡುಬಗ್ಗಿಸಿ ಹಲ್ಲು ಗಿಂಜುತ್ತಿದ್ದ. ಈಗೀಗ ಅವನ ಸಾರಾಯಿ ಲೆಕ್ಕ ಎರಡು ಪಾಕೆಟ್ನಿಂದ ಐದಾರು ಪಾಕೆಟ್ಗೆ ಏರಿತ್ತು. ಸಾರಾಯಿಗೆ ಪಟೇಲಪ್ಪ ಧಾರಾಳವಾಗಿ ಕಾಸು ಕೊಡತೊಡಗಿದ. ಪಟೇಲರೇ ಕೊಡುವಾಗ ತನ್ನದೇನೆಂದು ಸಣ್ಣೀರ ದಿನೇ ದಿನೇ ತನ್ನ ಕುಡಿತದ ತಲುಬು ಹೆಚ್ಚಿಸಿಕೊಂಡಿದ್ದ. ಸಾರಾಯಿ ಅಂಗಡಿಯಲ್ಲಿ ಹೊಟ್ಟೆ ತುಂಬಾ ಕುಡಿದು ಯಾವುದೊ ಹೊತ್ತಿಗೆ ಮನೆ ಸೇರುತ್ತಿದ್ದ.

ಈ ನಡುವೆ ಸಾವಿತ್ರಿ ಸರ್ಕಾರಿ ಆಸ್ಪತ್ರೇಲಿ ಗಂಡು ಮಗು ಹೆತ್ತಳು. ಅವತ್ತು ಸಣ್ಣೀರ ಏಳಲಾರದಷ್ಟು ಕುಡಿದಿದ್ದ. ಹೊಲಗೇರಿಯಲ್ಲಿ ಬಿದ್ದು ಹೊರಳಾಡಿ ತನ್ನ ಖುಷಿಯನ್ನು ಹೊರಹಾಕಿದ್ದ. ಹುಟ್ಟಿದ ಮಗು ಸಾವಿತ್ರಿಯಂಗೆ ಚೆಂದಗಿತ್ತು. ಒಂದು ವರ್ಷದ ತನಕ ಮನೆಯಾಗಿದ್ದ ಸಾವಿತ್ರಿ ಗಂಡನ ಜೊತೆ ಪಟೇಲರ ಹೊಲಕ್ಕೆ ಕೆಲಸಕ್ಕೆ ಹೊರಟಳು. ಜೊತೆಗೆ ಎಳೆಗೂಸು ಬಸರಾಜನ ಕಕ್ಕೊಂಡು ಹೋಗುತ್ತಿದ್ದಳು. ಹಿಲಾಲಿನ ಬಾಬ್ತು, ಕೂಲಿ ಕಾಸಿಂದ ಅವರ ಸಂಸಾರ ಚಲೊತ್ತಾಗಿಯೆ ಸಾಗಿತ್ತು.

ಸಾವಿತ್ರಿ ಕೂಲಿ ಕೆಲಸಕ್ಕೆ ಬಂದಿದ್ದೆ ಪಟೇಲಪ್ಪನ ಆಸೆ ಮತ್ತೆ ಗರಿಬಿಚ್ಚಿತು. ಕಾದ ಕುಲುಮೆಯಂತೆ ತಯಾರಾಗಿದ್ದ ಪಟೇಲನಿಗೆ ಹೇಗಾದರೂ ಸಾವಿತ್ರಿನ ಉಂಡು ಮುಗ್ಸೊದೇ ಮಹದಾಸೆಯಾಗಿತ್ತು. ಮೂರ್ನಾಲ್ಕು ವರ್ಷಗಳ ಕಾಲ ಹೊಂಚು ಹಾಕಿಯೇ ಬೇಟೆಗಾಗಿ ಕಾದು ಕೂತಿದ್ದ. ಸಾವಿತ್ರಿನ ಬಲವಂತವಾಗಿ ಉಣ್ಣೋದು ಅವನಿಗೆ ಬೇಕಿರಲಿಲ್ಲ. ಸುಂದರಿ ಸಾವಿತ್ರಿ ಅವಳೇ ತಬ್ಬಿಕೊಂಡು ಮಲಗೋದು ಮತ್ತು ತಾನು ಮೈಮೇಲೆ ಎಳೆದುಕೊಳ್ಳುವ ಕನಸು ಕಂಡು ಅದಕ್ಕಾಗಿ ಕಾದಿದ್ದ. ಆ ಕ್ಷಣಕ್ಕಾಗಿ ಎಷ್ಟು ವರ್ಷ ಬೇಕಾದರೂ ಕಾಯಲು ಸಿದ್ಧನಾಗಿದ್ದ.

ಸಾವಿತ್ರಿಯ ಮಗ ಬಸ್ಯ ಮುರ್ನಾಲ್ಕು ವರ್ಷದವನಾದ. ಅವನನ್ನು ಶಿಶುವಾರದಾಗೆ ಬಿಟ್ಟು ಸಣ್ಣೀರ ಮತ್ತು ಸಾವಿತ್ರಿ ಇಬ್ಬರೂ ಕೆಲಸಕ್ಕೆ ಹೋಗತೊಡಗಿದರು.

ಇದಕ್ಕಾಗಿಯೇ ಕಾದು ಕೂತಿದ್ದ ಪಟೇಲಪ್ಪ ಒಂದಿನ ಸಣ್ಣೀರನ್ನ ಬೆಳ್ಬೆಳಗ್ಗೆ ಪ್ಯಾಟೆಗೆ ಕಳ್ಸಿದ. ಸಾವಿತ್ರಿ ಒಬ್ಬಳೆ ಇರೋಹಾಗೆ ನೋಡ್ಕೊಂಡಿದ್ದ. ಸುತ್ತಮುತ್ತ ಹೊಲದ್ಯಾಗೆ ಯಾರೂ ಇಲ್ಲದ ಹೊತ್ತು ನೋಡಿ ಮಿಷನ್ನಿನ ಮನೀಗೆ ಕರೆದು ಬಾಗಿಲು ಮುಚ್ಚಿ ಎದೆಗೆ ಕೈಹಾಕಿ ಮೊಲೆ ಹಿಚುಕತೊಡಗಿದ. ಅವಳನ್ನು ಮುಟ್ಟಿದ್ದೆ ಯಾವುದೊ ಹೊಸ ಉನ್ಮಾದ ಹೊಕ್ಕಂತೆ ಹುಚ್ಚನಾದ. ಸಾವಿತ್ರಿ ಚೀರಿ ಪಟೇಲನ ದೂಡಿ ಬಾಗಿಲು ತಗ್ದು ಓಡಿ ಬಂದಿದ್ದಳು. ಅವನಿಗೆ ಬಹಳ ಅವಮಾನ ಆಗಿಹೋಗಿತ್ತು. ಸಾವಿತ್ರಿ ಹೀಗೆ ಒಪ್ಪದೆ ನಿರಾಕರಿಸಿಯಾಳು ಎಂಬ ಯೋಚನೆಯೂ ಅವನಿಗಿರಲಿಲ್ಲ. ಸಾವಿತ್ರಿ ತನ್ನೊಂದಿಗೆ ಆಡುತ್ತಿದ್ದ ಚೂರು ಸಲುಗೆಯ ಮಾತುಗಳನ್ನು ಅವನು ಒಪ್ಪಿಗೆಯೆಂದು ಭಾವಿಸಿಕೊಂಡಂತಿತ್ತು. ಹತ್ತಾರು ಹೆಂಗಸರನ್ನ ಸುಲಭದಲ್ಲೇ ಉಂಡಿದ್ದ ಅವನಿಗೆ ಸಾವಿತ್ರಿ ದೂಡಿದ್ದು ಮುಖಕ್ಕೆ ಹೊಡ್ದಂಗಾಗಿತ್ತು. ಅವನ ಇಂತಹ ಹಲವು ಹಂದಾಟಗಳ ಗೆಲುವಿಗೆ ಕೈಹಿಡಿದಿದ್ದ ಮಿಷನ್ನಿನ ಮನೆ ಇಂದು ಅವನ ಸೋಲನ್ನು ನೋಡಿತ್ತು. ಪಟೇಲಪ್ಪ ಅವಮಾನದಿಂದ ಉರಿಯತೊಡಗಿದ. ಬಲಾತ್ಕಾರಕ್ಕೆ ಸಾವಿತ್ರಿ ಎಷ್ಟರವಳು ಅಂತ ಯೋಚನೆ ಬಂದರೂ ಅವಳನ್ನು ಹಿಡಿದು ಮಲಗಿಸಿಕೊಳ್ಳುವ ಮನಸು ಮಾಡಲಿಲ್ಲ. ಸಾವಿತ್ರಿಯಂತ ಸುಂದರಿ ಒಲಿದು ಮಲಗಿದ್ರೇನೆ ಸುಖ, ತನ್ನ ಚೂಪು ಮೀಸೆಗೊಂದು ಗತ್ತು ಎಂದು ಭಾವಿಸಿ ಅವಳನ್ನು ಹೋಗಲು ಬಿಟ್ಟು ಸಮಯಕ್ಕೆ ಹೊಂಚು ಹಾಕಿ ಕೂತ.

ಅದೇ ದಿನ ಸಂಜೆ 'ನಾ ಇನ್ಮೇಲೆ ಪಟೇಲ್ರ ಹೊಲಕ್ಕೆ ಬರಾಕಿಲ್ಲ ನೋಡು..' ಅಂದಿದ್ದೇ ಸಣ್ಣೀರ ಕುಡಿದ ಮತ್ತಲ್ಲಿ ಯಾಕೆ ಅಂತ ಕೇಳದೆ ಕೈಗೆ ಸಿಕ್ಕ ಕಟ್ಗೇಲಿ ಬಾಸಳ ಮೂಡೊ ಹಂಗೆ ಹೊಡ್ದಿದ್ದ. ಮತ್ತೆ ಒತಾರೆ ಎದ್ದು ಗಂಡನ ಜೊತೆ ವಿಧಿಯಿಲ್ಲದೆ ಪಟೇಲರ ಹೊಲಕ್ಕೆ ಹೋಗಿದ್ದಳು. ಪಟೇಲಪ್ಪ ಒಂದ್ಹೆಜ್ಜೆ ಹಿಂದೆ ಸರಿದಂತೆ ಕಾಣ್ತಿದ್ದ. ಈಗೀಗ ಸಣ್ಣೀರಂಗೆ ಸಾರಾಯಿ ಕುಡಿಯಾಕೆ ಮತ್ತಷ್ಟು ಭಕ್ಷೀಸು ಸಿಗ್ತಿತ್ತು. ಆರು ವರ್ಷದವನಾದ ಬಸ್ಯ ಈಗ ಸಾಲಿಗೆ ಸೇರಿದ್ದ. ಕುಡಿದು ಕುಡಿದು

ಬಂದು ಮಲಗ್ತಿದ್ದ ಸಣ್ಣೀರ ಹೆಂಡ್ತಿ ಮೇಲೆ ಕಾಲು ಹಾಕದನ್ನೂ ಮರೆತಿದ್ದ. ಹೆಂಡತಿ ಬಸುರು ಆದಾಗಲೂ ಬಿಡದಂತೆ ಸೇರಿದ್ದ ಸಣ್ಣೀರ ಈಗ ಅವಳು ಕೈಹಾಕಿದರೂ ಅದರ ಪರಿವಿಲ್ಲದೆ ಮಲಗಿಬಿಡುತ್ತಿದ್ದ. ಬಸ್ಯನ ನಂತರ ಮತ್ತೊಂದು ಕೂಸು ಸಾವಿತ್ರಿಗೆ ಆಗಲೇ ಇಲ್ಲ. ಯಾವ್ಯಾವ ಹೆಂಗಸರ ಜತೆ ಮಲ್ಗಿದೀನಿ ಅನ್ನೊದನ್ನ ಗುಟ್ಟಾಗಿ ಇಟ್ಟಿದ್ದ ಪಟೇಲಪ್ಪ ಈಗ ಆಳು ಕಲ್ಲನ ಮೂಲಕ ಹೊಸ ಸುದ್ದಿನ ಸಣ್ಣೀರನ ಕಿವಿಗೆ ಬೀಳೊ ಹಂಗೆ ಮಾಡಿದ. ಸಣ್ಣೀರನ ಹೆಂಡ್ತಿ ಸಾವಿತ್ರಿನ ಪಟೇಲ್ರು ಇಟ್ಕೊಂಡಿದಾರಂತೆ, ಸಾವಿತ್ರಿನೇ ದಿನಾಲೂ ಪಟೇಲ್ರನ್ನ ಕರೆದು ಕರೆದು ಮಲಗ್ತಾಳಂತೆ..' ಅನ್ನ ಮಾತು ರಾತ್ರಿಯಾಗೋದ್ರೊಳಗೆ ಸಣ್ಣೀರನ ಕಿವಿಗೆ ಬಿತ್ತು.

ಪಟೇಲರು ಕೊಟ್ಟ ಕಾಸಲ್ಲೆ ಚೆನ್ನಾಗಿ ಕುಡಿದ ಸಣ್ಣೀರ ನಿಲ್ಲಲಾಗದಷ್ಟು ತೂರಾಡ್ತಿದ್ದ. ತೂರಾಡ್ತಲೇ ಪಟೇಲರ ಮನಿಮುಂದೆ ನಿಂತು ಪಟೇಲನಿಗೆ ಏನೇನೊ ಬೈದು ಮನೆದಾರಿ ಹಿಡಿದಿದ್ದ. ಮನೆಗೆ ಬಂದವನೆ ಹೆಂಡ್ತಿ ಕೂದಲು ಹಿಡಿದು ಎಳೆದಾಡಿದ 'ಪಟೇಲ್ರದು ಬೇಕೇನೆ ನಿಂಗೆ ಪಟೇಲ್ರದು. ನಂದು ಸಾಲ್ದಾ ನಿಂಗೆ? ನಂದು ಹಳೇದು ಆತ ನಿಂಗೆ ಹಳೇದು' ಅಂತ ಅರೆಬರೆ ಮಾತಲ್ಲಿ ಕೂಗಾಡಿದ. ಕೈಗೆ ಸಿಕ್ಕಿದ್ರಲ್ಲಿ ಚೆನ್ನಾಗಿ ಹೊಡೆದ. ಹೊಡೆದು ಹೊಡೆದು ಸಾಕಾಗಿ ಅಳ್ತ ಕೂತ. ಉಣ್ಣದೆ ಹಾಗೆ ಮಲಗಿದ. ನಿಧಾನಕ್ಕೆ ವಿಷ್ಯ ತಿಳ್ದು ಸಾವಿತ್ರಿಗೆ ತಲೆ ತಿರುಗಿದಂತಾಯ್ತು. ಕಣ್ಣು ಕತ್ಲು ಕತ್ಲಾಗಿ ಕುಸಿದು ಕೂತಳು. ದುಃಖ ಉಕ್ಕಿ ಬಿಕ್ಕಳಿಸಿ ಬಿಕ್ಕಳಸಿ ಅತ್ತಳು. 'ಹನ್ಮಪ್ಪನಾಣೆಗೂ ನಾನ್ ತಪ್ಪು ಮಾಡಿಲ್ರಿ..' ಅಂತ ಎಷ್ಟು ಹೇಳಿದ್ರು ಕೇಳದ ಸಣ್ಣೀರ ಅಳುತ್ತಲೆ ಮಲಗಿದ. ಬಸ್ಯಗೆ ಏನೊಂದೂ ಗೊತ್ತಾಗದೆ ಪಿಳಿಪಿಳಿ ಕಣ್ ಬಿಡುತ್ತಾ ನೋಡಿ ನೋಡಿ ಉಣ್ಣದೆ ಹಾಗೇ ನಿದ್ದೆಗೆ ಜಾರಿದ.

ಊರಲ್ಲಿ ಹಬ್ಬಿದ ಪಟೇಲ್ರು ಮತ್ತು ಸಾವಿತ್ರಿ ನಡುವಿನ ಸಂಬಂಧದ ಸುದ್ದಿ ಪಟೇಲರ ಹೆಂಡತಿ ಕಮಲಿಯನ್ನು ಮುಟ್ಟುವುದು ತಡವಾಗಿರಲಿಲ್ಲ. ಈ ಮೊದಲು ಪಟೇಲರ ಬಗ್ಗೆ ಇಂತಹ ಸುದ್ದಿಗಳು ಬಂದಾಗಲೂ ಕಮಲಿ ಗಲಾಟೆ ಮಾಡಿದ್ದಳು. ಈಗ ಊರಿಗೆ ಊರೇ ಸಾವಿತ್ರಿ ವಿಷ್ಯ ಮಾತಾಡುವಾಗ ಕಮಲಿಗೆ ಹೊಟ್ಟೆಗೆ ಬೆಂಕಿ ಬಿದ್ದ ಹಾಗೆ ಆಗಿತ್ತು. ಗಂಡನನ್ನು ಹಾದಿಗೆ ತರಲು ಏನೇ ಪ್ರಯತ್ನ ಮಾಡಿದರೂ ಪಟೇಲರು ಅವಳ ಹಾದಿಗೆ ಬರಲಿಲ್ಲ. ಈಗೀಗಂತಲೂ ಅವರಿಬ್ಬರು ಬೇರೆಯೇ ಮಲಗುತ್ತಿದ್ದರು. ಪಟೇಲರನ್ನು ದೂರ ಇಟ್ಟೆ ಮಲಗುತ್ತಿದ್ದಳು. ಪಟೇಲ ಒಂದೆರೆಡು ಬಾರಿ ಅವಳ ಸೊಂಟ ತೀಡಿ ಅವಳಿಂದ ಉಗಿಸಿಕೊಂಡು ಸುಮ್ಮನಾಗಿದ್ದ. ಅವಳಿಗೆ ಮನೆಯಿಂದ ಹೊರಗೆ ಹೋಗಲು ಅವಮಾನವಾದಂತಾಗುತ್ತಿತ್ತು.

ಬೆಳಗ್ಗೆ ಎದ್ದ ಸಣ್ಣೀರ ಏನೂ ಆಗಿಲ್ಲೋರ ತರಹನೇ ಇದ್ದ. ಉಂಡು ಪಟೇಲ್ರ ಹೊಲಕ್ಕೆ ಹೊರಟು ಹೋದ. ಸಾವಿತ್ರಿ 'ನಾ ಬರಲ್ಲ' ಅಂತ ಹಠ ಹಿಡಿದಿದ್ದಳು. ಅವಳನ್ನು ಬಿಟ್ಟು ತಾನೊಬ್ನೆ ಹೋದ. ಹೊಲ್ದಾಗೆ ಗೇದು ಗೇದು ಸಂಜೆಗೆ

ಸಾರಾಯಿ ಹಾಕೊಂಡು ಮನೇಗೆ ಬಂದು ಮತ್ತೆ ಸಾವಿತ್ರಿಗೆ ಹೊಡೆದ. 'ಇವತ್ತು ಎಲ್ಲಿ ಹೋಗಿದ್ರೆ ಮಲ್ಗಾಕೆ?' ಅಂತ ಕೇಳಿ ಕೇಳಿ ಹೊಡೆದ. ಸಾವಿತ್ರಿಯ ಯಾವ ಮಾತೂ ಅವನ ಕಿವಿಗೆ ತಲುಪುತ್ತಿರಲಿಲ್ಲ. ಊರಲ್ಲಿ ಹಬ್ಬಿದ್ದ ಸುದ್ದಿಯೇ ಅವನ ಕಿವಿಯೊಳಗೆ ತುಂಬಿದ್ದರಿಂದ ಯಾವ ಮಾತೂ ಅವನಿಗೆ ಕೇಳುತ್ತಿರಲಿಲ್ಲ. ಇದು ದಿನೇ ದಿನೇ ಜಾಸ್ತಿನೇ ಆಗತೊಡಗಿತು. ಕುಡಿತವೂ ಹೆಚ್ಚಾಗಿ ಹೋಯ್ತು. ಮನೆಗೆ ಹೊಟ್ಟೆ ತುಂಬಾ ಕುಡಿದೇ ಬರೋನು, ಹೆಂಡ್ತಿಗೆ ಹೊಡೆಯೋನು. ದಿನಾ ದಿನಾ ಹೆಂಡ್ತಿ ಬಟ್ಟೆ ಬಿಚ್ಚಿಸಿ ಮೊಲೆ ಮೇಲೆ, ತೊಡೆ ಮ್ಯಾಲೆ ಪಟೇಲರ ಹಲ್ಲಿನ ಗುರುತುಗಳನ್ನು ಹುಡ್ಕೋನು. ಕುಡಿತವಂತೂ ವಿಪರೀತವಾಗಿ ಸಣ್ಣೀರನ ದೇಹಸ್ಥಿತಿ ಕೆಡುತ್ತಾ ಬಂತು. ಸರಿಯಾಗಿ ಉಣ್ಣದೇ ಬರೀ ಕುಡೀತಾ ದಿನ ಕಳೀತಿದ್ದ ಸಣ್ಣೀರ ಒಂದಿನ ಚರಂಡಿಯಲ್ಲಿ ಬಿದ್ದೋನು ಮೇಲೆ ಏಳಲೇ ಇಲ್ಲ. ಸಾವಿತ್ರಿ ಅವನನ್ನು ಹೊತ್ತುಕೊಂಡು ಆಸ್ಪತ್ರೆ ತಿರುಗಿ ಕೊನೆಗೆ ಅವನ ಹೆಣ ಹೊತ್ತುಕೊಂಡು ಊರಿಗೆ ಬರಬೇಕಾಯ್ತು. ಒಂಭತ್ತು ವರ್ಷದ ಮಗ ಬಸ್ಯನನ್ನು, ಹೆಂಡ್ತಿ ಸಾವಿತ್ರಿಯನ್ನು ಬಿಟ್ಟು ಸಣ್ಣೀರ ನೋವಲ್ಲೆ ತೀರಿಹೋದ. ಹಿಲಾಲು ಹಿಡಿಯೋರು ಇಲ್ಲದೆ ಹನ್ಮಪ್ಪ ಗುಡೀಲೆ ಉಳಿಯುವಂತಾಯ್ತು.

***

ಆರಡಿ ಎತ್ತರದ, ಅಗಲ ಮೈಯಿಯ ಪಟೇಲ್ರು ಶನಿವಾರ, ಸೋಮವಾರ ಒಂದು ಧೋತಿ ತೊಟ್ಟು ಅಂಗಿ ಇಲ್ಲದ ಖಾಲಿ ಮೈಗೆ ಗಂಧ ನಾಮ ಉದ್ದಕ್ಕೆ ಬಳ್ಕೊಂಡು ಕೊರಳಾಗೆ ರುದ್ರಾಕ್ಷಿ ತೊಟ್ಟು ಕೇರಿಯಲ್ಲಿ ನಡೆದು ಹೋಗ್ತಿದ್ರೆ ಇವರೇ ದೇವ್ರು ಅನ್ನಂಗೆ ಕಾಣ್ತಾ ಇದ್ದರು. 'ನಾ ಪಂಚಾಯತಿ ಹೇಳ್ವಾಗ ನಂಗೆ ದೇವ್ರ ಅನುಗ್ರಹ ಇರ್ತೈತಿ. ನಂಗ ಬೈದ್ರಾ ಸುಳ್ ಹೇಳಿದ್ರಾ ನಿಮ್ಗೆ ಒಳ್ಳೆದ್ ಆಗಲ್ಲ' ಅಂತ ಪುಕಾರು ಹಬ್ಬಿಸಿದ್ದ. ಸಣ್ಣೀರ ಸತ್ತಿದ್ದು, ಹಿಲಾಲು ಹಿಡಿಯಲು ಹೊಸಬರನ್ನು ಆರಿಸೋದು ಮತ್ತು ಸಾವಿತ್ರಿ ಪಡೆಯೋದು ಈ ಎಲ್ಲಕ್ಕೂ ಒಂದು ಸಂಬಂಧ ಹೆಣೆದು ಕೂತಿದ್ದ ಪಟೇಲಪ್ಪ. ಮುಂದಿನ ಕೆಲ್ಸನ ಆಳು ಕಲ್ಲನಿಗೆ ವಹಿಸಿ ತಾನು ಮಾತ್ರ ಸಾವಿತ್ರಿ ಮೊಲೆ ಹಿಂಡುವ ಕಲ್ಪನೆಯಲ್ಲಿ ಮುಳುಗಿ ಹೋಗಿದ್ದ.

***

'ಸಾವಿತ್ರವ್ವಾ, ಹಿಲಾಲು ಹಿಡಿಯೊ ಬಾಬ್ತು ಅಂದ್ರೆ ಸುಮ್ನೆ ಅನ್ಕೊಂಡಿಯೇನು? ಹನ್ಮಪ್ಪನ ಸೇವಾ ಅದು. ಸೇವಾ ಮಾಡಿದ್ರೆ ಅವ್ನು ಯಾವಾಗ್ಲೂ ಕೈ ಹಿಡಿತಾನೆ. ಬಸ್ಯನ ಬಾಳು ಚಲೊ ಇರ್ತೈತಿ. ನೀನಾರ ಒಂಟಿ ಹೆಂಗ್ಸು ಇದಿ. ನಿನ್ ಜೀವನಗತಿಯೇನು ಯೋಚ್ನೆ ಮಾಡಿಯೇನ? ಹಿಲಾಲು ಹಿಡಿಯಾಕೆ ನಿಮ್ಮ ಹೊಲೆಗೇರಿಯಾಗೆ ಬಾಳ ಜನ ಪಿತೂರಿ ಮಾಡಾಕತ್ಯಾರ? ನೋಡು ಯೋಚ್ನೆ ಮಾಡು. ಹಿಲಾಲು

ಬಾಬ್ತು ಕೈಬಿಟ್ಟೀತು? ಪಟೇಲ್ರು ಅನ್ಕೊಂಡ್ರೆ ಏನ್ ತಿಳ್ದೀ. ಧರ್ಮದರ್ಶಿ ಅದಾರ ಅವ್ರು. ಪಂಚ್ಯಾತಿಗೆ ಕೂತ್ರ ಹನ್ಮಪ್ಪನ ದಯ ಬರ್ತದ ಅವ್ರಗ. ಅವಜೋರ್ಡಿ ಹೊಂದುಕೊಂಡು ಹೋದ್ರೆ ಹನ್ಮಪ್ಪಗೆ ನೀನು ಹೊಂದ್ಕೊಂಡಂಗೆ ನೋಡವ. ಹೊಂದ್ಕಂಡ್ರಾ ಹಿಲಾಲು ಉಳಿತೈತಿ, ಮಗನಿಗೆ ಒಳ್ಳೆದು ಆಗತೈತಿ. ಹನ್ಮಪ್ಪಂಗೆ ನಿನ್ನ ಸೇವಾನು ಸೇರತೈತಿ. ನೋಡವ್ವ ಯೋಚ್ನಿ ಮಾಡು. ಪಟೇಲ್ರು ಕೇಳ್ತಿಲ್ಲ ಆ ದೇವ್ರೆ ಬಯಸ್ಯಾನ. ದೇವ್ರು ದೊಡ್ಡೋನು; ನಿನ್ನ ಬಯಸ್ಯಾನ' ಪಟೇಲಪ್ಪನ ಆಳು ಕಲ್ಲ ಸಾವಿತ್ರಿ ಎದೆಗೆ ಚಿಂತೆ ತುಂಬಿ ಎದ್ದು ಹೋಗಿದ್ದ.

***

ಶುಕ್ರವಾರ ಒತಾರೆ ಮನಿಗೊಂದಾಳು ಪಂಚಾಯಿತಿ ಸೇರಿತು. ಪಟೇಲಪ್ಪ 'ನೋಡ್ರಪ, ಸಣ್ಣೀರ ಹೋದ. ಹಿಲಾಲು ಹಿಡಿಯೋಕೆ ಅವ್ನ ಮಗನ್ನ ಗೊತ್ತು ಮಾಡಣ. ತಂದೆ ಇಲ್ಲದ ಮಗ. ಒಂದೀಟು ಒಳೆದಾಗ್ಲಿ ಅಲವ್ರಾ?' ಅನ್ನೊ ಕಾಳಜಿ ಮಾತೇಳಿ ಜನ್ರೇ ಹೌದ್ಹೌದು ಅನ್ನುವಂತೆ ಮಾಡಿ, ಪಂಚಾಯತಿ ಮುಗ್ಸಿದ್ದ. ಬಹಳ ದಿನ ಆತು ನಾಳೇನೆ ಸಣ್ಣೀರನ ಮಗ ಬಸ್ಯಂಗೆ ಹಿಲಾಲು ಪೂಜೆ ಮಾಡುವ ಅಂತೇಳಿ ಎದ್ದು ಹೋಗಿದ್ದ.

ಶನಿವಾರ ಬೆಳ್ಳಗೆ ಎದ್ದ ಸಾವಿತ್ರಿ ಮಗನಿಗೆ ಸ್ನಾನ ಮಾಡಿಸಿ, ಚೆಂದದ ಹೊಸ ಬಟ್ಟೆ ತೊಡಿಸಿ. ಗುಡಿ ಮುಂದಕ್ಕೆ ಜನರ ಜೊತೆ ಕಳ್ಸಿ ತಾನು ಮನೇಲಿ ಉಳಿದಳು. ಬಸ್ಯ 'ನೀನೂ ಬಾರವ್ವೊ.' ಅಂತ ಕರೆದಿದ್ದ. ಗಂಟಲಲ್ಲಿನ ದುಃಖ ನುಂಗಿ 'ನೀ ಹೋಗ್ ಬಸ್ಯ, ನಾ ಬಂತೀನಿ' ಅಂದು ಮಗ ಮರೆಯಾಗುವವರೆಗೂ ನಿಂತು ನೋಡಿದ್ದಳು. ಮಗ ಪಸಂದು ಇದ್ದ. ಬಸ್ಯ ಗುಡಿ ಮುಂದೆ ಬಂದು ನಿಂತ. ಹನುಮನ ಹಲಗೆ ಸದ್ದು ಜೋರಿತ್ತು. ಊರಿನ ಜನ ಅಗಸಿ ಮುಂದೆ ಸೇರಿ ಹಬ್ಬದ ವಾತಾವರಣ ಸೃಷ್ಟಿಯಾಗಿತ್ತು. ಭಯ ಭಕ್ತಿಯಿಂದ ಜನ ಅತ್ತ ಕಡೆಯೇ ನೋಡತೊಡಗಿದ್ದರು. ಪೂಜಾರಪ್ಪ ಒಕುಳಿ ತಂದು ಬಸ್ಯನ ಮೇಲೆ ಸುರಿದ. ಬಸ್ಯ ಸಣ್ಣಗೆ ನಡುಗಿದ. ಅವನನ್ನು ಅಲ್ಲಿಂದ ತಂಗ್ಯಾಮನ ಗುಡಿಗೆ ಕರೆದುಕೊಂಡು ಹೋಗಿ ಸಣ್ಣೀರ ಮಾಡಿಟ್ಟಿದ್ದ ಹಿಲಾಲೊಂದನು ಕೊಟ್ಟು ಅದನ್ನ ಹೊತ್ತಿಸು ಅಂತ ಹೇಳಿದರು. ಬಸ್ಯ ಹಿಲಾಲು ಹೊತ್ತಿಸಿದ. ಅದನ್ನು ಹಿಡಿದು ಗುಡಿ ಮುಂದೆ ಬಂದು ನಿಂತ. ನಾಕು ತಿಂಗಳಿನಿಂದ ಹಿಲಾಲು ಇಲ್ಲದೆ ಒಳಗೆ ಇದ್ದ ಹೊಂಡದೇವ್ರು ಹನ್ಮಪ್ಪ ಬೂದಿಬಸಪ್ಪನ ತಲೆಯೇರಿ ಬಂತು. ಕರೆಕಲ್ಲು ಕಡೆ ಮೆರವಣಿಗೆ ಹೊರಟಿತು. ಊರಿನ ಜನರೆಲ್ಲಾ ದೇವರನ್ನು ಹಿಂಬಾಲಿಸಿತು. ಸಾವಿತ್ರಿ ಮನೆಯಲ್ಲೆ ಕೂತು ಒತ್ತಿ ಬರ್ತಿದ್ದ ಕಣ್ಣೀರು ಒರೆಸಿಕೊಳ್ತಿದ್ದಳು. ಮರದ ದೊಡ್ಡ ಕುರ್ಚಿಯ ಮೇಲೆ ಕೂತಿದ್ದ ಪಟೇಲಪ್ಪ ಮಿಷಿನ್ನಿನ ಮನೇಲಿ ಸಾವಿತ್ರಿ ಜತೆ ಹಂದಾಡಿದ್ದನ್ನು ನೆನೆಸಿಕೊಂಡು ಮೀಸೆ ಮೇಲೆ ಕೈಯಾಡಿಸಿಕೊಳ್ತಾ ಮುಗುಳು ನಗುತ್ತಿದ್ದ.

ಊರಿನ ಎಲ್ಲರೂ ಅಗಸಿ ಮುಂದೆಯೇ ಇದ್ದರು. ಪಟೇಲರ ಹೆಂಡತಿ ಕಮಲಿಯು ತನಗೆ ತಲೆನೋವು ನೀವು ಹೋಗಿ ಎಂದು ಗಂಡನಿಗೆ ಹೇಳಿ ತಾನು ಮನೆಯಲ್ಲೇ ಉಳಿದಿದ್ದಳು. ಹಲಗೆ ಹನುಮ ಹೊಂಡದೇವ್ರ ಮುಂದೆ ಖಿಣಖಿಣನೆ ಹಲಗೆ ಬಾರಿಸುತ್ತಿದ್ದ. ಅತ್ತ ಅಗಸಿಯಲ್ಲಿ ದೇವ್ರ ಸಂಭ್ರಮ ಅರಳುವಾಗ ಇತ್ತ ಪಟೇಲರ ಹೆಂಡತಿ ಕಮಲಿ ಹೊರಗೆ ಕಾದು ನಿಂತಿದ್ದ ಮಾದ್ರ ಪರಮೇಶಿಯನ್ನು ಕರೆದುಕೊಂಡು ಬಾಗಿಲಿಕ್ಕಿಕೊಂಡು ಅವನ ಮುಂದೆ ಪೂರ್ತಿ ಬೆತ್ತಲಾದಳು.

ಹಲಗೆಯ ಸದ್ದು, ಪಟೇಲರ ನಗು, ಉರಿಯುವ ಹಿಲಾಲು ಮತ್ತು ಪಟೇಲರ ಹೆಂಡತಿ ಕಮಲಿಯ ಬೆತ್ತಲೆ ದೇಹದ ಮೇಲೆ ಪರಮೇಶಿಯ ಕೈಗಳ ಓಡಾಟ, ಅಲ್ಲಿ ಮರುಕು ಮನೆಯಲ್ಲಿ ಸಾವಿತ್ರಿ ಸುರಿಸುತ್ತಿದ್ದ ಕಣ್ಣೀರು ಯಾವುದೋ ಒಂದು ಎಳೆಯಲ್ಲಿ ಸೇರತೊಡಗಿದ್ದವು.

8

ಪಲ್ ಪಲ್ ದಿಲ್ ಕೆ ಪಾಸ್..

ಕಡು ಕತ್ತಲು ನದಿಯಂತೆ ಹರಿಯುತ್ತಿತ್ತು. ಅದರಿಂದ ತಪ್ಪಿಸಿಕೊಳ್ಳಲೇನೊ ಎಂಬಂತೆ ಅವನು ಬಸ್ಸನ್ನೇರಿ ಕೂತಿದ್ದ. ಕತ್ತಲೆ ಗವ್ವೆನ್ನುತ್ತಿತ್ತು. ಅಲ್ಲಿ ತುಸು ದೂರದಲ್ಲಿ ಕವಿ ಮನೆಯ ಮುಂದೆ ಕಂಬದಿಂದ ಬೆಳಕು ಸುರಿಯುತ್ತಿತ್ತು. ಒಂದು ಮೂಲೆಯಲ್ಲಿ ಮಾನಪ್ಪ ನಿಶ್ಚಲವಾಗಿ ಮಲಗಿದ್ದ. ಅವನು ಎಚ್ಚರವಿದ್ದರೂ, ನಿದ್ದೆಯಲ್ಲಿದ್ದರೂ ಅವನ ದೇಹ ಒಂದಿಂಚೂ ಕದಲುವುದಿಲ್ಲ. ಯಾವುದೋ ಗೂಡಿನಲ್ಲಿ ಹಕ್ಕಿಯೊಂದು ತನ್ನ ಮರಿಗೆ ಸಮಾಧಾನಿಸುವ ದನಿ. ಆ ದನಿ ಇಡೀ ಕತ್ತಲೆಯ ಮೌನವನ್ನು ಇನ್ನಷ್ಟು ಹೆಚ್ಚಿಸುತ್ತಿತ್ತು.

ಹಾಲ್ಟ್ ಬಸ್ಸಿನ ಮೇಲೆ ಕೂತಿದ್ದ ಅವನು ತನ್ನ ಮೊಬೈಲ್ ತೆಗ್ದು, ಕಾಲ್ ಹಿಸ್ಟರಿ ಹುಡುಕಿ, ಡಯಲ್ ಮಾಡಿ, ಲೌಡ್ ಸ್ಪೀಕರ್‌ಗೆ ಹಾಕಿ ಪಕ್ಕಕ್ಕಿಟ್ಟ. ಕರೆ ಸುಮ್ಮನೆ ಗುರ್ ಗುರ್ ಅನ್ನತೊಡಗಿತು. ಮೊದ-ಮೊದಲು ಈ ಹೊತ್ತಿನಲ್ಲಿ ಕರೆ ಮಾಡಿದಾಗ ಬಿಝಿ ಟೋನ್, ಕೆಲವು ದಿನಗಳ ನಂತರ 'ನೀವು ಕರೆ ಮಾಡಿರುವ ಚಂದಾದಾರರು ಬೇರೊಂದು ಕರೆಯಲ್ಲಿ ನಿರತರಾಗಿದ್ದಾರೆ' ಎಂಬ ಸೂಚನೆ, ಮತ್ತಷ್ಟು ದಿನಗಳಾದ ಮೇಲೆ ಅದರಲ್ಲಿ ಪ್ರೇಮಗೀತೆಯ ಒಂದು ಕಾಲರ್ ಟ್ಯೂನ್ ಕೇಳಿ ಬರುತ್ತಿತ್ತು.

ರಿಂಗಾಗುವ ಸದ್ದು ರಾತ್ರಿಯ ಎದೆಗೆ ಹೊಡೆಯುವಂತೆ ಅಲೆ ಅಲೆಯಾಗಿ ಹಬ್ಬಿತು. ಅವನು ನಿತ್ಯ ಮಲಗುವ ಮುಂಚೆ ಅದೇ ನಂಬರ್‌ಗೆ ಮೂರು ಬಾರಿ ಕರೆ ಮಾಡುತ್ತಾನೆ. ಅತ್ತ ಕಡೆಯ 'ಹಲೋ' ದನಿ ಸಿಗುವುದಿಲ್ಲ. ಹಾಗಂತ ಇವನೇನು ಮಾಡುವುದು ಬಿಡುವುದಿಲ್ಲ. ಎರಡು ಬಾರಿ ಶರತ್ಕಾಲ ಎಲೆ ಉದುರಿಸಿದೆ. ಕೆಲವು ಹಕ್ಕಿಗಳು ಗೂಡು ಬಿಟ್ಟಿವೆ, ಕೆಲವು ಹೊಸದಾಗಿ ಗೂಡು ಕಟ್ಟಿವೆ. ಬಸ್ಸಿನ ಚಕ್ರ ತಿರುಗುತ್ತಲೇ ಇದೆ. ಮಲಗುವ ಮುಂಚೆ ಕರೆ ಹೋಗುತ್ತಲೇ ಇದೆ.

ಮೈ ಚೆಲ್ಲಿ ಅಂಗಾತ ಮಲಗಿದ. ನಕ್ಷತ್ರಗಳನ್ನು ನೋಡಿದ. ಯಾವುದನ್ನು ಯಾವುದಕ್ಕೆ ಜೋಡಿಸಿದರೂ ಒಂದೊಳ್ಳೆ ಚಿತ್ರವಾಗುತ್ತಿಲ್ಲ. ತಪ್ಪು ನಕ್ಷತ್ರಗಳದ್ದೋ ಕಣ್ಣಿನದ್ದೋ ಗೊತ್ತಾಗುತ್ತಿಲ್ಲ.

ಮೊಬೈಲ್‌ನಲ್ಲಿ ಸಣ್ಣಗೆ ಹಾಡು ಹಚ್ಚಿದ. 'ಪಲ್ ಪಲ್ ದಿಲ್ ಕೆ ಪಾಸ್ ತುಮ್ ರೆಹ್ತಿ ಹೊ..' ತುಂಬಿದ ಗಂಟಲಲ್ಲಿ ಕಿಶೋರ್ ಕುಮಾರ್ ಹಾಡತೊಡಗಿದ. ಇದೂ ಕೂಡ ಅವನ ಎಂದಿನ ಉಸಾಬರಿ. ಅದನ್ನು ಅವನು ಮಲಗುವ ಮುಂಚೆ ಮಾಡುವ ಪ್ರಾರ್ಥನೆಯಂತೆ ಕೇಳಿಸಿಕೊಳ್ಳುತ್ತಾನೆ. ಗಾಳಿ ಉಸಿರು ಬಿಗಿ ಹಿಡಿದು ಈ ಹಾಡನ್ನು ಕೇಳಿಸಿಕೊಳ್ಳುತ್ತದೆ. ಇವನು ಹಾಕುವ ಆ ಹಾಡು ಕೇಳಿಯೇ ಕತ್ತಲು ಮಲಗಲು ರೆಡಿಯಾಗುತ್ತದೆ. ಆ ಅರ್ಥಂಬರ್ಥ ಕಾಡು ಕೂಡ ಕನಸಿಗೆ ಅಣಿಯಾಗುತ್ತದೆ.

ಇವನು ಕಣ್ ಮುಚ್ಚುವುದನ್ನು ಕಾದಂತೆ ಕನಸೊಂದು ಆ ಕತ್ತಲೆಯ ಆಚೆ ಗಸ್ತು ತಿರುಗುತ್ತಿದೆ.

'ಪಲ್ ಪಲ್ ದಿಲ್ ಕೆ ಪಾಸ್..' ಕಿಶೋರ್ ಕುಮಾರ್ ಹಾಡು ಮುಗಿಸುತ್ತಾನೆ. ಕಣ್ಣಾಲಿಗಳು ಇಡೀ ಕತ್ತಲನ್ನು ಒಳಗೆ ತುಂಬಿಕೊಂಡು ಬೋರಲು ಬೀಳುತ್ತವೆ.

ನಿದ್ದೆ ಮಂಪರು.. ಮಾನಪ್ಪ ಆಗಾಗ ಹೇಳುವ ಮಾತು ನಿದ್ದೆಗೂ ಮುನ್ನ ಒಮ್ಮೆ ನೆನಪಾಗುತ್ತದೆ 'ರಾತ್ರಿ ಮನೆ ಬಿಟ್ಟು ಬಂದು ಮಲಗಿದರೆ ಸುಖ ಬಿಟ್ಟು ಬಂದು ಮಲಗಿದಂತೆ..' ಮೊಬೈಲ್ ಎತ್ತಿ ಪಕ್ಕ ಇಟ್ಟು ಮಲಗುವಂತೆ ಆ ಮಾತನ್ನು ಚೂರು ಆಚೆ ಸರಿಸಿ ಮಲಗುತ್ತಾನೆ. ಕತ್ತಲು ಮತ್ತು ಅವನು ಒಂದಾಗುತ್ತಾರೆ. ಕವಿ ಮನೆ ಬಳಿಯ ಒಂಟಿ ಬೆಳಕು ಅನಾಥ.

ಅವನ ಖಾತೆಯಿಂದ ಒಂದು ರಾತ್ರಿ ಖಾಲಿಯಾಗುತ್ತದೆ.

ಇವನು ಕಣ್ಣು ಮುಚ್ಚಿದ್ದೆ ತಡ ಆಚೆ ಗಸ್ತು ತಿರುಗುತ್ತಿದ್ದ ಕನಸು ಇವನೊಳಗೆ ನುಗ್ಗಿ ಬಿಡುತ್ತದೆ. ಕನಸಿನಲ್ಲಿ ಇವನು ದುಂಡು ಮಲ್ಲಿಗೆ ಮಾರುತ್ತಾನೆ. ಕೇಳಿದವರಿಗೆ ಒಂದು ಮೊಳವೋ, ಮಾರೋ ಅಳೆದು ಕತ್ತರಿಸಿ ಕೊಡುತ್ತಾನೆ. ಆ ಕನಸಿನಲ್ಲಿ ಒಬ್ಬ ಗಂಡಸು ದಿನಾ ಬರುತ್ತಾನೆ. ಒಂದು ಮೊಳ ಮಲ್ಲಿಗೆ ಖರೀದಿಸುತ್ತಾನೆ. ದುಡ್ಡು ಕೊಡದೆ ವಿಚಿತ್ರವಾಗಿ ನಗುತ್ತಾನೆ. ಹಿಂದೆ ತಿರುಗಿ ನೋಡದೆ ನಡೆದು ಬಿಡುತ್ತಾನೆ. ಇವನು ಕೂಗದೆ ಸುಮ್ಮನೆ ನಿಲ್ಲುತ್ತಾನೆ. ಕೊನೆಗೆ ಒಂದು ಮೊಳ ಮಲ್ಲಿಗೆ ಮಾತ್ರ ಉಳಿಯುತ್ತದೆ. ಅದನ್ನು ಯಾರೂ ಕೊಳ್ಳುವುದಿಲ್ಲ. ಅದು ಬಾಡುತ್ತದೆ. ಇವನು ಕನಸೊಡೆದು ಏಳುತ್ತಾನೆ. ಆಕಾಶಕ್ಕೆ ಯಾರೊ ಮಲ್ಲಿಗೆ ಎಸೆದಂತೆ ಬೆಳ್ಳಕ್ಕಿಗಳು ಹಾರುತ್ತವೆ. ಎದ್ದು ಕನಸಿನ ಬಗ್ಗೆ ಅರೆ ಕ್ಷಣ ಯೋಚಿಸುತ್ತಾನೆ. ಮತ್ತೆ ಮರೆಯುತ್ತಾನೆ. ಒಂದು ದಿನವಾದರೂ ಈ ಕನಸು ತಪ್ಪಲಿ ಎಂದು ಆಶಿಸುತ್ತಾನೆ. ಆದರೆ ನಿರ್ದಯಿ ಕನಸು ಅವನ ಮೊರೆಯನ್ನು ಕೇಳಿಸಿಕೊಳ್ಳುವುದೇ ಇಲ್ಲ.

***

ನಾಗಪ್ಪ ಬಂಡೆಪ್ಪ ಹೊಲದ್ ಅನ್ನುವ ಹೆಸರಿನ, ವಯಸ್ಸು ಮೂವತ್ತೈದಕ್ಕೆ ಹೊರಳುತ್ತಿರುವ, ರಾಜ್ಯ ಸಾರಿಗೆ ಸಂಸ್ಥೆಯ ಅಥಣಿ ಡಿಪೋದಲ್ಲಿ ಡ್ರೈವರ್ ಕಮ್ ಕಂಡಕ್ಟರ್ ಆಗಿರುವ, ಇವನು ಮೂರು ವರ್ಷದಿಂದ ಬಸ್ಸಿನ ಸ್ಟೇರಿಂಗ್ ತಿರುಗಿಸುತ್ತಿದ್ದಾನೆ. ಐದು ಮುಕ್ಕಾಲು ಅಡಿಯ ಆಳು. ಮೀಸೆಯನ್ನು ಎರಡೂ ಕಡೆ ಚೂಪಾಗಿ ಕೆತ್ತಿಸುವ ಖಯಾಲಿ. ಯಾರೇ ನೋಡಿದರೂ ಇನ್ನೊಂದು ಚೂರು ದಪ್ಪ ಆಗಬೇಕು ಅನ್ನುವ ಅಭಿಪ್ರಾಯ ಬರುವಂತಹ ಪೀಚಲು ದೇಹ. ಗೋಧಿ ಬಣ್ಣ, ಸದಾ ನೀಟಾಗಿ ಬಾಚಿಕೊಂಡ ತಲೆಗೂದಲು.

ನಾಗಪ್ಪ, ಶಿಗ್ಗಾಂವ್‌ನಿಂದ ಹನ್ನೆರಡು ಕಿಲೋ ಮೀಟರ್ ದೂರ ಇರುವ ಹೊಸೂರಿನವನು. ಊರಿನಲ್ಲಿ ಸೋತು ಹೋದ ಅವ್ವ ಇದ್ದಾಳೆ. ಕೆಂಪು ಹೆಂಚಿನ ಮನೆಯಿದೆ. ಒಂದು ಎಕರೆ ಜಮೀನನ್ನು ಕಳೆದು, ಜೊತೆಗೆ ತಾನೂ ಹೊರಟು ಹೋದ ಅಪ್ಪನ ನೆನಪೂ ಇದೆ. ತಿಂಗಳಿಗೊಮ್ಮೆ ಊರಿಗೆ ಹೋಗಿ ಬರುತ್ತಾನೆ. ಇಲ್ಲಿರಲು ಡಿಪೋ ಪಕ್ಕದಲ್ಲಿ ಒಂದು ಖೋಲಿ ಬಾಡಿಗೆ ಪಡೆದಿದ್ದಾನೆ.

ಒಂದು ವರ್ಷ ಕಾಲ ಅಥಣಿಯಿಂದ ಹುಬ್ಬಳಿಗೆ ಬಸ್ ಓಡಿಸಿದ. ಮರು ವರ್ಷವೇ ಅಥಣಿಯಿಂದ ತೀರ್ಥಹಳ್ಳಿಗೆ ಹೋಗುವ ಬಸ್ಸಿಗೆ ವರ್ಗಾವಣೆ. ಶುಕ್ರವಾರ ಬೆಳಗ್ಗೆ ಅಥಣಿಯಿಂದ ಹೊರಟು ರಾತ್ರಿ ತೀರ್ಥಹಳ್ಳಿ ತಲುಪಿ ಮಲಗಿ ಮರುದಿನ ಎದ್ದು ಅಥಣಿ ತಲುಪಿದರೆ ಒಂದು ಡ್ಯೂಟಿ ಮುಗಿದಂತೆ. ವಾರದಲ್ಲಿ ಮೂರು ದಿನ ಬಸ್ಸಿನಲ್ಲೇ ಉಳಿಯುವ ಕೆಲಸ.

ಬೆಂಗಳೂರಿನಿಂದ ನೇರವಾಗಿ ಕವಿಮನೆ ಇರುವ ಕುಪ್ಪಳಿಗೆ ಬಸ್ ಅನುಕೂಲವಿದೆ. ಉತ್ತರ ಕರ್ನಾಟಕದಿಂದ ಬರುವವರಿಗೆ ಆ ವ್ಯವಸ್ಥೆ ಇಲ್ಲ ಅಂತ ಯಾರೊ ವಾಚಕರವಾಣಿಗೆ ಪತ್ರ ಬರೆದದ್ದನ್ನು ಸಂಸ್ಥೆ ಗಂಭೀರವಾಗಿ ಪರಿಗಣಿಸಿ ತೀರ್ಥಹಳ್ಳಿವರೆಗೂ ಹೋಗುವ ಅಥಣಿ ಡಿಪೋದ ಈ ಬಸ್ಸನ್ನು ದೇವಂಗಿ ಮಾರ್ಗವಾಗಿ ಕುಪ್ಪಳಿ ತಲುಪಿ ಅಲ್ಲಿಯೇ ಹಾಲ್ಟ್ ಆಗಬೇಕೆಂದು ಸೂಚನೆ ನೀಡಿ ಕೈ ತೊಳೆದುಕೊಂಡಿತು. ಆಗಿಂದ ನಾಗಪ್ಪನಿಗೆ ವಾರದಲ್ಲಿ ಮೂರು ದಿನ ಕುಪ್ಪಳಿಯಲ್ಲಿ ಉಳಿಯುವ ಡ್ಯೂಟಿ.

ಇನ್ನೂ ಉಳಿದಿರುವ ಕಾಡು, ರಾತ್ರಿ ವೇಳೆ ಅದರ ಸೊಬಗು, ಹಕ್ಕಿಗಳು, ಜೊತೆ ಜೊತೆಗೆ ಕವಿಮನೆ ಕಾಯಲು ಕೂತಿರುತ್ತಿದ್ದ ಮಾನಪ್ಪನ ಮಾತುಗಳು, ಕವಿ ಇಲ್ಲೆ ಎಲ್ಲೋ ಓಡಾಡಿಕೊಂಡಿರುವರು ಎನ್ನುವ ಭಾವ ಅವನನ್ನು ಪುಳಕಿತಗೊಳಿಸಿದ್ದವು. ಎಂಟನೇ ಕ್ಲಾಸಿನಲ್ಲಿ ಓದಿದ ಅವರ 'ಓ ನನ್ನ ಚೇತನ' ಪದ್ಯವನ್ನು ಇಲ್ಲೇ ಕವಿ ಕೂತು ಹೇಳುತ್ತಿದ್ದಾರೇನೋ ಎಂದೆನಿಸಿ ರೋಮಾಂಚನಗೊಳ್ಳುತ್ತಿದ್ದ.

ಇವನೊಂದಿಗೆ ಬಂದಿರುತ್ತಿದ್ದ ಕಂಡಕ್ಟರ್ ನಾಗರಾಜು ದೇವಂಗಿಯಲ್ಲಿ ನೆಂಟರ ಮನೆಯಿದೆ ಎಂದು ಅಲ್ಲೇ ಇಳಿದುಕೊಂಡು ಬಿಡುತ್ತಿದ್ದ. ಆ ರಾತ್ರಿಯಲ್ಲಿ ಕುಪ್ಪಳಿಗೆ ಬರುವವರಾದರೂ ಯಾರಿರುತ್ತಿದ್ದರು? ಕುಪ್ಪಳಿಗೆ ಬಸ್ ಬಿಟ್ಟಿರುವುದರಿಂದ ಯಾವ ಲಾಭವೂ ಇಲ್ಲ, ತೀರ್ಥಹಳ್ಳಿಯಲ್ಲಿಯೇ ಹಾಲ್ಟ್ ಮಾಡಿಸಿದರೆ ಒಳ್ಳೆಯದು ಎಂದು ಸಂಸ್ಥೆಗೆ ಗೊತ್ತಿದ್ದರೂ ಅನಿವಾರ್ಯವಾಗಿ ಬಸ್ಸನ್ನು ಅಲ್ಲಿಯವರೆಗೂ ಓಡಿಸಬೇಕಿತ್ತು.

ಒಮ್ಮೊಮ್ಮೆ ಕಂಡಕ್ಟರ್ ನಾಗರಾಜು ಅವರ ನೆಂಟರ ಮನೆಯಿಂದ ನಾಗಪ್ಪನಿಗೆ ಊಟ ಬರುತ್ತಿತ್ತು. ಬಸ್ ದೇವಂಗಿಗೆ ಬರುವಾಗಲೇ ಊಟ ಕೊಟ್ಟು ಕಳುಹಿಸಿ ಬಿಡುತ್ತಿದ್ದರು. ಉಳಿದ ದಿನ ತೀರ್ಥಹಳ್ಳಿಯಿಂದ ಪಾರ್ಸೆಲ್ ತಂದು ರಾತ್ರಿಯ ಊಟ ಮುಗಿಸುತ್ತಿದ್ದ. ಬೆಳಗ್ಗೆ ಬಸ್ ವಾಪಸ್ ಹೊರಡುವಾಗ ದೇವಂಗಿಯಲ್ಲಿ ಕಂಡಕ್ಟರ್ ನಾಗರಾಜು ಹತ್ತಿಕೊಳ್ಳುತ್ತಿದ್ದ.

ಹಾಲ್ಟ್ ಬಸ್ಸಿನ ಡ್ಯೂಟಿ ಶುರುವಾದ ಮೂರು ತಿಂಗಳ ನಂತರ ನಾಗಪ್ಪನ ಬದುಕಿನ ಹೊಸ ಪುಟ ತೆರೆದುಕೊಂಡಿತು.

***

ಐದಾರು ತಿಂಗಳ ಹಿಂದಷ್ಟೇ ಮದುವೆಯಾಗಿದ್ದ ನಾಗಪ್ಪ ಸಂಸಾರವನ್ನು ಇನ್ನೂ ಅಥಣಿಗೆ ಕರೆ ತಂದಿರಲಿಲ್ಲ. ಕ್ವಾರ್ಟರ್ಸ್‌ಗಳು ಇನ್ನೂ ಯಾವುದೂ ಖಾಲಿಯಾಗಿರಲಿಲ್ಲ. ಖೋಲಿಯಲ್ಲಿ ಸಂಸಾರ ಹೂಡಲು ಸಾಧ್ಯವಿರಲಿಲ್ಲ. ಹೇಗಾದರೂ ಮಾಡಿ ಒಂದು ಮನೆ ಬಾಡಿಗೆ ಹಿಡಿದು ಸಂಸಾರ ಕರೆತರಲು ಯೋಚಿಸಿದ್ದ. ಅಲ್ಲಿವರೆಗೂ ಹೆಂಡತಿಯನ್ನು ಊರಲ್ಲಿ ಬಿಟ್ಟಿದ್ದ. ಅವ್ವನ ದೂರದ ಸಂಬಂಧಿ ಬನ್ನೂರಿನ ಲಕ್ಷ್ಮಣನ ಮಗಳು ಸುಮಳನ್ನು ನೋಡಿ ಮೆಚ್ಚಿದ್ದು, ಅವ್ವ ಅದನ್ನು ತಿಳಿದು ತಾನೇ ಹೋಗಿ ಹೆಣ್ಣು ಕೇಳಿದ್ದು, ಆಮೇಲೆ ಮದುವೆ ಕೂಡಿ ಬಂದದ್ದು ಎಲ್ಲವೂ ಸರಾಗವಾಗಿ ನಡೆದಿತ್ತು. ಪದವಿ ಮುಗಿಸಿ ಹುಡುಗಿ ಕಂಪ್ಯೂಟರ್ ಕಲಿಯಲು ಶಿಗ್ಗಾಂವ್‌ಗೆ ಹೋಗುವ ಹೊತ್ತಿಗೆ ಅವಳದು ನಾಗಪ್ಪನೊಂದಿಗೆ ಮದುವೆಯಾಗಿಬಿಟ್ಟಿತ್ತು.

ಆಗಾಗ ಊರಿಗೆ ಹೋಗಿ ಬಂದು ಮಾಡುತ್ತಿದ್ದ. ಯಾವಾಗ ಬಸ್ಸಿನ ಮಾರ್ಗ ಬದಲಾಯಿತೋ, ರಾತ್ರಿ ಹಾಲ್ಟ್ ಮಾಡಬೇಕಾದ ಪ್ರಸಂಗ ಬಂತೊ ನಾಗಪ್ಪ ಎಂದಿನಂತೆ ಆಗಾಗ ಊರಿಗೆ ಬರುವುದು ಸಾಧ್ಯವಾಗದೆ ಹೋಯಿತು. ಆದಾಗ್ಯೂ ನಾಗಪ್ಪ ಒಂದು ಅರ್ಜಿ ಬರೆದುಕೊಂಡು ಹೋಗಿ ಖಾಸಗಿ ಕಾರಣ ಅಂತ ಹೇಳಿ ಅಧಿಕಾರಿಗಳ ಬಳಿ ರಾತ್ರಿ ಡ್ಯೂಟಿ ತೆಗೆದು ಹಾಕಿ ಎಂದು ಮನವಿ ಮಾಡಿದ್ದ. ಪಡೆದ ಅರ್ಜಿಯನ್ನು ಒಮ್ಮೆ ನೋಡಿ ಫೈಲ್ ಒಳಗೆ ಅದನ್ನು ಸೇರಿಸಿದ್ದು ಬಿಟ್ಟರೆ ಬೇರೆ ಯಾವ ಬೆಳವಣಿಗೆಯೂ ಆಗಿರಲಿಲ್ಲ.

ಹೇಗೋ ಬೇರೆ ಮನೆ ಮಾಡಿ ಹೆಂಡತಿಯನ್ನು ಕರೆತಂದುಬಿಡಬೇಕು ಅಂತ ಯೋಚಿಸುವ ಹೊತ್ತಿಗೆ 'ವಾರದಲ್ಲಿ ಮೂರ್ನಾಲ್ಕು ರಾತ್ರಿ ಒಬ್ಬಳೇ ಇರೋದು ಕಷ್ಟ ಆಗುತ್ತೆ ನನ್ನಿಂದ ಆಗಲ್ಲ ಒಬ್ಬೆ ಇರೋಕೆ' ಎಂದು ಅವಳಂದಾಗ ಇವನು ಕಂಗಾಲಾಗಿದ್ದ. ಬೇರೆ ದಾರಿ ಕಾಣದೆ ತೊಳಲಾಡಿದ್ದ. ಅವ್ವನ ಬಳಿ ಹೆಂಡತಿಯನ್ನು ಬಿಟ್ಟು ತಾನು ಅಥಣಿಯ ಅದೇ ಕೋಣೆಯಲ್ಲಿ ಉಳಿಯಲು ಆರಂಭಿಸಿದ. ಬಲು ಮೆಚ್ಚಿಕೊಂಡು ಮದುವೆಯಾದರೂ ಬ್ಯಾಚಲರ್‌ನಂತೆಯೇ ಬದುಕಬೇಕಾಗಿ ಬಂದಿದಕ್ಕೆ ಬಹಳ ಬೇಸರಿಸಿಕೊಂಡ.

ಬೆಳಗ್ಗೆ ಡ್ಯೂಟಿಗೆ ಹೊರಡುವ ಮುಂಚೆ ಅವಳಿಗೊಂದು ಕರೆ ಮಾಡುತ್ತಿದ್ದ, ಮಧ್ಯಾಹ್ನದ ಊಟದ ಸಮಯಕ್ಕೆ ಮತ್ತೊಂದು ಕರೆ. ರಾತ್ರಿ ಕವಿಮನೆಯ ಅಂಗಣದಲ್ಲಿ ಕತ್ತಲು ಮತ್ತು ಕಾಡನ್ನು ಎದುರಿಗೆ ಕೂರಿಸಿಕೊಂಡು ಅವಳ ಬಳಿ ಒಂದ್ಹತ್ತು ನಿಮಿಷ ಹೆಚ್ಚೇ ಮಾತಾಡುತ್ತಿದ್ದ. ನಗುತ್ತಿದ್ದ. ಪ್ರೀತಿ ನಿವೇದಿಸುತ್ತಿದ್ದ. ವಿರಹವನ್ನು ಅವಳ ಮುಂದೆ ಹರವುತ್ತಿದ್ದ. ಮಾನಪ್ಪ ದೂರದಿಂದಲೇ ಇವನನ್ನು ನೋಡಿ 'ಮಾತಾಡಿ ಮಾತಾಡಿ..' ಎಂದು ಸನ್ನೆ ಮಾಡಿ ಹೋಗಿ ಮಲಗುತ್ತಿದ್ದ.

ಕವಿಮನೆಯ ಹಿಂದಿರುವ ಮರದಲ್ಲಿದ್ದ ಗೂಡಿನಲ್ಲಿ ಪುಟಾಣಿ ಮರಿಗಳು ಅವರ ಮಾತುಗಳನ್ನು ಆಲಿಸುತ್ತಾ ನಿದ್ದೆ ಹೋಗುತ್ತಿದ್ದವು.

ಮಾತು ಮುಗಿದ ಮೇಲೆ, ಒಮ್ಮೆ 'ಪಲ್ ಪಲ್ ದಿಲ್ ಕೆ ಪಾಸ್' ಹಾಡನ್ನು ಎದೆ ತುಂಬಾ ಕೇಳಿ, ಕತ್ತಲನ್ನು ಕಣ್ಣೊಳಗೆ ಎಳೆದುಕೊಂಡು ಮಲಗಿಬಿಡುತ್ತಿದ್ದ.

ವಾರ ಕಳೆದ ಮೇಲೆ ಊರಿಗೆ ಹೋಗಿ ಬರುತ್ತಿದ್ದ.

ಮಾತು ಆಲಿಸುತ್ತಿದ್ದ ಆ ಮರಿಗಳು ಈಗ ಹಾರುವುದನ್ನು ಕಲಿತು, ಇನ್ನೇನು ಗೂಡು ತೊರೆಯಲು ಅಣಿಯಾಗಿವೆ.

ಈಗೀಗ ಅವಳು 'ಆಯ್ತು ಆಯ್ತು ಮತ್ತೆ ಮಾಡ್ತೀನಿ' ಅಂತ ಕರೆ ತುಂಡರಿಸಲಾರಂಭಿಸಿದ್ದಳು. ಏನನ್ನೋ ಹೇಳಲು ಹೊರಟ ಇವನ ಉಮೇದಿಗೆ ಅವಳು ಸುಮ್ಮನೆ 'ಹೂಂ'ಗುಡುತ್ತಿದ್ದಳು. ಮಾತು ಚುಟುಕಾಗತೊಡಗಿತು. ಅವಳ ಕರೆ ಮುಗಿಸುವ ಅವಸರ ಇವನಿಗೆ ಗೊತ್ತಾಗುತ್ತಿತ್ತು. ಮನೆಯಲ್ಲಿ ಏನೊ ಕೆಲಸವಿರಬಹುದೆಂದು ಸಮಾಧಾನಿಸಿಕೊಳ್ಳುತ್ತಿದ್ದ.

ಹೆಂಡತಿಯ ಮಾತು ಬೇಕು ಅನಿಸಿದಾಗ, ಬೇಸರ ಕಾಡಿದಾಗ 'ಪಲ್ ಪಲ್ ದಿಲ್ ಕೆ ಪಾಸ್..' ಹಾಡನ್ನೇ ಎರಡ್ಮೂರು ಬಾರಿ ಕೇಳುತ್ತಿದ್ದ. ಕತ್ತಲು ಅವನನ್ನು ಕನಿಕರದಿಂದ ನೋಡುತ್ತಿತ್ತು. ಕಾಡು ಮರುಗುತ್ತಿತ್ತು.

ಈ ನಡುವೆ ಎರಡ್ಮೂರು ಬಾರಿ ಊರಿಗೆ ಹೋದಾಗ ಇಲ್ಲೇನೋ ಸರಿಯಿಲ್ಲ ಎಂದು ಮನಸು ಹೇಳತೊಡಗಿತ್ತು. 'ಅವಳೊಂದು ದ್ವೀಪವಾಗುತ್ತಿದ್ದಾಳೆ ಮತ್ತು ಇತ್ತ ಕಡೆ ತಾನೊಂದು ದ್ವೀಪವಾಗುತ್ತಿದ್ದೇನೆ' ಎಂದು ಬಲವಾಗಿ ಅನಿಸತೊಡಗಿತ್ತು. ನೀರು ಕದಡಿದೆ. ನಾನು ಇಲ್ಲದಿರುವ ಒಂಟಿತನ ಕಾಡಿದೆ. ಬೇಸರಕ್ಕೆ ಹೀಗೆಲ್ಲಾ ಮಾಡ್ತಾ ಇದಾಳೆ. ಕದಡಿದ ನೀರು ತಿಳಿಯಾಗದೆ ಇರುತ್ತದೆಯೇ? ಕಾಯಬೇಕಷ್ಟೆ ಎಂದು ತನಗೆ ತಾನೇ ಹೇಳಿಕೊಳ್ಳುತ್ತಿದ್ದ. ಅದೇ ಸಲುಗೆಯಲ್ಲಿ ಅದೇ ಪ್ರೀತಿಯಲಿ ಅವಳೊಂದಿಗೆ ಮಾತಾಗುತ್ತಿದ್ದ.

ಯಾವುದರ ಬಗ್ಗೆಯೂ ಬೇರೆ ಏನನ್ನೂ ಕೇಳದೆ, ಮರುದಿನ ಬ್ಯಾಗ್ ಎತ್ತಿಕೊಂಡು ವಾಪಸ್ ಹೊರಟು ಬಿಡುತ್ತಿದ್ದ.

ಹೀಗೆ ಬಂದ ಎಂದೋ ಒಂದು ದಿನ ಕವಿಮನೆಯ ಮುಂದೆ ಬಸ್ಸಿನಲ್ಲಿ ಮಲಗಿದ್ದಾಗ ಕನಸಿನಲ್ಲಿ ಮಲ್ಲಿಗೆ ವ್ಯಾಪಾರ ಶುರುವಾಗಿತ್ತು. ಅದು ಅಂದಿನಿಂದ ತಪ್ಪದೆ ಮುಂದುವರೆದಿತ್ತು.

ಮಾತುಗಳು ಕಡಿಮೆಯಾದವು. ಇವನ ಕರೆಗಳು ಕಡಿಮೆಯಾಗಲಿಲ್ಲ. ಬೆಳಗ್ಗೆ, ಮಧ್ಯಾಹ್ನದ ಮಾತುಗಳು ನೆಪಕ್ಕೆ ಮಾತ್ರ ಇದ್ದವು. ರಾತ್ರಿಯ ಮಾತುಗಳು ಬೇಗ ಮುಗಿಯುತ್ತಿದ್ದವು. ಒಮ್ಮೊಮ್ಮೆ ಅವಳು ಕರೆ ತೆಗೆಯುತ್ತಿರಲಿಲ್ಲ. ಆದರೂ ಈತ ಎರಡ್ಮೂರು ಬಾರಿ ಮಾಡಿ ಸುಮ್ಮನಾಗುತ್ತಿದ್ದ.

ಮಾತಿಗೆ ಮಾನಪ್ಪ ಸಿಗುತ್ತಿದ್ದ. ಅವನ ಮಾತಿನಲ್ಲಿ ವ್ಯಂಗ್ಯವು, ಬದುಕಿನ ಕಹಿಯೂ, ಸಾಂತ್ವನವೂ ಇರುತ್ತಿತ್ತು. ನಾಗಪ್ಪ ಎತ್ತಲೋ ಮುಖ ಮಾಡಿ ಕೂತು ಸುಮ್ಮನೆ 'ಹೂಂ'ಗುಡುತ್ತಾ ಕೇಳಿಸಿಕೊಳ್ಳುತ್ತಿದ್ದ.

ಮಲಗುವ ಮುಂಚೆ 'ಪಲ್ ಪಲ್ ದಿಲ್ ಕೆ ಪಾಸ್' ಕೇಳಿ ಮೊಬೈಲ್ ಎತ್ತಿಟ್ಟು ತನ್ನ ಬಳಲಿದ ದೇಹವನ್ನು ಬಸ್ ಸೀಟಿನ ಮೇಲೆ ಚೆಲ್ಲುತ್ತಿದ್ದ.

ಅವ್ವ ನೆನಪಾದಾಗ ಊರಿಗೆ ಹೋಗುತ್ತಿದ್ದ. ಹೆಂಡತಿ ಬಳಿ ಎಂದಿನಂತೆ ಮಾತಾಡುತ್ತಿದ್ದ. ಯಾಕೆ? ಏನು? ಎಂಬ ಇತ್ಯಾದಿ ಯಾವ ಪ್ರಶ್ನೆಗಳನ್ನು ಕೇಳದೆ ಸುಮ್ಮನೆ ಎದ್ದು ಬರುತ್ತಿದ್ದ. ಹೊರಡುವ ಮುಂಚೆ ಅವ್ವನ ಕಣ್ಣುಗಳನ್ನು ನೋಡುತ್ತಿದ್ದ. ಹೂವು ಕೂತ ಅವ್ವನ ಕಣ್ಣಿನಲ್ಲಿ ನಾಗಪ್ಪನಿಗೆ ಓದಲು ಏನೂ ಸಿಗುತ್ತಿರಲಿಲ್ಲ.

***

ಕದಡಿದ ನೀರನ್ನು ತಿಳಿಯಾಗಲು ಬಿಡಬೇಕು ಎಂದು ನಿರ್ಧರಿಸಿದ ಮೇಲೆ ಇನ್ನಷ್ಟು ಹುರುಪುಗೊಂಡ. ನಿರಾಳ ಎನಿಸಿತು. ಕವಿಮನೆಯ ಕತ್ತಲು ಆಪ್ತವೆನಿಸಿತು. ಖೋಲಿಯ ಕತ್ತಲನ್ನು ಅಲ್ಲೇ ರೂಮಿನೊಳಗೆ ಕೂಡಿ ಹಾಕಿ ತಾನು ಹೊರಟು ಬಿಡುತ್ತಿದ್ದ.

ಎಲ್ಲೂ ಸಿಗದ ಒಂದು ಸಮಾಧಾನ ಬಸ್ಸಿನ ಸ್ಟೇರಿಂಗ್ ಹಿಡಿದ ಮೇಲೆ ಎದೆ ಹೊಕ್ಕಿಬಿಡುತ್ತಿತ್ತು. ಪಲ್ ಪಲ್ ಹಾಡನ್ನು ಗುನುಗಿಕೊಂಡು ಒಂದು ಲಹರಿಯಲ್ಲಿ ಸ್ಟೇರಿಂಗ್ ತಿರುಗಿಸುತ್ತಿದ್ದ. ಅವಳಿಗೆ ಬೆಳಗ್ಗೆ ಒಂದು ಕರೆ, ಮಧ್ಯಾಹ್ನ ಒಂದು ಕರೆ, ರಾತ್ರಿ ಅವಳು ಕರೆ ತೆಗೆದರೆ ನಾಲ್ಕು ಮಾತು ಇಲ್ಲದಿದ್ದರೆ ಇಲ್ಲ. ಇಷ್ಟಕ್ಕೆ ಸುಮ್ಮನಾಗುತ್ತಿದ್ದ.

ಕವಿಮನೆಯ ಮಾನಪ್ಪ 'ಬಾ ಮಾರಾಯ ದಿನಪೂರ್ತಿ ಬಸ್ಸಲೇ ಇರ್ತಿ. ಈಗಲೂ ಅಲ್ಲೇ ಮಲಗಬೇಕಾ? ಇಲ್ಲಿ ಬಂದು ಅರಾಮಾಗಿ ಮಲಗಬಹುದಲ್ಲ!' ಎಂದು ಕರೆದಾಗ ಬಸ್ಸು ಬಿಟ್ಟು ಹೋಗಲು ಮನಸಾಗುತ್ತಿರಲಿಲ್ಲ. ಒಮ್ಮೆ ಮಾನಪ್ಪನ ಬಲವಂತಕ್ಕೆ ಹೋಗಿ ಮಲಗಿದಾಗ ನಿದ್ದೆ ಬರದೆ ಒದ್ದಾಡಿದ್ದ. ಯಾಕೋ ಅವನೊಳಗೆ ಒಂದು ಕಸಿವಿಸಿ ಶುರುವಾಗಿ, ಅಸಮಾಧಾನ ಎದ್ದು ಕೂತಿತ್ತು. ಹಾಸಿಗೆ ಎತ್ತಿಕೊಂಡು ಓಡಿ ಬಂದು ಮತ್ತೆ ಬಸ್ಸಿನಲ್ಲಿ ಮಲಗಿದಾಗಲೇ ಅವನಿಗೆ ನಿರಾಳ ಅನಿಸಿದ್ದು, ಕಣ್ಣ ತುಂಬಾ ನಿದ್ದೆ ಬಂದದ್ದು.

ಮಾನಪ್ಪನ ಬಳಿ ಇಲ್ಲಿ ಬಸ್ಸಿನಲ್ಲಿ ಮಲಗಿದಾಗ ಬರುತ್ತಿದ್ದ ಅದೇ ಅದೇ ಕನಸಿನ ಬಗ್ಗೆ ಆಗಾಗ ಹೇಳುತ್ತಿದ್ದ. ಅದರ ಅರ್ಥ ಊಹಿಸಲು ಮಾನಪ್ಪ ಕೂಡ ಯೋಚಿಸಿ ಯೋಚಿಸಿ ಸೋಲುತ್ತಿದ್ದ. ಖೋಲಿಯಲ್ಲಿ ಮಲಗಿದಾಗ, ಊರಿನಲ್ಲಿ ಹೆಂಡತಿ ಪಕ್ಕ ಮಲಗಿದಾಗ ಬರದ ಕನಸು ಕವಿಮನೆ ಮುಂದೆ ಮಲಗಿದಾಗ ಮಾತ್ರ ಬರುತ್ತಿದ್ದುದರ ಬಗ್ಗೆ ಅವನಿಗೆ ತುಂಬಾ ಆಶ್ಚರ್ಯವಾಗುತ್ತಿತ್ತು. ನಿದ್ದೆ ಶುರುವಾದ ಆರಂಭದಲ್ಲಿ, ಒಮ್ಮೊಮ್ಮೆ ಮಧ್ಯರಾತ್ರಿಯಲ್ಲಿ, ಕೆಲವೊಮ್ಮೆ ಮುಂಜಾನೆ ಆ ಕನಸು ಬರುತ್ತಿತ್ತು. ಸ್ವಲ್ಪ ಹೊತ್ತು ಅದರ ಬಗ್ಗೆ ಯೋಚಿಸಿ ಮತ್ತೆ ಮಗ್ಗಲು ಬದಲಿಸಿದರೆ ಮತ್ತೊಂದು ಸುತ್ತಿನ ನಿದ್ದೆಗೆ ಅಣಿಯಾಗುತ್ತಿದ್ದ.

ಡ್ಯೂಟಿ ಮುಗಿದ ಮೇಲೆ ಖೋಲಿಗೆ ಹೋಗದೆ ಹೆಚ್ಚಿನ ಸಮಯ ಡಿಪೋದಲ್ಲೆ ಕಾಲ ಕಳೆಯುತ್ತಿದ್ದ ನಾಗಪ್ಪನನ್ನು ಡಿಪೋದ ಕೆಲವು ಸ್ನೇಹಿತರು ರೇಗಿಸುತ್ತಿದ್ದರು. 'ಏನಪ್ಪಾ ಹೆಂಡ್ತಿ ಇಲ್ಲಾಂತ ರೂಮಿಗೆ ಹೋಗ್ತಿಲೇನು?' ಎಂದು ಲೇವಡಿ ಮಾಡಿ ನಗುತ್ತಿದ್ದರು. ಇವನೂ ಅವರೊಂದಿಗೆ ಸೇರಿ ನಗುತ್ತಿದ್ದ. ಬೇಸರವನ್ನು ನಗುವಾಗಿ ಅನುವಾದಿಸಿಕೊಂಡು ಅವರಿಗೂ ಹಂಚುತ್ತಿದ್ದ. ಒಮ್ಮೆ ತನ್ನ ಖೋಲಿಯಲ್ಲಿ, ಮಗದೊಮ್ಮೆ ಡಿಪೋದಲ್ಲಿ ಶಾಂತವಾಗಿ ನಿಂತ ತನ್ನ ಬಸ್ಸಿನಲ್ಲೇ ಮಲಗಿ ಒಂದು ರಾತ್ರಿಯನ್ನು ಕಳೆದು ಬಿಡುತ್ತಿದ್ದ.

ಬಸ್ಸಿಗೆ ಒಂದು ಸಣ್ಣ ತರಚು ಆದರೂ ಅವನಿಗೇನೊ ಸಿಡಿಮಿಡಿ. ಒಮ್ಮೆ ಲಾರಿಯೊಂದು ಪಕ್ಕದಲ್ಲೇ ತರಚಿಕೊಂಡು ಹೋಗಿತ್ತು. ಬಸ್ಸಿನ ಸೈಡ್ ಮಿರರ್ ಮುರಿದು ಬಿದ್ದಿತ್ತು. ಅವನಿಗೆ ಅದೆಷ್ಟು ಸಂಕಟವಾಗಿತ್ತೆಂದರೆ ಆ ಬೇಸರಕ್ಕೆ ಅವನು ಆ

ದಿನ ಊಟ ಮಾಡದೆ ಮಲಗಿ ಬಿಟ್ಟಿದ್ದ. ಬಸ್ಸಿಗೆ ನೋವಾಗಿದೆಯೇನೋ ಎಂಬಂತೆ ಅದರ ತರಚಿನ ಮೇಲೆ ಬೆರಳು ಸವರುತ್ತಿದ್ದ. ಮರುದಿನ ತನ್ನದೆ ದುಡ್ಡಿನಲ್ಲಿ ಹೊಸ ಮಿರರ್ ತಂದು ಹಾಕಿಸಿದ್ದ. ಡಿಪೋದಲ್ಲಿ ಯಾವುದೋ ಬಸ್ಸಿನ ಹಳೆಯದು ಕಿತ್ತು ಜೋಡಿಸುವುದು ಇವನಿಗೆ ಸೇರುತ್ತಿರಲಿಲ್ಲ. ಯಾವುದೊ ಬಸ್ಸಿನದು ನನ್ನ ಈ ಬಸ್ಸಿಗೆ ಯಾಕೆ ಅಂತ ತಾನೇ ತನ್ನ ದುಡ್ಡಿನಲ್ಲಿ ಖರೀದಿಸಿ ಹಾಕಿಸಿದ್ದ.

ರಾತ್ರಿ ಎಂಟಕ್ಕೆ ಬಸ್ಸು ಕವಿಮನೆ ತಲುಪುತ್ತಿತ್ತು. ಬಸ್ಸು ನಿಲ್ಲಿಸಿದ್ದೇ ದಡಬಡ ಬಟ್ಟೆ ಬದಲಿಸಿ ಪೊರಕೆ ಎತ್ತಿಕೊಳ್ಳುತ್ತಿದ್ದ. ಇಡೀ ದಿನದಲ್ಲಿ ಈ ಗಳಿಗೆ ಅವನಿಗೆ ಇಷ್ಟದ್ದು. ಬಸ್ಸಿನಲ್ಲಿ ಕಸ ಗುಡಿಸುತ್ತಾ ಹೋಗುತ್ತಿದ್ದ. ಜನ ಬಸ್ಸಿನಲ್ಲಿ ಬೀಳಿಸಿಕೊಂಡು ಹೋದ ನಗು-ಅಳುಗಳನ್ನು ತೊಳೆದು ಹಾಕಲು ಅವನಿಗೆ ಮನಸಾಗುತ್ತಿರಲಿಲ್ಲ. ಇದ್ದಕ್ಕಿದ್ದ ಹಾಗೆ ಯಾವುದೋ ಸೀಟಿನಲ್ಲಿ ಸುಮ್ಮನೆ ಕೂರುತಿದ್ದ. ಕಿಟಕಿ ತೆಗೆದು ದೂರದ ಕತ್ತಲನ್ನು ಸುಮ್ಮನೆ ನೋಡುತ್ತಿದ್ದ. ಕೂತು ಕೂತು ಹಳ್ಳ ಬಿದ್ದ ಸೀಟುಗಳನ್ನು ನೇವರಿಸುತ್ತಿದ್ದ. ಭಾರ ಹೊರುವುದು ಬದುಕಿನ ದೊಡ್ಡ ಕಲೆ ಎಂಬಂತೆ ಈ ನಿರ್ಜೀವ ಸೀಟ್ ಹೇಳುತ್ತದೆ ಆದರೆ ಈ ಮನುಷ್ಯರಿಗೆ ಏನಾಗಿದೆ ಎಂದು ಯೋಚಿಸುತ್ತಿದ್ದ.

ಜನ ಮರೆತು ಬಿಟ್ಟು ಹೋದ, ಬೀಳಿಸಿಕೊಂಡು ಹೋದ, ಬೇಡ ಎಂದು ಎಸೆದು ಹೋದ ಅನೇಕ ವಸ್ತುಗಳು ಅವನಿಗೆ ಬಸ್ಸಿನಲ್ಲಿ ಸಿಗುತ್ತಿದ್ದವು. ಅವುಗಳನ್ನು ಎತ್ತಿಕೊಂಡು ಬಂದು ಆಚೆ ಕೂತು ಎದುರಾಗಿ ನೀಟಾಗಿ ಜೋಡಿಸಿಕೊಳ್ಳುತ್ತಿದ್ದ. ಒಂದೊಂದು ವಸ್ತುವಿನ ಹಿಂದೆಯೇ ಇರಬಹುದು ಕಥೆಗಳನ್ನು ಊಹಿಸಿಕೊಳ್ಳುತ್ತಿದ್ದ. ಹೇರ್ ಬ್ಯಾಂಡ್‌ಗಳು, ಬೀಗದ ಕೀ ಗಳು, ಮಾಸಿದ ನೋಟುಗಳು, ಯಾವುದೋ ದಾಖಲೆ ಪತ್ರಗಳು, ಲಿಪ್‌ಸ್ಟಿಕ್ ತುಣುಕುಗಳು, ಮಕ್ಕಳ ಆಟಿಕೆಗಳು, ಪರ್ಸ್‌ಗಳು, ಅದರೊಳಗೆ ಇರಬಹುದಾದ ಗುಪ್ತಲೋಕಗಳು.. ಹೀಗೆ ಮನುಷ್ಯನ ಇಡೀ ಬದುಕಿನ ಕುರುಹುಗಳೇ ಅವನಿಗೆ ಸಿಕ್ಕಿಬಿಡುತ್ತಿದ್ದವು. ತಾನಾಗಿದ್ದರೆ ಬಸ್ಸಿನಲ್ಲಿ ಏನು ಬಿಟ್ಟು ಹೋಗುತ್ತಿದ್ದೆ? ಏನು ಮರೆತು ಹೋಗುತ್ತಿದ್ದೆ? ಏನಿದೆ ತನ್ನ ಬಳಿ? ಬೇಸರ, ಒಂಟಿತನ, ಪಲ್ ಪಲ್ ಎಂಬ ಅರ್ಧ ಕಲಿತ ಹಾಡು. ಇವೆಲ್ಲಾ ಯಾರಿಗೆ ಬೇಕು? ಬೀಳಿಸಿಕೊಂಡು ಹೋದರೂ ಇವುಗಳನ್ನು ಯಾರು ಎತ್ತಿಟ್ಟುಕೊಳ್ಳುತ್ತಾರೆ? ಎಂಬ ಪ್ರಶ್ನೆಗಳನ್ನು ಹಾಕಿಕೊಳ್ಳುತ್ತಿದ್ದ. ಆ ಪ್ರಶ್ನೆಗಳಿಗೆ ಉತ್ತರದ ರೂಪವಾಗಿ ಒಮ್ಮೆ ನಗುತ್ತಿದ್ದ.

ಸಿಕ್ಕ ವಸ್ತುಗಳಲ್ಲಿ ಮಕ್ಕಳ ಆಟಿಕೆಗಳೇನಾದರೂ ಇದ್ದರೆ ಅವುಗಳನ್ನು ತನ್ನ ಬ್ಯಾಗಿನಲ್ಲಿ ಎತ್ತಿಟ್ಟುಕೊಳ್ಳುತ್ತಿದ್ದ. ಖೋಲಿಯಲ್ಲಿ ಹೀಗೆ ಸಿಕ್ಕ ಆಟಿಕೆಗಳನ್ನು ಜೋಡಿಸಿದ್ದ ದೊಡ್ಡ ರಾಶಿಯೇ ಇತ್ತು. ಖೋಲಿಯಲ್ಲಿ ಇರುವಷ್ಟು ಹೊತ್ತು ಅವುಗಳನ್ನು ನೋಡುತ್ತಾ ಕಾಲ ಕಳೆಯುತ್ತಿದ್ದ.

ಮಾನಪ್ಪ ಮಲಗಿದ ಮೇಲೆ ಮೂರು ಬಾರಿ ಕರೆ ಮಾಡಿದರೂ ಅತ್ತ ಕಡೆಯಿಂದ ಹಲೋ ಸಿಗದ ಮೇಲೆ ಎಲ್ಲವನ್ನೂ ಎತ್ತಿಟ್ಟು ಕತ್ತಲನ್ನೇ ದಿಟ್ಟಿಸಿ ನೋಡುತ್ತಾ ಕೂರುತ್ತಿದ್ದ. ಅದರೊಂದಿಗೆ ಮಾತಾಡುತ್ತಿದ್ದ. ಫೋನಿನಲ್ಲಿ ಆಡಬೇಕಿದ್ದ ಮಾತುಗಳನ್ನು ಕತ್ತಲೆಗೆ ಹೇಳುತ್ತಿದ್ದ. ನಡುನಡುವೆ ಜೋರಾಗುವ ಗಾಳಿಗೆ ಗದರುತ್ತಿದ್ದ. ಆಕಾಶದ ಚಿಕ್ಕೆಗಳನ್ನು ಎಣಿಸಿ ಲೆಕ್ಕ ಮರೆತು ಮತ್ತು ಹೊಸದಾಗಿ ಎಣಿಸುತ್ತಿದ್ದ. ಗೂಡಿನಲ್ಲಿರುವ ಹಕ್ಕಿ ಮರಿಗೆ ಇಲ್ಲಿಂದಲೇ ಏನೋ ಹೇಳುತ್ತಿದ್ದ. ಅವು ಅಲ್ಲಿಂದನೇ 'ಹೂಂ'ಗುಡುತ್ತಿದ್ದವು.

ಮತ್ತೆ ಪಲ್ ಪಲ್ ಹಾಡು
ಕಣ್ಣೊಳಗೆ ದಯಮಾಡಿಸುವ ಕತ್ತಲು
ಕಾದು ಕೂತ ಮಲ್ಲಿಗೆ ಕನಸು
ಇವನೊಂದಿಗೆ ಧ್ಯಾನಕ್ಕೆ ಕೂತ ಬಸ್ಸು!

***

ಒಂದು ಜಾವದಲ್ಲಿ ಇದ್ದಕ್ಕಿದ್ದ ಹಾಗೆ ಎಚ್ಚರವಾಯಿತು ನಾಗಪ್ಪನಿಗೆ. ಅರೆ.. ಎಂಬ ಉದ್ಗಾರ. ಕನಸು ಬಂದಿಲ್ಲ, ಬದಲಿಗೆ ಯಾರೊ ತಟ್ಟಿ ಎಚ್ಚರಿಸಿದ ಸದ್ದು. ಯಾರೂ ಇಲ್ಲ ಅಲ್ಲಿ ಮಾನಪ್ಪನ ಹೊರತು. ಮೂಡಣ ದಿಕ್ಕಿನಲಿ ಸೂರ್ಯನ ಹೆರಿಗೆಯಾಗುತ್ತಿದೆ. ಆಕಾಶದಲ್ಲಿ ರಕ್ತದ ಕಲೆಗಳು. ಕನಸು ಬಂದಿಲ್ಲ. ಎಂದೂ ತಪ್ಪಿಸಿಕೊಳ್ಳದ ಕನಸು ಇಂದು ತಪ್ಪಿಸಿಕೊಂಡು ಹೋದದ್ದು ಎಲ್ಲಿಗೆ? ಯಾಕೆ? ಇದು ಬಿಡುಗಡೆಯೋ? ಬಂಧನವೋ?

ಮಾನಪ್ಪನ ಬಳಿ ಹೇಳಿಕೊಳ್ಳಬೇಕು ಎನಿಸಿ ದಡದಡ ಬಸ್ಸು ಇಳಿದು ಹೋದ. ಮಾನಪ್ಪ ಎದ್ದು ಕೂತಿದ್ದ. ಇವನ ಕಥೆ ಕೇಳಿದ ಮಾನಪ್ಪ 'ಆಗೋದೆಲ್ಲಾ ಒಳ್ಳೆಯದಕ್ಕೆ, ಬಾಳ ತಲೆ ಕೆಡ್ಸಿಕೋ ಬೇಡ.. ಹೊರಡು' ಅಂದ. ಈ ಮಾತು ಸುಮ್ಮನೆ ಬಂದದ್ದು ಎಂದು ಇಬ್ಬರಿಗೂ ಅನಿಸಿತು. ಮತ್ತೆ ಇಬ್ಬರೂ ಮಾತಾಡಲಿಲ್ಲ.

ಬಸ್ ತೊಳೆದು ಪೂಜೆ ಮಾಡಿ ಹೊರಟ. ಸ್ಟೇರಿಂಗ್ ಹಿಡಿದಾಗ ಎಂದಿನಂತೆ ಒಂದು ಸಮಾಧಾನ ಇಲ್ಲೇ ಎಲ್ಲೋ ಕೆಳಗೆ ಬಿದ್ದು ಹೋಗಿದೆ. ಇಳಿದು ಎತ್ತಿಕೊಳ್ಳಲೇ ಅನಿಸುತ್ತಿತ್ತು. ಅದೇ ನೆನಪಲ್ಲಿ ಗಾಡಿ ಓಡಿಸಿದ. ದೇವಂಗಿಯಲ್ಲಿ ಕಂಡಕ್ಟರ್ ನಾಗರಾಜು ಹತ್ತಿದ. ತೀರ್ಥಹಳ್ಳಿಯಲ್ಲಿ ಇಬ್ಬರೂ ಎರಡೆರಡು ಇಡ್ಲಿ ತಿಂದರು. ನಾಗಪ್ಪ ಹೆಂಡತಿಗೆ ಕರೆ ಮಾಡಿದ. ಅತ್ತ ಕಡೆಯಿಂದ ಯಾವ ಪ್ರತಿಕ್ರಿಯೆಯೂ ಇಲ್ಲ. ಮೊಬೈಲ್ ಜೇಬಿನಲ್ಲಿಟ್ಟುಕೊಂಡು ಗಾಡಿ ಓಡಿಸತೊಡಗಿದ.

ಬಸ್ಸಿನಲ್ಲಿ ಯಾರು ಇದ್ದಾರೆ? ಹತ್ತುವವರು ಯಾರು? ಇಳಿಯುವವರು ಯಾರು? ಯಾರ ಮುಖ ಹೇಗಿದೆ? ಯಾರ ಮನಸು ಹೇಗಿದೆ? ಯಾವುದೊಂದೂ

ಗೊತ್ತಾಗದೆ ಅವರನ್ನೆಲ್ಲಾ ಊರು ಸೇರಿಸೋದು. ಡ್ರೈವರ್ ಅವರನ್ನು ನೋಡುವುದಿಲ್ಲ, ಬಸ್ ಡ್ರೈವರನ್ನು ಯಾರೂ ಅಷ್ಟೊಂದು ನಿಗಾದಲ್ಲಿ ಗಮನಿಸಿ ನೋಡುವುದಿಲ್ಲ. ಡ್ರೈವರ್ ಊರು ಸೇರಿಸುತ್ತಾನೆ ಎನ್ನುವ ನಂಬಿಕೆ ಹತ್ತುವವರದು. ಇವರು ಯಾರೆಂದು ತಿಳಿಯದೆ ಇದ್ದರೂ ಕಾಳಜಿಯಿಂದ ಊರು ಸೇರಿಸುವ ಡ್ರೈವರ್ ಈ ಇಬ್ಬರ ನಡುವೆ ಯಾವ ತಾತ್ಕಾಲಿಕ ಬಂಧವೊಂದು ಬಲವಾಗಿ ಹೆಣೆದು ಹೋಗುತ್ತದೆ?

ಗಾಡಿ ಓಡುತ್ತಿತ್ತು. ಮನಸಿನೊಳಗೆ ಕಳವಳ ನುಗ್ಗುತ್ತಿತ್ತು. ಬರೀ ಒಂದು ಕನಸಿನ ಕಾರಣಕ್ಕೆ ಇಷ್ಟು ತಲೆ ಕೆಡಿಸಿಕೊಳ್ಳುವುದಾ? ಛೇ ಛೇ ಅನ್ನುತ್ತಾ ಒಮ್ಮೆ ತಲೆ ಕೊಡವಿ ಆಕ್ಸಿಲರೇಟರ್ ಒತ್ತಿ ಮನಸನ್ನು ತಹಬದಿಗೆ ತಂದುಕೊಂಡ.

ಎಂದಿನಂತೆ ಮಧ್ಯಾಹ್ನ ಹೆಂಡತಿಗೆ ಕರೆ ಮಾಡಿದ. ಫೋನ್ ಸ್ವಿಚ್ ಆಫ್ ಬರುತ್ತಿತ್ತು.

ಊಟ ಮಾಡಿ ಮತ್ತೆ ಸ್ಟೇರಿಂಗ್ ತಿರುಗಿಸಿದ. ಡಿಪೋ ಸೇರುವ ಹೊತ್ತಿಗೆ ಸಂಜೆ ಏಳು ಗಂಟೆ.

ಗಾಡಿ ತೊಳೆಸಿ ಡಿಪೋದಲ್ಲಿ ಒಂದು ವ್ಯವಸ್ಥಿತ ಜಾಗದಲ್ಲಿ ನಿಲ್ಲಿಸಿ ಡಿಪೊ ಮ್ಯಾನೇಜರ್ ಬಳಿ ಹೋದ. ಕೆಲಸದ ಬಿಝಿಯಲ್ಲಿದ್ದ ಅವರು ಇವನನ್ನು ನೋಡಿ ತುಸು ಗೆಲುವಿನ ಮುಖದಲ್ಲಿ ಅವನ ಕಡೆ ನೋಡಿದರು. ಅವರು ಎಂದೂ ಕೂಡ ಹಾಗೆ ನೋಡಿದ್ದೇ ಇಲ್ಲ. ನಾಗಪ್ಪನ ಎದೆಯೊಳಗೆ ಹಕ್ಕಿಯೊಂದು ಹಾರಿದಂತಾಯ್ತು.

'ನಾಗಪ್ಪ, ಅರ್ಜಿ ಕೊಟ್ಟು ಇಷ್ಟು ದಿನಕ್ಕೆ ಕೆಲಸ ಆಯ್ತು ನೋಡು. ನಿನ್ ರೂಟ್ ಚೇಂಜ್ ಆಗಿದೆ. ನಾಡಿದ್ದು ಶುಕ್ರವಾರದಿಂದ ನೀನು ಹಳೆ ರೂಟಿಗೆ ಹೋಗಿ ಬಿಡು. ಅಥಣಿ ಟು ಹುಬ್ಬಳಿ. ಹಾಲ್ಟ್ ಡ್ಯೂಟಿ ಕ್ಯಾನ್ಸಲ್..' ಎನ್ನುತ್ತಾ ಯಾವುದೋ ಫೈಲ್ ಎತ್ತಿಕೊಂಡು ಒಳಗೆ ಹೋದರು.

ನಾಗಪ್ಪ ಐದೇ ಐದು ಗ್ರಾಂ ತೂಗುವಷ್ಟು ಹಗುರಾದ. ಕುಣಿದಾಡಬೇಕು ಅನಿಸಿತು. ಸುಮಗೆ ವಿಷಯ ತಿಳಿಸಿದರೆ ಅವಳೂ ಕುಣಿದಾಡಬಹುದು. ಪಾಪ, ಈ ಕೊರಗಿನಲ್ಲೇ ಅವಳು ಬೇಸರದಲ್ಲಿ ಮಾತೇ ಆಡದಷ್ಟು ಕುಗ್ಗಿ ಹೋಗಿದ್ದಳು. ಎನ್ನುತ್ತಾ ಅವಳಿಗೆ ತಿಳಿಸಲು ಫೋನೆತ್ತಿಕೊಂಡ. ಅವನ ಮೊಬೈಲ್ ಸ್ವಿಚ್ ಆಫ್ ಆಗಿತ್ತು. ಕನಸಿನ ಯೋಚನೆಯಲ್ಲಿ ಚಾರ್ಜ್ ಹಾಕೋದೆ ಮರೆತು ಹೋಗಿತ್ತು ಅವನಿಗೆ. ಚಾರ್ಜ್ ಹಾಕಿ ಕರೆ ಮಾಡುವುದಕ್ಕಿಂತ ಊರಿಗೆ ಹೊರಟು ಬಿಡೋಣ ಅನ್ನುವ ಯೋಚನೆಯೂ ಬಂತು.

ಸರ್ಪ್ರೈಜ್‌ನಿಂದ ಸುಮ ಇನ್ನಷ್ಟು ಖುಷಿಯಾಗಬಹುದೆಂದು ಉಟ್ಟ ಬಟ್ಟೆಯಲ್ಲೇ ಬಸ್ ಹತ್ತಿದ. ಸ್ವಿಚ್ ಆಫ್ ಆಗಿದ್ದ ಮೊಬೈಲ್ ತಣ್ಣಗೆ ಜೇಬಿನಲ್ಲಿತ್ತು.

ಶಿಗ್ಗಾಂವ್ ತಲುಪುವ ವೇಳೆಗೆ ರಾತ್ರಿ ಹನ್ನೆರಡು. ಊರಿಂದ ಬೈಕ್ ತರಿಸಿಕೊಳ್ಳಬಹುದಿತ್ತು. ಆದರೆ ಮೊಬೈಲ್ ಆನ್ ಇಲ್ಲ. ಆಟೋ ಮಾಡಿಕೊಂಡು ಹೋಗದೆ ಬೇರೆ ದಾರಿ ಇರಲಿಲ್ಲ.

ಒಂದು ಆಟೋ ಹಿಡಿದು ಊರ ಕಡೆ ಹೊರಟ. ಸುಮಳ ಪ್ರತಿಕ್ರಿಯೆ ಹೇಗಿರಬಹುದೆಂದು ತನ್ನೊಳಗೆ ಕಲ್ಪಿಸಿಕೊಳ್ಳುತ್ತಾ ಹಾದಿ ಸವೆಸಿದ.

ಅಗಸಿಯಲ್ಲಿ ಆಟೋ ಇಳಿದು ಮನೆಯ ದಾರಿ ಹಿಡಿದ. ಮನೆಯ ಬೀದಿಯಲ್ಲಿ ಜನ ಇನ್ನೂ ಓಡಾಡುತ್ತಿದ್ದರು. ಇನ್ನೂ ಮಲಗದೆ ಇವರೇನು ಮಾಡ್ತಿದಾರೆ ಅನಿಸಿತು. ಇವನು ನಡೆದು ಬರುತ್ತಿದ್ದರೆ ಜನ ಇವನನ್ನೇ ನೋಡುತ್ತಿದ್ದರು. ಯಾಕೆ ಇವರೆಲ್ಲಾ ನನ್ನನೇ ನೋಡುತ್ತಿದ್ದಾರೆ ಅನಿಸುವುದಕ್ಕೂ ಮನೆಯ ಜನ ಸೇರಿರುವುದಕ್ಕೂ ಸರಿಯಾಯಿತು.

ಯಾವುದೊ ಕೆಡುಕಿನ ಸೂಚನೆಯನ್ನು ಮನಸು ನುಡಿಯಿತು.

ಹೆಜ್ಜೆಗಳನ್ನು ಚುರುಕುಗೊಳಿಸಿದ. ಮನೆಯ ಅಂಗಳದಲ್ಲಿ ಹೆಂಡತಿ ಸುಮಳನ್ನು ಮಲಗಿಸಲಾಗಿತ್ತು. ಬಾಯಿಂದ ನಾಲಿಗೆ ತುದಿ ಆಚೆ ಬಂದಿತ್ತು. ಗೋಣು ಮುರಿದಂತೆ ಒಂದು ಕಡೆ ವಾಲಿತ್ತು.

ನಾಗಪ್ಪ ಹೋದದ್ದೇ ಅಲ್ಲಿನವರ ಅಳು ಮುಗಿಲು ಮುಟ್ಟಿತು.

ಇಲ್ಲಿ ಏನಾಗಿದೆ? ಏನಾಗುತ್ತಿದೆ? ಎಂಬುದರ ಅರಿವಾಗದಷ್ಟು ನಾಗಪ್ಪ ಶಾಕ್‌ಗೆ ಒಳಗಾಗಿದ್ದ. ಸುಮ್ಮನೆ ನಡೆದು ಹೋಗಿ ಮಲಗಿದ್ದ ಸುಮನ ಪಕ್ಕ ಕೂತ. ಅವಳ ಹಣೆಯ ಮೇಲೆ ಕೈಯಾಡಿಸಿದ. ಕೈ ನಡುಗುತ್ತಿತ್ತು. ಅತ್ತು ಕಳೆದುಕೊಳ್ಳುವಷ್ಟು ದುರ್ಬಲ ಅವನಾಗಿರಲಿಲ್ಲ. ಸುಮ ಪ್ರಶಾಂತವಾಗಿ ಮಲಗಿದ್ದಳು. ಪುಟ್ಟ ಉದ್ದ ಮೂಗು, ಬಿಗುವಿನ ಮೈಕಟ್ಟು, ಕೆಂಪು ಮೈ ಬಣ್ಣ, ನೀಳ ಕೂದಲು ಎಲ್ಲವೂ ಹಾಗೆಯೇ ಇದ್ದವು.

ಕೂತಂತೆ ಕೂತೇ ಇದ್ದ.

ಯಾರೋ ಸಮಾಧಾನಿಸಲು ಬಂದರು. ಸಾಯುವಂತದ್ದು ಏನಾಗಿತ್ತು ಕೇಳಿದರು. ಏಕಾಏಕಿ ನೇಣು ಹಾಕಿಕೊಳ್ಳುವಂತ ನಿರ್ಧಾರ ತಗೋಬಾರದಿತ್ತು ಅಂದರು.

'ಬೆಳಗ್ಗೆ ಕೂಲಿಗೆ ಹೋದ ನಿಮ್ಮವ್ವ ಸಂಜೆ ಬಂದು ನೋಡಿದಾಗ ಇವಳು ಮನೆಯೊಳಗೆ ತೊಲೆಗೆ ನೇಣು ಹಾಕಿಕೊಂಡು ಸತ್ತು ಹೋಗಿದ್ದು ಗೊತ್ತಾಗಿದ್ದು..' ಎಂದರು ಇನ್ಯಾರೋ.

ಅತ್ತು ಅತ್ತು ಸೋತು ಹೋಗಿದ್ದ ಅವನ ಅವ್ವ ಏನೂ ಮಾತಾಡಲಿಲ್ಲ. ಅವ್ವ ಎಂದೋ ಮಾತು ಕಡಿಮೆ ಮಾಡಿದ್ದಳು. ಯಾವುದೋ ಪ್ರಾಯಶ್ಚಿತ್ತಕ್ಕೆ ಅದೊಂದು ಶಿಕ್ಷೆಯೆಂದು ಬಗೆದಿದ್ದಳೊ ಏನೊ.

ಸುಮನ ಕಡೆಯವರ ಮೌನ ಅಲ್ಲಿ ಇರುವವರೆಗೆ ಒಂದು ಪ್ರಶ್ನೆಯೇ ಆಗಿತ್ತು. ಲಕ್ಷ್ಮಣ ಮತ್ತು ಅವನ ಹೆಂಡತಿ ದಿಙ್ಮೂಢರಾಗಿ ಕೂತಿದ್ದರು.

ಸುಮ್ಮನೆ ಪೊಲೀಸ್ ಕೇಸ್ ಬೇಡ. ಹೋದ ಜೀವ ಬರ್ತದಾ? ಕೇಸ್ ಗೀಸ್ ಅಂತ ಹೋದ್ರೆ ಇರೋ ನೆಮ್ಮದೀನೂ ಹೋಗ್ತದೆ. ಬೆಳ್ ಬೆಳಗ್ಗೆ ಹೆಣ ಸುಟ್ಟು ಬಿಡೋಣ ಅಂದ ಊರಿನ ಹಿರಿಯರ ಮಾತಿಗೆ ಎಲ್ಲರೂ ಸರಿ ಎಂದು ದನಿಗೂಡಿಸಿದರು.

***

ಅವಳ ಸಂಸ್ಕಾರ ಮಾಡಿ ಬಂದು ಮನೆಯಲ್ಲಿ ಕೂತ ನಾಗಪ್ಪನಿಗೆ ಅವಳ ಸಾವಿನದೇ ಯೋಚನೆ. ಅವಳಿಗೆ ಸಾಯುವಂತ ಕಾರಣ ಏನಿತ್ತು? ಮನೆಗೆ ಬಂದಾಗ ಚೆನ್ನಾಗಿಯೇ ಮಾತಾಡುತ್ತಿದ್ದಳು. ಆಗಾಗ ಫೋನಿನಲ್ಲಿ ಇರುತ್ತಿದ್ದಳಾದರೂ ಅದೇನು ಸಾಯುವಂತ ವಿಚಾರ ಅಲ್ಲ.

ಆದರೆ ಏನಾಯ್ತು?

ನಿನ್ನೆ ರಾತ್ರಿ ಯಾರೊ ಗುಂಪಿನಲ್ಲಿ ಆಡಿದ್ದು ಒಂದು ಮಾತು ನೆನಪಾಯ್ತು. 'ವಾಟ್ಸಪ್ ನೋಡಿ ವಾಟ್ಸಪ್. ಎಲ್ಲೂ ಸಿಗದ ಸುಳಿವು ಅಲ್ಲಿ ಸಿಕ್ಕಿ ಬಿಡುತ್ತೆ' ಅಂದಿದ್ದರು. ನಿಜಕ್ಕೂ ಅವಳ ಮೊಬೈಲ್‌ನಲ್ಲಿ ಸಾವಿಗೆ ಉತ್ತರ ಇದೆಯಾ? ತೀರ ಕುತೂಹಲ ಎನಿಸಿ ಎದ್ದು ಕೂತ. ಮೊಬೈಲ್‌ನಲ್ಲಿ ಹುಡುಕಿ ಬಿಡೋಣ ಅನಿಸಿತು.

ಎದ್ದು ಅವಳ ರೂಮಿನ ಕಡೆ ಹೋದ. ಅಲ್ಲೇ ಇದ್ದ ಪುಟ್ಟ ಟೇಬಲ್ ಮೇಲೆ ಅವಳ ಮೊಬೈಲ್ ಇತ್ತು. ಸುಮ್ಮನೆ ಒತ್ತಿ ಸ್ಕ್ರೀನ್ ಆನ್ ಮಾಡಿದ. ಅವನ ಎದೆ ಸಣ್ಣಗೆ ಹೊಡೆದುಕೊಳ್ಳಲು ಆರಂಭಿಸಿತು. ಕೈ ನಡುಗತೊಡಗಿದವು. ಏನಿರಬಹುದು ಇದರಲ್ಲಿ ಪದೇ ಪದೇ ಕೇಳಿಕೊಂಡ.

ಸ್ಕ್ರೀನ್ ಅನ್‌ಲಾಕ್ ಪಾಸ್ವರ್ಡ್ ಇವನಿಗೆ ತಿಳಿದಿತ್ತು. ಐದಾರು ತಿಂಗಳ ಹಿಂದೆ ಅವಳಿಗೆ ಮೊಬೈಲ್ ಕೊಡಿಸಿದಾಗ ಇವನೇ ಅದನ್ನು ಸೆಟ್ ಮಾಡಿಕೊಟ್ಟಿದ್ದ. 'ನೋಡು ಸುಮ ಇದು ನಿನಗೆ ಅಂತ ಕೊಡುವ ಮೊಬೈಲ್. ಇದು ಸಂಪೂರ್ಣ ನಿನ್ನದು. ಇದು ನಿನ್ನ ಖಾಸಗಿ ಸ್ವತ್ತು. ನಾನು ಮತ್ತೆಂದೂ ಇದನ್ನು ಕೈಯಲ್ಲಿಡಿದು ನೋಡುವುದಿಲ್ಲ. ಐ ಟ್ರಸ್ಟ್ ಯು' ಅಂದು ಅವಳ ಕೈಗೆ ಮೊಬೈಲ್ ಇಟ್ಟಿದ್ದ.

ಈಗ ಅದೆಲ್ಲವೂ ನೆನಪಾಯ್ತು.

ಮೊಬೈಲ್ ಕೈಗೆ ಎತ್ತಿಕೊಂಡ. ಪಾಸ್ವರ್ಡ್ ಬೆರಳ ತುದಿಯಲ್ಲಿದೆ. ಸಾವಿನ ರಹಸ್ಯವೂ ಕೂಡ. ಕೈಯಲ್ಲಿ ಹಿಡಿದು ಸುಮಾರು ಹೊತ್ತು ಹಾಗೆ ನಿಂತಿದ್ದ.

ಮೊಬೈಲ್ ತೆಗ್ದು ಅದನ್ನು ಅದರ ಮೆನು ಬಟನ್ ಹಾಗೂ ವ್ಯಾಲೂಮ್ ಬಟನ್ ಎರಡನ್ನೂ ಒಟ್ಟಿಗೆ ಒತ್ತಿ ಹಿಡಿದನು. ಅರೆ ಕ್ಷಣ ತಡೆದು ಮೊಬೈಲ್ ಆನ್ ಆಯ್ತು. ಯಾವುದೊ ಒಂದೆರಡು ಆಯ್ಕೆ ಒತ್ತಿ ಮುಂದುವರೆದ. ತನ್ನೆಲ್ಲಾ ಹಳೆಯ ಕುರುಹುಗಳನ್ನು ಕಳೆದುಕೊಂಡು ಹೊಸದಾಗಿ ಸ್ಕ್ರೀನ್ ಬೆಳಗತೊಡಗಿತು.

ನಡುಗುತ್ತಿದ್ದ ಕೈ, ಒಡೆದುಕೊಳ್ಳುತ್ತಿದ್ದ ಎದೆ ಈಗ ತಹಬದಿಗೆ ಬಂದಿದ್ದವು.

***

ಶುಕ್ರವಾರ ಬೆಳಗ್ಗೆ ಅಥಣಿಗೆ ಬಂದು ಬಸ್ ಇಳಿದ. ಖೋಲಿಗೂ ಹೋಗದೆ ನೇರವಾಗಿ ಡಿಪೋ ಮ್ಯಾನೇಜರ್ ಬಳಿ ಹೋಗಿ ನಿಂತ. ನಾಗಪ್ಪನ ಕೈಯಲ್ಲೊಂದು ಅರ್ಜಿ ಇತ್ತು. ಡಿಪೋ ಮ್ಯಾನೇಜರ್ 'ಇದೇನಿದು..' ಎಂಬಂತೆ ವಿಚಿತ್ರವಾಗಿ ನೋಡಿದರು.

'ಸರ್ ದಯವಿಟ್ಟು ನನ್ನ ಹಳೆಯ ರೂಟಿಗೆ ಹಾಕಿ. ಹಾಲ್ಟ್ ಬಸ್, ತೀರ್ಥಹಳ್ಳಿ, ಕವಿಮನೆ. ಪ್ಲೀಸ್ ಬದಲಿಸಿಕೊಡಿ..' ಎಂದು ಒಂದೇ ಉಸಿರಿಗೆ ಹೇಳಿಬಿಟ್ಟ.

ಮತ್ತೊಮ್ಮೆ ವಿಚಿತ್ರವಾಗಿ ನೋಡಿದರು. ಡಿಪೋ ಮ್ಯಾನೇಜರ್ 'ಅಲ್ಲ ಮಾರಾಯ. ನೀನೇ ತಾನೇ ಕೇಳಿದ್ದು ಈ ಮೊದ್ಲು ಬದಲಿಸಿಕೊಡಿ ಅಂತ. ಈಗ ಮತ್ತೇನು? ಏನ್ ಸಮಸ್ಯೆ?' ಎಂದು ಕೇಳಿದರು.

'ಸರ್ ಅದು ಆಗಿನ ಮಾತು. ದಯವಿಟ್ಟು ಕ್ಷಮಿಸಿ...' ಎಂದು ವಿನಂತಿಸಿಕೊಂಡ.

ನಿನ್ನೆಯಷ್ಟೇ ಹಾಲ್ಟ್ ರೂಟಿಗೆ ಬದಲಿಸಿದ್ದ ಹೊಸ ಡ್ರೈವರ್ ರಾತ್ರಿ ಹಾಲ್ಟ್ ಆಗುವ ವಿಚಾರಕ್ಕೆ ಬೇಸರ ಮಾಡಿಕೊಂಡು ಹೋಗಿದ್ದ. ಈಗ ನಾಗಪ್ಪನೇ ಹೋಗಲು ಸಿದ್ಧ ಇರುವುದರಿಂದ ಮತ್ತೊಮ್ಮೆ ಅವರವರ ರೂಟ್‌ಗಳನ್ನು ಬದಲಿಸಿಕೊಟ್ಟು ಇಬ್ಬರಿಗೂ ಒಂದು ಆದೇಶ ಹಾಕಿ ಕಳುಹಿಸಿಕೊಟ್ಟ, ನಾಗಪ್ಪನನ್ನು ನೋಡಿ ಮ್ಯಾನೇಜರ್ ಕನಿಕರ ವೆನಿಸಿತು.

ನಾಗಪ್ಪ ತನ್ನ ಖೋಲಿಗೆ ಹಿಂದಿರುಗಿದ. ಏಳು ಗಂಟೆಗೆ ಬಸ್ ಹೊರಡಬೇಕು. ಊರಿಂದ ತಂದಿದ್ದ ಹೆಂಡತಿಯ ಮೊಬೈಲ್ ಅನ್ನು ರೂಮಿನಲ್ಲಿಟ್ಟು, ತಾನು ಬಟ್ಟೆ ಬದಲಿಸಿಕೊಂಡು, ಹೋಗುವ ದಾರಿಯಲ್ಲಿ ಕಾಫಿ ಕುಡಿದು ಸರಿಯಾದ ಸಮಯಕ್ಕೆ ಬಸ್ ತೆಗೆದುಕೊಂಡು ಡಿಪೋ ಬಿಟ್ಟ.

ಅಥಣಿ ಬಸ್ಸ್ಟ್ಯಾಂಡ್‌ಗೆ ಬಂದು ನಿಂತು ಎಂದಿನಂತೆ ಹೆಂಡತಿಯ ಮೊಬೈಲ್‌ಗೆ ಕರೆ ಮಾಡಿದ. ಪೂರ್ತಿ ರಿಂಗಾಗುವರೆಗೂ ಕಾದು ಜೇಬಿನಲ್ಲಿಟ್ಟುಕೊಂಡ. ಪಾಪ ಅವಳು ಬಿಝಿ ಇರಬೇಕು ಅಂತ ಎಂದಿನಂತೆ ತನಗೆ ತಾನೆ ಅಂದುಕೊಂಡ.

ಬಸ್ ಓಡತೊಡಗಿತು. ಎಲ್ಲಾ ಮೊದಲಿನಂತೆ, ನಿರಾಳತೆಯ ಅನುಭವ ಆಗ್ತಿದೆ. ಸಮಾಧಾನ.

ಮಧ್ಯಾಹ್ನ ರಾಣೇಬೆನ್ನೂರಿನಲ್ಲಿ ಊಟಕ್ಕೆ ಬಿಟ್ಟಾಗ ಮತ್ತೊಮ್ಮೆ ಹೆಂಡತಿಯ ಮೊಬೈಲ್‌ಗೆ ಕರೆ ಮಾಡಿದ. ಮತ್ತೆ ಪೂರ್ತಿ ರಿಂಗಾಗುವವರೆಗೂ ಕಾದ. 'ಅಯ್ಯೋ ಮಧ್ಯಾಹ್ನ ಅಲ್ವ? ಊಟ ಮಾಡಿ ಮಲಗಿರುತ್ತಾಳೆ' ಅಂದುಕೊಂಡು ಮತ್ತೆ ಬಸ್ಸು ಚಾಲು ಮಾಡಿ ಹೊರಟ.

ಕವಿಮನೆ ತಲುಪಿದಾಗ ರಾತ್ರಿ ಎಂಟು ಗಂಟೆ. ನಾಗರಾಜು ದೇವಂಗಿಯಲ್ಲಿ ಇಳಿದಿದ್ದ. ಬರುವಾಗಲೇ ನಾಗಪ್ಪ ಎರಡು ಪರೋಟ, ಅರ್ಧ ರೈಸ್ ಕಟ್ಟಿಸಿಕೊಂಡು ಬಂದಿದ್ದ.

ಮಾನಪ್ಪ ಆಗಲೇ ಬಂದು ಹಾಸಿಗೆ ಹಾಸಿಕೊಂಡು ಕೂತು ಬೀಡಿ ಎಳೆಯುತ್ತಿದ್ದ. ಬಸ್ ನಿಲ್ಲಿಸಿ, ಪೊರಕೆ ಹಿಡಿದು ಕಸ ಗುಡಿಸಿದ. ಬಸ್ಸಿನ ಸೀಟ್‌ಗಳಲ್ಲಿ ಕೂತು ತುಸು ಮೌನವಾದ. ಮುರಿದು ಬಿದ್ದಿದ್ದ ಎರಡು ಮಕ್ಕಳ ಆಟಿಕೆಗಳನ್ನು ಬ್ಯಾಗಿಗೆ ಹಾಕಿಕೊಂಡ. ಯಾರದೂ ಕರಿಮಣಿ ಸರ ಬಿದ್ದು ಹೋಗಿತ್ತು. ಅದನ್ನು ಎತ್ತಿಕೊಂಡು 'ಛೇ ಯಾರು ಎಷ್ಟೊಂದು ಪವಿತ್ರ ಜಾಗದಲ್ಲಿ ಕಟ್ಟಿದ್ದರೋ ಆದರೆ ಬಸ್ಸಿನಲ್ಲಿ ಬಿದ್ದು ಯಾರ ಯಾರ ಕಾಲು ತುಳಿತ ಕಾಣಬೇಕಾಯ್ತೋ ಎನ್ನುತ್ತಾ ಅದನ್ನು ಎತ್ತಿಟ್ಟುಕೊಂಡ.

ಊಟ ಮಾಡಿ ಮಾನಪ್ಪನ ಬಳಿ ಹೋಗಿ ಕೂತ. ಮಾನಪ್ಪ ಯಾಕೋ ಎಂದಿಗಿಂತ ತುಸು ಮೌನವಾಗಿದ್ದರು. ನಾಗಪ್ಪ ಕರೆದು ಕರೆದು ಮಾತಾಡಿಸಿದ.

'ನಿನ್ ಕನಸು ಏನ್ ಹೇಳಬಹುದು ನಾಗಪ್ಪ? ಅದೊಂದು ಯಕ್ಷಪ್ರಶ್ನೆ ಆಗಿದೆ ನೋಡು ನನಗೆ' ಎಂದು ಮಾನಪ್ಪ ಎರಡೆರಡು ಮಾತುಗಳನ್ನು ಆಡಿದ. ಅರೆಕ್ಷಣ ಅಲ್ಲೊಂದು ಮೌನ ಆವರಿಸಿತು.

'ಬಿಡು ಮಾನಪ್ಪಣ್ಣ ಇನ್ಮೇಲೆ ಕನಸು ಬರಾಕಿಲ್ಲ. ಅದರಲ್ಲೂ ಆ ಮಲ್ಲಿಗೆ ಕನಸು ಇನ್ನೆಂದೂ ಬರಲಿಕ್ಕಿಲ್ಲ' ಅಂದ.

ಮಾನಪ್ಪನಿಗೆ ಇವನ ಮಾತು ಕುತೂಹಲವೂ ಅನಿಸಲಿಲ್ಲ, ತೀರಾ ನಿರ್ಲಕ್ಷ್ಯದ್ದೂ ಅನಿಸಲಿಲ್ಲ. ಮಾನಪ್ಪನಿಗೆ ಏನು ಮಾತಾಡಬೇಕು ಅನ್ನುವುದು ಗೊತ್ತಾಗದೆ ಸುಮ್ಮನೆ ಕೂತಿದ್ದ.

ಇಬ್ಬರೂ ಮಾತಿಲ್ಲದೆ ಎಷ್ಟೋ ಹೊತ್ತಿನವರೆಗೂ ಸುಮ್ಮನೆ ಕೂತಿದ್ದರು. ಮಾನಪ್ಪ ಮಲಗಿ ನಿದ್ದೆಗೆ ಜಾರತೊಡಗಿದ. ನಾಗಪ್ಪ ಅಲ್ಲಿಂದ ಎದ್ದು ಬಂದು ಬಸ್ ಹತ್ತಿದ.

ಹಾಸಿಗೆ ಹಾಸಿಕೊಂಡು ಕೂತ. ಕತ್ತಲು ಯಾಕೊ ಇಂದು ಅತೀ ಮೌನದಲ್ಲಿದೆ ಎನಿಸಿತು ಅವನಿಗೆ. ಮೊಬೈಲ್ ತೆಗೆದು, ಹೆಂಡತಿಯ ನಂಬರ್‌ಗೆ ಕರೆ ಮಾಡಿ, ಲೌಡ್ ಸ್ಪೀಕರ್ ಹಾಕಿ ಪಕ್ಕಕ್ಕಿಟ್ಟ. ಅದು ಗುರ್ ಗುರ್ ಅನ್ನತೊಡಗಿತು. ಯಥಾಪ್ರಕಾರ ಮೂರು ಬಾರಿ ಕರೆ ಮಾಡಿದ. ಆ ಕಡೆಯಿಂದ ಹಲೋ ಅನ್ನುವ ದನಿ ಕೇಳಿಸಲಿಲ್ಲ. ಮಲಗಿ ಆಕಾಶ ನೋಡುತ್ತಾ 'ಪಲ್ ಪಲ್ ದಿಲ್ ಕೆ ಪಾಸ್' ಹಾಡು ಹಚ್ಚಿಕೊಂಡ. ಹಾಡು ಒಂದು ಸಮಾಧಾನದಂತೆ ಶುರುವಾಯಿತು.

ಅದೇ ಹಾಡನ್ನು ಮತ್ತೆ ಕೇಳಿದ. ಮತ್ತೆ ಮತ್ತೆ ಕೇಳಿದ. ಹತ್ತಾರು ಬಾರಿ ಕೇಳಿದ. ಗಾಳಿ ಬಿಕ್ಕಳಿಸುವ ಸದ್ದು ಹಾಡಿನೊಂದಿಗೆ ಕೇಳಿಸುತ್ತಿತ್ತು. ಕತ್ತಲು ದುಃಖಿಸುತ್ತಿತ್ತು. ಮರಗಿಡಗಳು ಮೂಕವಾಗಿದ್ದವು. ಗೂಡಿನಲ್ಲಿದ್ದ ಮರಿಗಳಿಗೆ ತುಂಡು ದುಃಖವೊಂದು ಸಿಕ್ಕಿ ಹಾಕಿಕೊಂಡಂತಾಗಿ ಅವು ಸುಮ್ಮನಿದ್ದವು.

ನಾಗಪ್ಪ ಎದ್ದು ಕೂತ. ಅವನೊಳಗಿನ ದುಃಖ ಅವನಿಗಿಂತ ಮೊದಲೇ ಎದ್ದು ಕೂತಿತ್ತು. ಅಳತೊಡಗಿದ. ಬಿಕ್ಕಳಿಸಿ ಬಿಕ್ಕಳಿಸಿ ಅಳತೊಡಗಿದ. ಇವನ ಅಳುವಿಗೆ ಕಾಡು ಹೆದರಿ ಮತ್ತಷ್ಟು ಮೌನಕ್ಕೆ ಜಾರಿತು. ಇವನ ಅಳು, ಬಿಕ್ಕಳಿಕೆ ಕಾಡಿನ ಆಚೆಯೂ ಅಲೆಅಲೆಯಾಗಿ ಹರಿಯತೊಡಗಿತು.

ಗಂಡು ಮಕ್ಕಳು ಮೌನವಾಗಿ ಬಿಕ್ಕಿದಷ್ಟು, ಮಳೆ ಸುರಿಸುವ ಆ ಮುಗಿಲು ಕೂಡ ಬಿಕ್ಕಿರಲಾರದು!

'ಪಲ್ ಪಲ್ ದಿಲ್ ಕೆ ಪಾಸ್..' ಕಿಶೋರ್ ಕುಮಾರನ ದನಿ ಅವನ ಅಳುವಿಗೆ ಜೊತೆಯಾಗಿತ್ತು.

9

ದೇವರ ಮುಖದ ಕಲೆ

ಅರಿಶಿಣ..

ದೇವರ ಮುಂದೆ ಉರಿಯುತ್ತಿರುವ ಎರಡು ಪುಟ್ಟ ದೀಪಗಳು ಶಿವಿಯ ಕಣ್ಣುಗಳೆಂದು ಅತ್ತ ಹೊರಗೆ ಗುಡಿಯ ಹಜಾರದಲ್ಲಿ ಮಲಗಿದ್ದ ಅವಳನ್ನು ನೋಡಿದ್ದರೆ ಯಾರಾದರೂ ಊಹಿಸಬಹುದಿತ್ತು. ಅಂಗಾತ ಮಲಗಿದ್ದ ಶಿವಿ ಕಡು ರಾತ್ರಿಯಲ್ಲೂ ತನ್ನ ಕಣ್ಣುಗಳನ್ನು ತೆರೆದಿಟ್ಟುಕೊಂಡಿದ್ದಳು. ಎಡಕ್ಕೆ ಹೊರಳಲು ಮನಸಾಗಲಿಲ್ಲ. ಬಲಕ್ಕೂ ಹೊರಳಲಿಲ್ಲ. ಕಾಲುಗಳನ್ನು ನಿಡಿದಾಗಿ ಚಾಚಿದರೆ ಅದೇನು ಎಡವಟ್ಟಾಗುತ್ತದೋ ಎನ್ನುವಂತಹ ಆತಂಕವೊಂದು ಅವಳು ಹೊದ್ದ ಚಾದರದಂತೆ ತಬ್ಬಿತ್ತು. ತನ್ನನ್ನು ತಾನು ದೇವರ ಮುಂದೆ ಇಟ್ಟಿರುವ ಪ್ರಸಾದವೆಂದುಕೊಂಡಿದ್ದಳೊ ಏನೊ!

ಇತ್ತ ಈ ಕಡೆ ಗುಡಿಯ ಒಳಗೆ ಮಲಗಿದ್ದ ಪೂಜಾರಿ ಬಾಲ ಎರಡು ಸಲ ಮಗ್ಗಲು ಬದಲಿಸಿ ಒಮ್ಮೆ ಸಣ್ಣಗೆ ಆಕಳಿಸಿದ. ಬಂದ ಕೆಮ್ಮನ್ನು ನುಂಗಿಕೊಂಡ. ಬೀಡಿ ಹಚ್ಚುವ ಆಸೆಯಾಯಿತು. ಗುಡಿ ಎಂಬುದು ನೆನಪಾಗಿ ಅದನ್ನು ಅಮುಕಿಕೊಂಡ. ಎದ್ದು ಅವಳ ಕಡೆ ಹೋಗಿ ಬಿಡಲೋ, ಬೇಡವೋ ಎಂಬ ದ್ವಂದ್ವದಲ್ಲೇ ಜೀಕುತ್ತಿದ್ದ.

ಗರ್ಭಗುಡಿಯಲ್ಲಿ ಮೂಡಲ ದಿಕ್ಕಿಗೆ ಮೂತಿಮಾಡಿಕೊಂಡು ನಿಂತಿರುವ ಹನುಮಪ್ಪ ದೇವರು ನಿರ್ಲಿಪ್ತನಾಗಿದ್ದ. ಯಾರೊ ಭಕ್ತರು ಮಾಡಿಸಿಕೊಟ್ಟಿದ್ದ ಎರಡು ಬೆಳ್ಳಿ ಕಣ್ಣುಗಳು ದೀಪದ ಬೆಳಕಿನಲ್ಲಿ ಮಿರ ಮಿರ ಮಿಂಚುತ್ತಿದ್ದವು. ಸಂಜೆ ಮುಡಿಸಿದ್ದ ಹೂವುಗಳನ್ನು ಗಾಳಿಯು ಹಣಿದು ಹಾಕಿತ್ತು. ಅವು ಈಗ ಬಾಡಲು

ತೊಡಗಿದ್ದವು. ಹೊರಗೆ ಹುಣ್ಣಿಮೆಯ ಬೆಳಕು ಸುರಿಯುತ್ತಿತ್ತು. ಊರು ಅದರಲ್ಲಿ ತೋಯ್ದು ನಡುಗುತ್ತಿತ್ತು.

ಶಿವಿ ತಲೆಗೆ ನೆನಪೊಂದು ಏಕಾಏಕಿ ನುಗ್ಗಿತು. ನಿನ್ನೆ ರಾತ್ರಿ ಇದೇ ಸುಮಾರಿಗೆ, ಇದೇ ಗುಡಿಯಲ್ಲಿ ಶಿವಿ ತನಗೆ ಆದದ್ದನ್ನು ನೆನೆಸಿಕೊಂಡು ನಡುಗಿದಳು. ಯಾರೋ ಅವಳ ಮೇಲೆ ಬಂದಂತೆ, ಅವಳ ಮೊಲೆ ಮುಟ್ಟಿದಂತೆ ಅವಳಿಗೆ ಅನುಭವವಾಗಿತ್ತು. ದೇವರಿಗೆ ಮೀಸಲಾಗಿರುವುದು ನಿಜ ಆದರೆ ನಿಜಕ್ಕೂ ದೇವರು ಬಂದಿದ್ದನೆ? ಅವಳೇ ಪ್ರಶ್ನೆ ಕೇಳಿಕೊಂಡು, ಉತ್ತರ ತಿಳಿಯದೆ ಒದ್ದಾಡಿದಳು. ದೇವರೂ ಮನುಷ್ಯರಂತಾದನೆ ಕಳ್ಳತನದಿಂದ ದೇಹ ಮುಟ್ಟುವಷ್ಟು, ಮೊಲೆ ಮುಟ್ಟುವಷ್ಟು? ಒಮ್ಮೆ ಹೊಲದಲ್ಲಿ ಮೇಗಳಕೇರಿಯ ವಿರೂಪಾಕ್ಷ ಪುಸಲಾಯಿಸಿ ಮೊಲೆ ಗಿಂಡಿದ್ದು ನೆನಪಾಗಿ ಅವನಿಗೂ, ಊರಿನ ತೇರಿನ ಮರುದಿನ ನಡೆಯುವ ಓಕುಳಿ ಕಾರ್ಯದಲ್ಲಿ ಹತ್ತು ರೂಪಾಯಿ ಆಯೇರು ಕಟ್ಟಲು ಎದೆಯ ಜಾಗ ಹುಡುಕಿ ಆ ನೆಪದಲ್ಲಿ ಮೊಲೆ ಮುಟ್ಟುತ್ತಿದ್ದವರಿಗೂ ಮತ್ತು ಈ ದೇವರಿಗೂ ವ್ಯತ್ಯಾಸ ಕಾಣಿಸಲಿಲ್ಲ ಅವಳಿಗೆ.

ಬಾಲ ಎದ್ದು ಕೂತ. ಶಿವಿ ಮಲಗಿದ್ದರೂ ಮಲಗದೆ ಇದ್ದರೂ ಇಂದು ಅವಳನ್ನು ಬಿಡಬಾರದು ಎಂದು ನಿರ್ಧರಿಸಿಕೊಂಡ. ಅವನ ಮೈಯೊಳಗೆ ಕಾವು ಏರುತ್ತಿತ್ತು. ನರನಾಡಿಗಳು ಬಿರುಸಾದವು. ಸುಖ ಕುಡಿಯಲು ಹದವಾಗ ತೊಡಗಿದ್ದವು. ಒಂದೆರಡು ಬಾರಿ ಜೋರಾಗಿ ಉಸಿರುಬಿಟ್ಟ, ಮೈಮುರಿದ. ಈ ರಾತ್ರಿಗಾಗಿ ಅವನು ಮಾಡಿದ ಕಸರತ್ತುಗಳೆಲ್ಲವೂ ಅವನ ಕಣ್ಣ ಮುಂದೆ ಬಂದವು. ಇದೊಂದು ರಾತ್ರಿ ಅವಳೊಂದಿಗೆ ಸೇರಿದರೆ ಸಾಕು. ಆಮೇಲೆ ಎಲ್ಲವೂ ಸರಾಗ. ದೇವರಿಗೆ ಅರ್ಪಿಸುವುದು ಎಂದರೆ ಪೂಜಾರಿಗೆ ಅರ್ಪಿಸುವುದೆಂದು ಒಮ್ಮೆ ಅವಳಿಗೆ ಅರ್ಥವಾಗಿಬಿಟ್ಟರೆ ಆಮೇಲೆ ಎಲ್ಲವೂ ಮಾಮೂಲು. ಇದು ಅವನ ಯೋಜನೆ.

ಮಧ್ಯರಾತ್ರಿಯ ಈ ಕಡು ಮೌನವೊಂದು ಎಲ್ಲೊ ಊಳಿಡುತ್ತಿದ್ದ ನಾಯಿಯಿಂದ ಕಲಕಿ ಹೋಯಿತು.

ಶಿವಿಯ ಕಣ್ಣುಗಳು ಉರಿಯುತ್ತಿದ್ದವು. ಅವಳ ಮೈ ಬಿಸಿಯಾಗಿತ್ತು. ಗರ್ಭಗುಡಿಯ ಹನುಮಪ್ಪ ಎದ್ದು ಬಂದು ತನ್ನ ಮೇಲೆ ಮಲಗಿ ಬಿಡಬಹುದೆಂದು ನೆನೆದ ತಕ್ಷಣ ಅವಳು ಮತ್ತೊಮ್ಮೆ ಕಂಪಿಸಿದಳು. ಶಾಲೆಯಲ್ಲಿ ಅಕ್ಕಮಹಾದೇವಿ ಚೆನ್ನಮಲ್ಲಿಕಾರ್ಜುನನನ್ನು ಹುಡುಕಿ ಹೊರಟಿದ್ದನ್ನು ಮೇಷ್ಟ್ರು ಹೇಳಿದ್ದು ನೆನಪಾಯ್ತು. ಆ ಚೆನ್ನಮಲ್ಲಿಕಾರ್ಜುನನು ಅಕ್ಕನಿಗೂ ಹೀಗೆಯೇ ಮಾಡುತ್ತಿದ್ದನೊ? ಮೈ ಕೈ ಮುಟ್ಟುತ್ತಿದ್ದನೊ? ತಾನೇನು ಹನುಮಪ್ಪನನ್ನು ಹುಡುಕಿಕೊಂಡು ಬಂದಿರಲಿಲ್ಲ. ಹನುಮಪ್ಪನೇ ನನ್ನ ಸೇವೆಗೆ ಶಿವಿ ಬೇಕು ಎಂದು ಆರಿಸಿಕೊಂಡಿದ್ದು ಅವಳಿಗೆ ನೆನಪಾಯಿತು.

ಹನುಮಪ್ಪನ ಉತ್ಸವ ಮೂರ್ತಿಯನ್ನು ತಲೆಮೇಲೆ ಹೊತ್ತ ಆ ಊರಿನ ಚೇಜಪ್ಪನು ಮೈ ಮೇಲೆ ಹನುಮಪ್ಪನನ್ನು ಬರಿಸಿಕೊಂಡು 'ಇನ್ಮೇಲೆ ಶಿವಿಯೇ ಓಕುಳಿ ಎರಚಿಸಿಕೊಳ್ಳಬೇಕು..' ಎಂದು ಅಪ್ಪಣೆ ಕೊಟ್ಟಾಗ ಊರಿನವರು ಮೂಗಿನ ಮೇಲೆ ಬೆರಳಿಟ್ಟಿದ್ದರು. ಓಕುಳಿ ಅವಳಿಗೇನೊ ಖುಷಿ. ಆದರೆ ಅದರ ಕಲೆ ಎಂದೂ ಹೋಗುವುದಿಲ್ಲ ಎಂಬುದು ನೆನೆದಾಗ ವಿಚಿತ್ರ ತಳಮಳ. ಇದು ಓಕುಳಿ ಬಣ್ಣದಷ್ಟು ಖುಷಿಯ ವಿಚಾರವೋ ಅಥವಾ ಅದರ ಕಲೆಯಷ್ಟು ದುಃಖದ ವಿಚಾರವೋ ಎಂಬುದರ ಅರಿವು ಅವಳಿಗಿರಲಿಲ್ಲ. ಓಕುಳಿಗೆ ಮೀಸಲಾಗುವುದು ಎಂದರೆ ಜೀವನ ಪೂರ್ತಿ ದೇವರಿಗೂ ಮೀಸಲಾಗಿರಬೇಕು ಎಂಬುದು ಶಿವಿಗೆ ಗೊತ್ತೂ ಕೂಡ ಇರಲಿಲ್ಲ.

'ದಿಕ್ಕಿಲ್ಲದ ಹುಡುಗೀಗೆ ಒಳ್ಳೆದಾತು ಬಿಡು. ದೇವ್ರೇ ಮೆಚ್ಚಿಕೊಂಡಾನೆ' ಎಂದು ಕೆಲ ಜನ ಮಾತಾಡಿಕೊಂಡರೆ ಇನ್ನೂ ಕೆಲವರು ಆ ಹುಡುಗಿಯ ನತದೃಷ್ಟಕ್ಕೆ ಮರುಗಿದರು. ಶಿವಿಯ ಅಜ್ಜಿಗೂ ಮೊಮ್ಮಗಳು ಓಕುಳಿ ಚಾಕರಿಗೆ ಹೋಗುವುದು ಇಷ್ಟವಿರಲಿಲ್ಲ. ದೇವರೇ ಮೆಚ್ಚಿದ್ದು ಅಂದಮೇಲೆ ಬೇರೆ ಮಾತಾಡುವಂತಿರಲಿಲ್ಲ.

ಹನುಮಪ್ಪ, ಶಿವಿಯನ್ನೇ ಯಾಕೆ ತಗೊಂಡ? ಎಂಬ ಗುಸುಗುಸುವೊಂದು ಊರಿನ ಯಾವುದೊ ಮೂಲೆಯಲ್ಲಿ ಹುಟ್ಟಿ, ದೇವರ ಭಯದಲ್ಲಿ ಆಚೆ ಬರದೆ ಸತ್ತು ಹೋಗಿತ್ತು.

ಸುಣ್ಣ..

ಸೆರೆ ಮಾರುವ ಲೋಕಪ್ಪನ ಗೂಡಂಗಡಿಯಿಂದ ಒಂದು ಬಾಟಲಿ ಬ್ರಾಂಡಿ ಖರೀದಿಸಿದ ಬಾಲನು ತನ್ನ ಉದ್ದದ ಜೇಬಿನಲ್ಲಿಟ್ಟು ಚೇಜಪ್ಪನನ್ನು ಪುಸಲಾಯಿಸಿ ಗೋಮಾಳಕ್ಕೆ ಕರೆದುಕೊಂಡು ಹೋಗಿ ಕೂರಿಸಿಕೊಂಡು ತನ್ನ ಆಸೆಯ ಗಂಟನ್ನು ಬಿಚ್ಚತೊಡಗಿದ್ದ. ಪೂಜೇರಿ ಬಾಲನು ಚೇಜಪ್ಪನ ಪ್ಲಾಸ್ಟಿಕ್ ಲೋಟಕ್ಕೆ ಲೋಕಲ್ ಬ್ರಾಂಡಿ ಸುರಿಯುತ್ತಾ ಹೇಳಿದ ಮಾತುಗಳು ಈಗ ಶಿವಿಯನ್ನು ಗುಡಿಗೆ ತಂದು ಹಾಕಿದ್ದವು. ಚೇಜಪ್ಪ ಹಿಡಿ ಕಡ್ಲೆಬೀಜ ಮುಗಿಯುವ ಮೊದಲೇ ಮಾತು ಕೊಟ್ಟಿದ್ದ. ಖಾಲಿ ಬಿದ್ದಿದ್ದ ಗೋಮಾಳ ಇಬ್ಬರನ್ನೂ ನಿರ್ಲಿಪ್ತವಾಗಿ ನೋಡುತ್ತಿತ್ತು. ಓಕುಳಿ ಸೇವೆಗೆ ಈ ಹಿಂದೆ ಇದ್ದ ಪಾರವ್ವ ಖಾಯಿಲೆ ಬಿದ್ದು, ನೆಲ ಹಿಡಿದು ಸತ್ತ ಮೇಲೆ ಊರ ದೇವರು ಒಂಟಿಯಾಯಿತೆಂದು ಗುಲ್ಲು ಎಬ್ಬಿಸಿ ಆ ಮೂಲಕ ಬಾಲ ಈ ಶಿವಿಯ ಮೇಲೆ ಕಣ್ಣು ಹಾಕಿದ್ದ.

ಇಡೀ ಮಾದರ ಕೇರಿಯಲ್ಲಿ ಕಣ್ಣು ಕುಕ್ಕುವ ಹೆಣ್ಣು ಅಂತ ಇರೋದು ಶಿವಿ ಒಬ್ಬಳೆ. ಸಣ್ಣ ಮೂಗು. ತುಂಬಿದ ಗಲ್ಲ. ಹದಿನೆಂಟು ತುಂಬಿದ ವಯಸ್ಸು, ವಯಸ್ಸಿಗೆ ಮೀರಿದ ದುಂಡು ಮೊಲೆ.. ನಡೆಯುವಾಗ ಸೊಂಟದಲ್ಲಿ ಒಂದು ಬಿಗುವಿದ್ದ

ಅವಳನ್ನು ನೋಡಿದಾಗ ಊರಿನ ಹುಡುಗರ ಮನಸಿನಲ್ಲಿ ವೀಣೆ ನುಡಿಯುತ್ತಿತ್ತು. ಯಾವಾಗಲೂ ಕೆದರಿದ ತಲೆ, ವಾರಕ್ಕೆರಡು ಬಾರಿ ಸ್ನಾನ, ಅಷ್ಟೇನೂ ಸ್ವಚ್ಛವಲ್ಲದ ಬಟ್ಟೆಯಲ್ಲೂ ಶಿವಿ ಊರಿನ ಹುಡುಗರಿಗೆ ಹಾಸಿಗೆಯ ಬಯಕೆಯಾಗಿದ್ದಳು. ಹೊಸ್ತಿಲೊಳಗೆ ಬರಲು ಅವಕಾಶ ಕೊಡದ ಜನ ಶಿವಿಯನ್ನು ಹಾಸಿಗೆಯೊಳಗೆ ಕರೆಯಲು ಹವಣಿಸುತ್ತಿದ್ದದ್ದನ್ನು ಊರ ಗುಡಿಯಲ್ಲಿರುವ ಒಂಟಿ ಹನುಮಪ್ಪ ಸುಮ್ಮನೆ ನೋಡುತ್ತಿದ್ದ. ಹೊಕ್ಕಳ ಕೆಳಗೆ ಯಾವ ಧರ್ಮವಿದೆ ಹೇಳಿ?

ಹತ್ತನೇ ಕ್ಲಾಸಿಗೆ ಶಾಲೆ ಬಿಟ್ಟಿದ್ದ ಶಿವಿ ಅಜ್ಜಿಯೊಂದಿಗೆ ಕೂಲಿಗೆ ಹೋಗುತ್ತಿದ್ದಳು. ಕೂಲಿಗಾಗಿಯೇ ಶಾಲೆ ಬಿಟ್ಟದ್ದು ಎಂಬುದು ಹೆಚ್ಚು ಸರಿ. ಶಿವಿಯ ಅವ್ವ ಹೊಲದಲ್ಲಿ ಹಾವು ಕಡಿದು ಸತ್ತ ಮೇಲೆ ಅವಳ ಅಪ್ಪ ಮಗಳನ್ನು ಬಿಟ್ಟು ಕೊರಮರ ಹೆಣ್ಣು ವೆಂಕಮ್ಮನನ್ನು ಕರೆದುಕೊಂಡು ಓಡಿ ಹೋಗಿದ್ದ. ಮೊದಲು ಇದನ್ನು ಒಂದು ಘಟನೆಯಂತೆ ಕೇಳಿಸಿಕೊಳ್ಳುತ್ತಿದ್ದ ಶಿವಿಗೆ ಈಗೀಗ ಅದು ಒಂದು ಕಥೆಯಾಗಿ ಕೇಳಿಸುತ್ತಿತ್ತು. ಅವ್ವ, ಅಪ್ಪನನ್ನು ಕಳೆದುಕೊಂಡಾಗ ಶಿವಿಗೆ ಎರಡು ವರ್ಷ. ಎಳೆಯ ಶಿವಿಯನ್ನು ಅವಳ ಅಜ್ಜಿಯೇ ಸಾಕಿದ್ದಳು.

ಮಾದರ ಹೆಣ್ಣೆ ಓಕುಳಿ ಸೇವೆಗೆ ಇರಬೇಕಾದದ್ದು ಎಂಬುದು ಆ ಊರಿನ ಸಂವಿಧಾನವಾಗಿತ್ತು. ಅದು ದೇವರೇ ಮಾಡಿದ ಶಾಸನ ಎಂಬುದು ಜನರ ನಂಬಿಕೆ. ದವನದ ಹುಣ್ಣಿಮೆಯ ದಿನ ಹರಿಯುವ ಹನುಮಪ್ಪನ ತೇರು, ಮರುದಿನ ಮಣೇವು ಮತ್ತು ಕೊನೆಯ ದಿನ ಓಕುಳಿ ಇರುತ್ತಿತ್ತು. ಹನುಮಪ್ಪನ ಸೇವೆಗೆಂದು ಇರುವ ಹೆಣ್ಣಿಗೆ ಗುಡಿಯ ಬಾಬ್ತುದಾರರು ಓಕುಳಿ ಚೆಲ್ಲುವ ಆಟ ಆಡಬೇಕಿತ್ತು. ಅದನ್ನು ಥೇಟ್ ದೆವ್ರು ಹನುಮಪ್ಪನೇ ಆಡುವ ಆಟ ಎಂದು ನಂಬಲಾಗಿತ್ತು. ಊರಿಗೆ ಊರೇ ನಿಂತು ಅದನ್ನು ನೋಡುತ್ತಿತ್ತು. ಎರಚಿಸಿಕೊಳ್ಳುವವರು ತಪ್ಪಿಸಿಕೊಳ್ಳಬೇಕು, ಎರಚುವವರು ಬೆನ್ನಟ್ಟಬೇಕು.. ಮುಖಕ್ಕೆ ಮುಖ ಎದುರಾದಾಗ ಎರಚುವ ಓಕುಳಿ ಅವರಿಂದ ಅವಳಿಗೆ ಬೀಳಬೇಕು. ನೋಡುವವರು 'ಹೋ..' ಎಂದು ಅರಚಬೇಕು. ಇದು ಓಕುಳಿಯಾಟ. ಎರಚಿಸಿಕೊಳ್ಳುವವರಿಗೆ ಯಾರಾದರೂ ತಮ್ಮ ಖುಷಿಗೆ ದುಡ್ಡಿನ ರೂಪದಲ್ಲಿ ಆಯೇರು ಕಟ್ಟಬಹುದಿತ್ತು. ಜನ ಒಂದು ಪಿನ್ನಿಗೆ ಹಳೆಯ ಹತ್ತು ರೂಪಾಯಿ ಸಿಕ್ಕಿಸಿಕೊಂಡು ದುಡ್ಡು ಕಟ್ಟುವ ನೆವ ಮಾಡಿ ಓಕುಳಿಯಿಂದ ನೆಂದವಳ ಮೊಲೆ ಮುಟ್ಟಿ ಮುಟ್ಟಿ ಹೋಗುತ್ತಿದ್ದರು.

ಅಷ್ಟೇ ಅಲ್ಲದೆ ಹುಣ್ಣಿಮೆಗಿಂತ ಒಂದು ದಿನ ಮೊದಲು ಮತ್ತು ಹುಣ್ಣಿಮೆ ದಿನ ಹಾಗೂ ಹುಣ್ಣಿಮೆಯ ಮರುದಿನ ಆ ಹೆಣ್ಣು ದೇವರ ಸೇವೆಗೆಂದು ಗುಡಿಯಲ್ಲೇ ಮಲಗಬೇಕಿತ್ತು.

ಈಗ ಓಕುಳಿ ಎರಚಿಸಿಕೊಳ್ಳುವ ಆ ಜಾಗಕ್ಕೆ ಶಿವಿ ಬಂದಿದ್ದಳು.

ತುಸು ಎತ್ತರದ ದೊಡ್ಡ ಹೊಟ್ಟೆಯ ಬಾಲ ಅಸಲಿ ವಯಸ್ಸಿಗಿಂತ ಇನ್ನೂ ಹೆಚ್ಚು ವಯಸ್ಸಾದವನಂತಿದ್ದ. ಮುಂದಲೆಯಲ್ಲಿ ಒಂದಷ್ಟು ಕೂದಲು ಆಗಲೇ ಉದುರಿ ಹೋಗಿದ್ದವು. ಹೊಟ್ಟೆಯ ಮೇಲೆ ಒಂದು ಜನಿವಾರ ಸದಾ ಇರುತ್ತಿತ್ತು. ಅಲ್ಲಲ್ಲಿ ಕೊಳೆ ಅಂಟಿಕೊಂಡ ಕೆಂಪು ಧೋತ್ರ ಸುತ್ತಿಕೊಂಡಿರುತ್ತಿದ್ದ. ಬಿಳಿಯ ತೊಗಲು, ಸದಾ ಬೋಳಿಸಿಕೊಂಡಿರುತ್ತಿದ್ದ ಮೀಸೆ ಅವನಿಗೆ ಒಪ್ಪಿದ್ದವು. ಚೌಕಳಿ ಚೌಕಳಿ ಪಂಚೆ ಮತ್ತು ಬಿಳಿ ಅಂಗಿ ಅವನ ಪೂಜೆಯೇತರ ಉಡುಗೆಯಾಗಿದ್ದವಾದರೂ ಪೂಜೇರಿ ಬಾಲ ಎಂದರೆ ಜನರಿಗೆ ಬೆತ್ತಲೆ ಹೊಟ್ಟೆ, ಜನಿವಾರ, ಕೆಂಪು ಧೋತ್ರದ ಚಿತ್ರವೇ ನೆನಪಾಗುತ್ತಿತ್ತು. ಅಪ್ಪನಿಗೆ ಲಕ್ವ ಹೊಡೆದ ಮೇಲೆ ತಮ್ಮ ಕುಲಕ್ಕೆ ದತ್ತಕವಾದ ಪೂಜಾರಿಕೆಯನ್ನು ಬಾಲ ಮುಂದುವರೆಸಿದ್ದ. ಬೆಳೆದು ನಿಂತ ಹಿರಿಯ ಮಗಳು ಮಾಲಾಗೆ ಗಂಡು ಹುಡುಕಿ ಎಂದು ಕಂಡ ಕಂಡವರಲ್ಲಿ ಕೇಳಿಕೊಳ್ಳುತ್ತಿದ್ದ.

ಶಿವಿಯನ್ನು ಹೇಗಾದರೂ ಮುಟ್ಟಿಕೊಳ್ಳಬೇಕು ಎಂದು ಯೋಚಿಸುವ ಹೊತ್ತಿಗೆ ಹನುಮಪ್ಪಗೆ ಮೀಸಲಿದ್ದ ಪಾರವ್ವ ಸರ್ಕಾರಿ ಆಸ್ಪತ್ರೆಯಲ್ಲಿ ಸತ್ತು ಹೋಗಿದ್ದಳು. ಅವಳ ಸಾವಿನ ನಂತರ ಬಾಲ ಶಿವಿಯನ್ನು ನೆನೆಸಿಕೊಂಡು ಎದ್ದು ಕೂತಿದ್ದ. ಮುದಿ ಪಾರವ್ವನ ಹತ್ತಿರ ಮಲಗಿ ಮಲಗಿ ಅವನಿಗೆ ಬೇಸರ ಬಂದಿತ್ತು. ಶಿವಿಯನ್ನೇ ದೇವರ ಸೇವೆಗೆ ಇಟ್ಟುಕೊಂಡರೆ ಇನ್ನಷ್ಟು ಸುಖ ಉಣ್ಣಬಹುದೆಂದು ಯೋಜಿಸಿದ್ದ.

ಆದರೆ ಅದು ಅಷ್ಟು ಸುಲಭದ್ದಾಗಿರಲಿಲ್ಲ. ಚೇಜಪ್ಪನ ಮೇಲೆ ಬರುವ ಹನುಮಪ್ಪ ಯಾರನ್ನು ಹೇಳುತ್ತಾನೋ ಅವರೇ ದೇವರಿಗೆ ಮೀಸಲಾಗಬೇಕು. ಮಾದರ ಹಟ್ಟಿಯಲ್ಲಿ ಶಿವಿಯ ವಯಸ್ಸಿನವರು, ಅದಕ್ಕಿಂತ ಹೆಚ್ಚು ವಯಸ್ಸಾದ ಹೆಣ್ಣುಗಳಿದ್ದರು. ಹನುಮಪ್ಪ ಬೇರೆ ಯಾರನ್ನಾದರೂ ಆರಿಸಿಬಿಟ್ಟರೆ ಅಂತ ಚಡಪಡಿಸುತ್ತಿದ್ದ. ಕೊನೆಗೆ ಚೇಜಪ್ಪನ ಮೂಲಕ ದೇವರನ್ನೇ ತನ್ನ ಬಲೆಗೆ ಕೆಡಹುವ ಯೋಜನೆಯೊಂದನ್ನು ಹೆಣೆದು ಬಿಟ್ಟಿದ್ದ.

ಬಾಲನು ಎರಡು ವರ್ಷಗಳ ಕಾಲ ಗುಡಿಯ ಗೋಮಾಳವನ್ನು ಉಚಿತವಾಗಿ ಬಳಸಿಕೊಳ್ಳುವ ಆಸೆಯೊಂದಿಗೆ ಚೇಜಪ್ಪನನ್ನು ಕೆಡವಿಕೊಂಡಿದ್ದ. 'ಶಿವಿಯೇ ಓಕುಳಿ ಎರಚಿಸಿಕೊಳ್ಳಬೇಕು..' ಇದನ್ನು ದೇವರ ಅಪ್ಪಣೆಯಂತೆ ಹೇಳಲು ಚೇಜಪ್ಪ ಒಪ್ಪಿಕೊಂಡಿದ್ದ. ಅದೇ ಖುಷಿಗೆ ಅವತ್ತು ಇಬ್ಬರೂ ಇನ್ನಷ್ಟು ಬ್ರಾಂಡಿ ಕುಡಿದು ಎದ್ದು ಬಂದಿದ್ದರು.

ನೀರು..

ಮಧ್ಯೆ ಒಂದು ಗೋಡೆ ಎಬ್ಬಿಸಿ ಎರಡು ಅಂಕಣ ಮಾಡಿದ್ದ ಜನತಾ ಮನೆಯಲ್ಲಿ ಶಿವಿ ಮತ್ತು ಅವಳ ಅಜ್ಜಿಯ ವಾಸ. ಆ ಮನೆಗಿಂತ ಪಂಚಾಯಿತಿಯವರು ಗ್ರಾಂಟು ಅನುಮೋದಿಸಲು ಗೋಡೆಯ ಮೇಲೆ ಬರೆದಿದ್ದ ಬೋರ್ಡೇ ಮನೆಗಿಂತ

ಅನೇಕಪಟ್ಟು ಚೆನ್ನಾಗಿತ್ತು. ಶೀಟ್ ಹೊದಿಸಿದ್ದ ಮನೆಯ ಒಳಗೆ ಝಳ ಹೆಚ್ಚೇ ಇರುತ್ತಿತ್ತು. ಅದಕ್ಕಿಂತ ಹೆಚ್ಚು ಝಳ ಅವರೊಳಗೆ ಇದ್ದದ್ದರಿಂದ ಅದು ಅವರ ಅನುಭವಕ್ಕೆ ಬಂದಿರಲಿಲ್ಲ.

ಮನೆ ಮುಂದೆ ಹಾಳು ಬಿದ್ದ ಚರಂಡಿ. ನೀರು ಹರಿದು ಹೋಗದೆ ನಿಂತಿರುತ್ತಿತ್ತು. ಅಂಗಳದಲ್ಲಿ ಶಿವಿಯ ಅವ್ವ ಹಾಕಿದ್ದ ಒಂದು ತೆಂಗಿನ ಗಿಡ ಮರವಾಗಲು ಹವಣಿಸುತ್ತಿತ್ತು. ಇಡೀ ಮಾದರ ಹಟ್ಟಿ ಊರಿಂದ ಗೆರೆ ಕೊರೆದು ಪಕ್ಕಕ್ಕೆ ಎತ್ತಿಟ್ಟಂತೆ ಬೇರೆಯಾಗಿ ಕಾಣುತ್ತಿತ್ತು.

ಹೈಸ್ಕೂಲಿನಲ್ಲಿ ಮೊದಲ ಬಾರಿಗೆ ಮೇಷ್ಟ್ರು ಒಬ್ಬರು ಮೈ ಮುಟ್ಟಿದಾಗ ಅಂದು ಶಿವಿ ರಾತ್ರಿಯೆಲ್ಲಾ ನಿದ್ದೆ ಮಾಡಿರಲಿಲ್ಲ. ಬೆಳಗಾಗುವವರೆಗೂ ಹೊರಳಾಡಿದ್ದಳು. ಆಗಾಗ ಕೂಲಿಗೆ ಹೋದಾಗ ಹೊಲಗಳಲ್ಲಿ ಗಂಡಸರು ಅವಳನ್ನು ಮುಟ್ಟಲು ತವಕಿಸುತ್ತಿದ್ದದ್ದು ಅವಳಿಗೆ ಗೊತ್ತಾಗುತ್ತಿತ್ತು. ಒಮ್ಮೆ ಮೇಗಳಕೇರಿಯ ವಿರೂಪಾಕ್ಷ ಮುಸ್ಸಂಜೆ ಹೊತ್ತಲ್ಲಿ ಅವಳ ರವಿಕೆ ಎಳೆದು ಮೊಲೆ ಹಿಸುಕಿ ಹೋದಾಗ ಇಡೀ ರಾತ್ರಿ ಮನೆಯಲ್ಲಿ ಒಂಟಿಯಾಗಿ ಬಿಕ್ಕಿದ್ದಳು. ಅಜ್ಜಿಗೆ ಹೇಳಿದರೂ ಒಂದೇ, ಹೇಳದಿದ್ದರೂ ಒಂದೇ ಎಂಬುದು ಅವಳಿಗೆ ಅರ್ಥವಾಗುತ್ತಿತ್ತು. ಅಜ್ಜಿಯಿಂದ ಏನೂ ಮಾಡಲು ಸಾಧ್ಯವಿರಲಿಲ್ಲ. ತಮ್ಮ ಜಾತಿಯವರಿಂದಲೂ ಏನೂ ಮಾಡಲು ಸಾಧ್ಯವಿಲ್ಲ ಎಂಬುದು ಅವಳಿಗೆ ಗೊತ್ತಾಗುತ್ತಿತ್ತು. ಶಾಲೆಯಲ್ಲಿ ಕಲಿತ ಪಾಠಗಳಿಗೆ ಬದುಕಿನ ಅರ್ಥವಿಲ್ಲ ಎಂಬುದನ್ನು ಅವಳು ಬಹುಬೇಗ ಅರಿತುಕೊಂಡಿದ್ದಳು.

ಹೈಸ್ಕೂಲ್‌ನಲ್ಲಿ ಪರಿಚಯವಾಗಿದ್ದ ಮಾಲಾ ಒಬ್ಬಳೇ ಈಗ ಅವಳ ಗೆಳತಿ. ಮಾಲಾ ಪೂಜೇರಿ ಬಾಲನ ಹಿರಿಯ ಮಗಳು. ಮಾಲಾಗೆ ಅಪ್ಪನದೇ ಬಣ್ಣ. ಆದರೆ ಮುಖ ಅವಳ ಅಮ್ಮನಂತೆ ದುಂಡಾಗಿತ್ತು. ಸೆಳೆಯುವ ಶಿವಿಯಷ್ಟೇ ಮಾಲಾಳು ಚೆಂದವಿದ್ದರೂ ಅವಳ ತಂಟೆಗೆ ಯಾರೂ ಹೋಗುತ್ತಿರಲಿಲ್ಲ. ಅವಳ ಅಪ್ಪ ಪೂಜೇರಿ ಅಲ್ಲದೆ ಊರಿನಲ್ಲಿ ಅವನಿಗೊಂದು ಬಲ ಇರುವುದರಿಂದ ಅವಳನ್ನು ಎಲ್ಲರೂ ಗೌರವದಲ್ಲೇ ಮಾತಾಡಿಸುತ್ತಿದ್ದರು. ಶಿವಿಯ ಕಷ್ಟ ಸುಖಗಳು ಮಾಲಾಳೊಂದಿಗೆ ಹಂಚಿಕೆಯಾಗುತ್ತಿದ್ದವು. ಶಾಲೆಯ ದಿನಗಳಲ್ಲಿ ಮಾಲಾ ತನ್ನ ಮನೆಯಿಂದ ಶಿವಿಗೆ ಏನಾದರೂ ತಿನ್ನಲು ತಂದುಕೊಡುತ್ತಿದ್ದ ಗೆಳೆತನ ಮುಂದೆ ಗಾಢವಾಗಿ ಬೆಳೆದು ಅವರು ಮತ್ತಷ್ಟು ಆತ್ಮೀಯರಾಗಿದ್ದರು.

ಮಾಲಾ ತನ್ನ ಅಪ್ಪನ ಬಗ್ಗೆ ಮೆಚ್ಚಿ ಆಡುತ್ತಿದ್ದ ಮಾತುಗಳನ್ನು ಕೇಳಿ ಶಿವಿಗೆ ಪೂಜೇರಿ ಬಾಲ ಮೇಲೆ ಅತೀವ ಗೌರವಗಳು ಉಂಟಾಗಿದ್ದವು. ಆಗ ಮಾತ್ರ ತನಗೂ ಮಾಲಾನ ಅಪ್ಪನಂತಹ ಅಪ್ಪ ಇರಬೇಕಿತ್ತು ಎಂದು ಬಲವಾಗಿ ಅನಿಸುತ್ತಿತ್ತು ಅವಳಿಗೆ.

ಹನುಮಪ್ಪ ಶಿವಿಯೇ ಓಕುಳಿ ಎರಚಿಸಿಕೊಳ್ಳಬೇಕು ಅಂತ ಅಪ್ಪಣೆ ಹೊರಡಿಸಿದಾಗ ಅವಳು ಆ ವಿಷಯ ಕೇಳಿ ಸುಮ್ಮನೆ ನಿಂತಿದ್ದಳು. ದೇವರ ಆ ಮಾತು ಅವಳಲ್ಲಿ ಸಣ್ಣ ಬದಲಾವಣೆಯನ್ನೂ ಮೂಡಿಸಿರಲಿಲ್ಲ. ಆ ಮಾತು ಕೇಳಿ ಅಜ್ಜಿ ಚಡಪಡಿಸಿದ್ದನ್ನು ಕಂಡು ಅಜ್ಜಿ ಏಕೆ ಹೀಗಾಡ್ತಿದಾರೆ ಎಂಬುದರ ಬಗ್ಗೆ ಅವಳಿಗೆ ಸೋಜಿಗವಾಗಿತ್ತು. ಓಕುಳಿ ಎರಚಿಸಿಕೊಳ್ಳುವುದರಲ್ಲಿ ಚಡಪಡಿಸುವ ವಿಷಯವೇನಿದೆ ಎಂದು ಅವಳಿಗೆ ಅವಳೇ ಪ್ರಶ್ನಿಸಿಕೊಂಡಳು. ಅಜ್ಜಿ ಮೊಮ್ಮಗಳನ್ನು ಕೂರಿಸಿಕೊಂಡು ಈ ಓಕುಳಿ ಚಾಕರಿಯ ವಿಚಾರವನ್ನೆಲ್ಲಾ ಹೇಳಿಬಿಡಬೇಕೆಂದು ಅಂದುಕೊಳ್ಳುತ್ತಿದ್ದಳು. ಒಮ್ಮೊಮ್ಮೆ ಮೊಮ್ಮಗಳನ್ನು ರಾತ್ರೋರಾತ್ರಿ ಎಲ್ಲಾದರೂ ದೂರ ಕಳುಹಿಸಿಬಿಡಬೇಕು ಅಂತ ಯೋಚಿಸುತ್ತಿದ್ದಳು. ಆದರೆ ಎಲ್ಲಿಗೆ ಕಳುಹಿಸುವುದು? ಅಜ್ಜಿಗೆ ದಿಕ್ಕು ತೋಚದೆ ತೊಳಲಾಡಿಕೊಂಡು ಸುಮ್ಮನಾಗುತ್ತಿದ್ದಳು. ಮೊಮ್ಮಗಳ ಮುಂದಿನ ದಿನಗಳನ್ನು ಊಹಿಸಿಕೊಳ್ಳಲು ಕೂಡ ಅಜ್ಜಿಗೆ ಮೈ ನಡುಗುತ್ತಿತ್ತು. ಆದರೆ ಊರ ದೇವರು ಹನುಮಪ್ಪಗೆ ಹೆದರಿ ಉಸಿರು ನುಂಗಿಕೊಂಡಿದ್ದಳು.

ಅಂದು ಕೊನೆಯ ಕಾರ್ತಿಕ ಶನಿವಾರ. ಒಂದು ಮುಸ್ಸಂಜೆ. ಗೋಮಾಳದ ಆಸೆಗೆ ಚೇಜಪ್ಪನು ಉತ್ಸವ ಮೂರ್ತಿ ಹೊತ್ತುಕೊಂಡು ತಾನೇ ದೇವರಾಗಿ ಮಾದರ ಹಟ್ಟಿಯವರೆಗೂ ಹೋಗಿ, ಒಳಗೆ ಹೋಗದೆ ಹೊರಗೆ ನಿಂತು ಶಿವಿಯನ್ನು ಗುಡಿಗೆ ಎಳೆದು ತರುವ ಅಪ್ಪಣೆ ಹೊರಡಿಸಿದ್ದ. ದೇವರೂ ಹೋಗದ ಹಟ್ಟಿಯಲ್ಲೂ ಜನ ಆ ದೇವರನ್ನೇ ನಂಬಿ ಬದುಕಿದ್ದರು.

ಎಣ್ಣೆ..

ಬಾಲ ಎದ್ದು ಕೂತ. ಅವನು ಅವನ ನಿಯಂತ್ರಣದಲ್ಲೇ ಇರಲಿಲ್ಲ. ನಿನ್ನೆಯಷ್ಟೆ ಶಿವಿಯನ್ನು ಮುಟ್ಟಲು ಹೋಗಿ ಒತ್ತಿ ಬಂದ ಕೆಮ್ಮು ನಿಯಂತ್ರಿಸಿಕೊಳ್ಳಲಾಗದೆ ಎದ್ದು ಬಂದಿದ್ದ. ಡಾಕ್ಟರ್ ಬೀಡಿ ಸೇದುವುದನ್ನು ಬಿಡಬೇಕು ಎಂದು ಹಲವಾರು ಬಾರಿ ತಾಕೀತು ಮಾಡಿದ್ದರೂ ಅವನಿಗೆ ಬಿಡಲಾಗಿರಲಿಲ್ಲ. ಒಮ್ಮೆ ಕೆಮ್ಮು ಬಂದು ಬಿಟ್ಟರೆ ಗಂಟೆಗಟ್ಟಲೆ ಕೆಮ್ಮುತ್ತಲೇ ಕೂರುತ್ತಿದ್ದ. ಅವಳ ಮೇಲೆ ಮೆಲ್ಲಗೆ ಹರಿಯಲು ಯತ್ನಿಸಿ ಒಂದೆರಡು ಬಾರಿ ಎದೆ ಮುಟ್ಟಿದ್ದ. ಕೆಮ್ಮು ನುಗ್ಗುತ್ತಿತ್ತು. ಕೆಮ್ಮು ನುಂಗಿ ನುಂಗಿ ಎದೆ ಹಿಡಿದಂತಾಗಿ ಹಿಂದೆ ಸರಿದಿದ್ದ. ಶಿವಿ ಕೊಸರಾಡಿಕೊಳ್ಳದೆ ಇರುವುದನ್ನು ನೋಡಿ ಅವನಿಗೆ ನಿರಾಶೆಯೂ, ಆಶ್ಚರ್ಯವೂ ಆಗಿತ್ತು.

ಇಂದು ಮೊದಲು ಅವಳ ಮೇಲೆ ಬೀಳುವುದು. ಎಲ್ಲಾ ಮುಗಿದ ಮೇಲೆ ಎದುರಿಗೆ ಕೂತು 'ಇದು ದೇವರ ಸೇವೆ, ನನಗೆ ಸೇರಿದ್ದು ನನ್ನ ಮೂಲಕ ದೇವರಿಗೆ ಸಲ್ಲುತ್ತದೆ' ಎಂದು ಭಕ್ತಿಯಿಂದ ಒಪ್ಪಿಸುವುದೆಂದು ಯೋಜಿಸಿಕೊಂಡಿದ್ದ. ತನ್ನೊಳಗಿನ ಎಲ್ಲಾ ಆಸೆಗಳನ್ನು ಒಟ್ಟುಗೂಡಿಸಿಕೊಂಡು ಎದ್ದು ಹೊರಗೆ ಬಂದ. ಆವರಿಸಿದ್ದ ಕತ್ತಲೆಯಲ್ಲೇ ಶಿವಿ ಮಲಗಿದ್ದ ಹಜಾರದ ಕಡೆ ನಡೆದ.

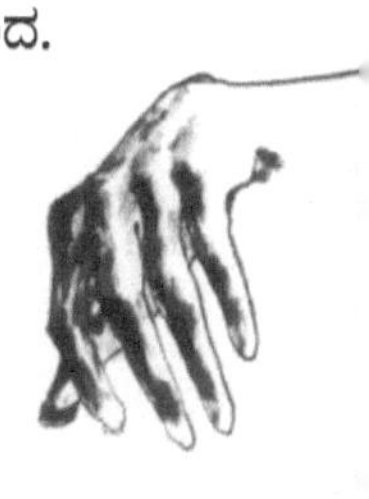

ಒಮ್ಮೆಲೇ ಮೈಮೇಲೆ ಏನೋ ಬಿದ್ದವನಂತೆ ಬೆಚ್ಚಿದ. ಯಾರೋ ಕರೆದಂತೆ ಭಾಸವಾಯಿತು. ಗಲಿಬಿಲಿಗೊಂಡು ಹಿಂದೆ ತಿರುಗಿ ನೋಡಿದ. ಹನುಮಪ್ಪ ಇವನನ್ನು ನೋಡಿ ನಕ್ಕಂತಾಯ್ತು. 'ಕ್ಷಮಿಸು ನನ್ನ' ಎನ್ನುವ ದೀನತೆಯಲ್ಲಿಯೂ, 'ನಾನಿದ್ದರೆ ನೀನು' ಎಂಬ ಉಡಾಫೆಯಲ್ಲಿಯೂ ಅದರ ಕಡೆ ನೋಡಿ ಶಿವಿಯ ಕಡೆ ನಡೆದು ಬಿಟ್ಟ.

ಹೆಜ್ಜೆ ಸಪ್ಪಳ ಕೇಳಿ ಶಿವಿಯ ಕಿವಿಗಳು ನಿಮಿರಿದವು. ದೇವರ ಹೆಜ್ಜೆಗೂ ಸದ್ದುಗಳಿರುತ್ತವೆಯೇ? ಕಡು ರಾತ್ರಿಯ ಮೌನದಲ್ಲಿ ಆ ಹೆಜ್ಜೆ ಸದ್ದುಗಳು ಅವಳ ಎದೆಗೆ ಹೊಡೆಯುತ್ತಿರುವ ಗುಂಡುಗಳಂತೆ ತಾಕಿದವು. ಇಡೀ ಮೈಯನ್ನು ಕಣ್ಣಾಗಿಸಿಕೊಂಡಳು.

ಹೆಜ್ಜೆ ಸದ್ದುಗಳು ಅವಳ ಪಕ್ಕ ಬಂದು ನಿಂತವು. ಮೌನವಾದವು. ಪಕ್ಕದಲ್ಲಿ ದೇಹವೊಂದು ಮಲಗಿದ್ದು ಗೊತ್ತಾಯಿತು ಅವಳಿಗೆ. ದೇಹವು ಹತ್ತಿರ ಬರತೊಡಗಿತು. ಮೊದಲು ಆ ದೇಹದ ಹೊಟ್ಟೆಯು ಅವಳಿಗೆ ತಾಕಿತು. ದೇವರಿಗೂ ಮನುಷ್ಯರಂತೆ ಹೊಟ್ಟೆ ಬರುತ್ತದೆಯಾ? ಆ ತಲ್ಲಣದ ಹೊತ್ತಿನಲ್ಲೂ ಅವಳು ಆ ಕುರಿತು ಯೋಚಿಸಿದಳು. ಅವಳ ಮೈ ಮೇಲೆ ಕೈ ತೂರಿಬಂತು. ಅದು ದೇಹದ ಮೇಲೆ ಎತ್ತೆತ್ತಲೋ ಚಲಿಸಲು ಆರಂಭಿಸಿತು. ಶಿವಿಯ ಉಸಿರಾಟ ಜೋರಾಗತೊಡಗಿತು. ಮೈ ನಡುಗತೊಡಗಿತು. ಎದ್ದು ಆಚೆ ಓಡಿಹೋಗಬೇಕು ಅನಿಸಿತು. ಮಲಗಿದ್ದಲ್ಲೇ ಒದ್ದಾಡಬೇಕು ಅನಿಸಿತು. ಮೈ ಮೇಲೆ ಕೈಗಳ ಚಲನೆ ಜೋರಾಗತೊಡಗಿತು. ಶಿವಿಗೆ ಉಸಿರುಗಟ್ಟಲು ಆರಂಭಿಸಿತು.

ಎದ್ದು ಅವಳೆಡೆಗೆ ಬರುವಾಗ ಬಾಲನಿಗೆ ಕೇಳಿಸಿದ ದೇವರ ನಗುವ ದನಿ, ಅವಳ ಮೈ ಮೇಲೆ ಕೈಹಾಕಿದ ಮೇಲೆ ಇನ್ನಷ್ಟು ಜೋರಾಯಿತು. ಆ ದನಿಯಿಂದ ಅವನು ಕನಲಿ ಹೋದ. ಪಾರವ್ವನ ಜೊತೆ ಮಲಗುವಾಗ ಎಂದೂ ಹೀಗೆ ಆಗಿರಲಿಲ್ಲ ಅವನಿಗೆ. ಶಿವಿಯನ್ನು ಇಂದು ಉಂಡು ಮುಗಿಸಿಯೇ ಬಿಡಬೇಕು ಅಂದುಕೊಂಡವನಿಗೆ ಈಗ ನಗು ಅವನನ್ನು ಕಾಡತೊಡಗಿತ್ತು. ಈ ನಗುವಿನ ಸದ್ದು ನಿಜಕ್ಕೂ ಇದೆಯೋ, ತನಗೆ ಮಾತ್ರ ಕೇಳಿಸುತ್ತಿದೆಯೊ? ಇದು ದೇವರ ನಗುವೋ ಅಥವಾ ನನ್ನೊಳಗಿನ ಭ್ರಮೆಯೋ ಎಂಬುದು ಅವನಿಗೆ ಅಂದಾಜಾಗಲಿಲ್ಲ. ಶಿವಿಗೆ ಈ ನಗು ಕೇಳಿಸಿಯೂ ಕೂಡ ಸುಮ್ಮನೆ ಮಲಗಿದ್ದಾಳೆಯೇ? ಅವನಿಗೆ ಏನೆಂದು ಗೊತ್ತಾಗಲಿಲ್ಲ. ಯಾಕೋ ಸಮಯ ಸರಿ ಬರುತ್ತಿಲ್ಲ; ನಾಳೆ ಏನಾದರೂ ಮಾಡಿದರೆ ಆದೀತು ಎಂದು ಮೆಲ್ಲಗೆ ಎದ್ದ.

ಗುಡಿಯ ಹೊರಗೆ ಬಂದು ಕೂತು, ಬೆಳಕು ಹರಿಯುವವರೆಗೂ ಬೀಡಿ ಎಳೆದ. ಶಿವಿ ಇಡೀ ರಾತ್ರಿ ಕಣ್ಣು ತೆರೆದುಕೊಂಡು ದೇವರು ಬರುವನೆಂದು ಕಾದೇ ಇದ್ದಳು, ಚೂರೇ ಚೂರು ಅಲುಗದಂತೆ.

***

ದೇವರು ನಡೆದು ಬರುವುದು, ಪಕ್ಕ ಮಲಗುವುದು, ಮೈ ಮುಟ್ಟುವುದು ಇದನ್ನೆಲ್ಲಾ ಯಾರ ಬಳಿಯಾದರೂ ಹೇಳಿಕೊಳ್ಳಬೇಕು ಎಂಬ ಚಡಪಡಿಕೆ ಶಿವಿಗೆ. ಹಿಂಸೆ ಅನಿಸುತ್ತಿತ್ತು, ಮುಜುಗರವೆನಿಸುತ್ತಿತ್ತು, ಎದ್ದು ಓಡಿ ಬರಬೇಕು ಅನಿಸುತ್ತಿತ್ತು. ಇದನ್ನು ಅಜ್ಜಿ ಮುಂದೆ ಹೇಳಿಬಿಡಬೇಕೆಂದು ಹಲವು ಬಾರಿ ಅಂದುಕೊಂಡರೂ ಸುಮ್ಮನಿದ್ದಳು.

ಹುಣ್ಣಿಮೆಯ ಮೂರನೇ ದಿನ ಶಿವಿ ರಾತ್ರಿ ಹನ್ನೊಂದಾದರೂ ಗುಡಿಗೆ ಹೋಗದೆ ಇರುವುದನ್ನು ನೋಡಿ ಅವಳ ಅಜ್ಜಿಗೆ ಗಾಬರಿಯಾಯಿತು. ಏನಾದರೂ ಎಡವಟ್ಟಾಗಿ ನಮ್ಮನ್ನು ಊರಿಂದ ಹೊರ ಹಾಕಿಬಿಟ್ಟರೆ ಗತಿಯೇನು ಎಂದು ಸಂಕಟಪಟ್ಟಳು. ಯಾಕವ್ವ ಮಗಳಾ? ಎಂದು ಅವಳನ್ನು ಮಾತಿಗೆ ಎಳೆಯಬೇಕು ಎಂದೆನಿಸಿದರೂ 'ಇನ್ಮುಂದೆ ನಾ ಹೋಗಲ್ಲ' ಅಂದುಬಿಟ್ಟರೆ ಏನ್ ಮಾಡೋದು ಎಂದು ಚಿಂತೆಗೀಡಾದಳು.

ಆದರೂ ತಡೆಯಲಾಗದೆ ಕೇಳಿಯೇ ಬಿಟ್ಟಳು.

'ಯಾಕ್ ಶಿವಿ ಗುಡಿಗೆ ಹೋಗಿಲ್ಲ ನೀ?' ಮುದುಕಿಯ ಮಾತಲ್ಲಿ ಅಂಜಿಕೆಯಿತ್ತು.

ಮುಖದ ತುಂಬಾ ಹೊದ್ದು ಮಲಗಿದ್ದ ಶಿವಿ ಚಾದರ ತಗ್ದು ಅಜ್ಜಿಯ ಕಡೆ ನೋಡಿದಳು. ಅವಳ ಕಣ್ಣುಗಳು ತುಂಬಿದ್ದವು.

'ಅಜ್ಜಿ ನಾ ನಿಂಗ್ ಭಾರಾ ಏನಾ?' ಮೊಮ್ಮಗಳ ಪ್ರಶ್ನೆಗೆ ಅಜ್ಜಿಯ ಕಣ್ಣುಗಳೂ ಕೂಡ ನೀರಾಡಿದವು.

ಮೊಮ್ಮಗಳಿಗೆ ಮೊದಲೇ ಎಲ್ಲಾ ಹೇಳಿಬಿಡಬೇಕಿತ್ತು ಎಂದು ಅಜ್ಜಿಗೆ ಈಗ ಅನಿಸತೊಡಗಿತು, ಅದೇ ಯೋಚನೆಯಲ್ಲಿ ಚಡಪಡಿಸಿದಳು. ಅಜ್ಜಿಗೆ ನಿಂತಲ್ಲಿ ನಿಲ್ಲಲಾಗಲಿಲ್ಲ, ಕೂತಲ್ಲಿ ಕೂರಲಾಗಲಿಲ್ಲ. ಗುಡಿಯಲ್ಲಿ ಏನೇನು ನಡೆದಿರಬಹುದು ಎಂಬುದು ಅಜ್ಜಿಗೆ ತಿಳಿಯದ ವಿಚಾರವಲ್ಲ. 'ಇನ್ಮುಂದೆ ನಿನ್ ಬಾಳ್ ಹಿಂಗೆ ಕಣವ್ವ' ಅಂತ ತನ್ನ ಬಾಯಲ್ಲಿ ಹೇಗೆ ಹೇಳಬೇಕೆಂದು ತಿಳಿಯದೆ ಅಜ್ಜಿ ನೋವಲ್ಲಿ ಕಣ್ಣೀರು ಸುರಿಸಿದಳು.

'ಯಾಕ್ ಮಗಳಾ ಗುಡಿಗೆ ಹೋಗಿಲ್ಲ?' ಮತ್ತೆ ಬಲವಂತ ಮಾಡಿದಳು ಅಜ್ಜಿ.

ಈಗಲಾದರೂ ಹಿಂದಿನ ಎರಡು ರಾತ್ರಿಗಳಲ್ಲಿ ದೇವರು ಪಕ್ಕ ಬಂದದ್ದು. ಮೈ ಮುಟ್ಟಿದ್ದು. ಎದೆ ಮುಟ್ಟಿದ್ದು. ತನಗೆ ಭಯವಾದದ್ದು. ಎದ್ದು ಓಡಿ ಬರಬೇಕು ಅನಿಸಿದ್ದು.. ಎಲ್ಲವನ್ನೂ ಹೇಳಬೇಕು ಅನಿಸಿತು. ಆದರೆ ಅವಳಿಗೆ ಯಾಕೊ ಏನೂ ಹೇಳಲು ಮನಸಾಗಲಿಲ್ಲ..

ಆದರೆ ಗುಡಿಗೆ ಹೋಗದೆ ಇರುವ ನಿಜವಾದ ಕಾರಣವನ್ನು ಅಜ್ಜಿಯ ಮುಂದೆ ಹೇಳಲೇಬೇಕಾದ್ದರಿಂದ ಹೇಳಲು ಶುರುವಿಟ್ಟಳು.

'ಅಜ್ಜಿ.. ಅದೇ ನನ್ ಗೆಳತಿ ಅದಾಳಲ್ಲ ಮಾಲಾ. ಅದೇ ಪೂಜಾರಣ್ಣನ ಮಗ್ಳು ಅವಳಿಗೆ ಎರಡು ದಿನ ರಾತ್ರಿ ಗುಡಿಯಾಗ ಏನಾಯ್ತು ಅಂತ ಹೇಳಿದ್ದೆ. ದೇವ್ರು ಬಂದಿತ್ತು ಮಗ್ಗಲಿಗೆ ಅಂತಲೂ ಹೇಳಿದ್ದೆ. ಮೈ ಕೈ ಮುಟ್ಟಿತ್ತು ಅಂತಾನೂ ಹೇಳಿದ್ದೆ. ಆಕೆಗೆ ಬಾಳ ಸೋಜಿಗ ಅನ್ಸತು. ಶಿವಿ ನಂಗೂ ದೇವ್ರು ಹೆಂಗ್ ಅದಾನಾ.. ಹೆಂಗ್ ಮೈ ಮುಡ್ತಾನಾ ನೋಡ್ಬೇಕು ತೋರ್ಸೆ ಅಂದಿದ್ಲು. ಅದಾಕ ಇವತ್ತು ನನ್ ಬದ್ಲು ನೀನಾ ಹೋಗು ಮಲಗು ಅಂತ ಹೇಳೀನಿ. ರಾತ್ರಿ ಹತ್ತಗಂಟೆ ಮ್ಯಾಲೆ ಗುಡಿಯ ಕಂಡಿ ಬಾಗ್ಲಲ್ಲಿ ಹೋಗು, ಯಾರಿಗೂ ಕಾಣಬಾರದು, ಕತ್ಲು ಇರ್ತದ ಹೆದರಬ್ಯಾಡ, ಹೋಗಿ ಸುಮ್ಮನೆ ಮಲಗು ಅಂತಾನೂ ಹೇಳೀನಿ. ಇವತ್ತು ಅವಳೇ ಹೋಗಿ ಮಲಗ್ಯಾಳಾ ಗುಡಿಯಾಗ..' ಒಂದೇ ಉಸಿರಿಗೆ ಎಲ್ಲಾ ಹೇಳಿ ಮುಗಿಸಿ ಬಿಟ್ಟಳು.

ಅಜ್ಜಿಯ ತಲೆಗೆ ಯಾರೋ ಸುತ್ತಿಗೆಯಲ್ಲಿ ಜೋರಾಗಿ ಹೊಡೆದ ಹಾಗಾಯ್ತು. ತತ್ತರಿಸಿ ಕೂತಳು. ಕಣ್ಣು ಮಂಜು ಮಂಜಾದವು. ಬಾಯಿ ಒಣಗಿತು..

'ಎಂಥ ಕೆಲಸ ಮಾಡಿದವ್ವ ಶಿವಿ..? ಅಯ್ಯೋ ಹನುಮಪ್ಪ..' ಎಂದು ಜೋರಾಗಿ ಕಿರುಚಿಬಿಟ್ಟಳು.

ಶಿವಿಗೆ ಎದೆ ನಡುಗಿ ಹೋಗುವಷ್ಟು ಭಯವಾಗಿ ಹೋಯ್ತು! ಅಜ್ಜಿಯ ಈ ಪರಿಯ ಗಾಬರಿಗೆ, ಭಯಕ್ಕೆ ಶಿವಿ ಕನಲಿ ಹೋದಳು..

'ಯಾಕಜ್ಜಿ ಯಾಕಜ್ಜಿ...' ಎನ್ನುತ್ತಾ ಓಡಿ ಬಂದು ಅಜ್ಜಿಯನ್ನು ಹಿಡಿದು ಮಾತಾಡಿಸತೊಡಗಿದಳು. ಹೊರಗೆ ಶಿವಿಯ ಅವ್ವ ಹಾಕಿದ್ದ ತೆಂಗಿನ ಗಿಡದಲ್ಲಿ ಮನೆ ಮಾಡಿದ್ದ ಕಾಗೆಯೊಂದು ಅಪರಾತ್ರಿಯಲ್ಲೂ ಕೂಗಿ ಬಿಟ್ಟಿತು.

***

ಬೆಳಗ್ಗೆ ಊರಿನಲ್ಲಿ ದಿಗಿಲೋ ದಿಗಿಲು. ಪೂಜೇರಿ ಬಾಲನ ಮಗಳು ಮಾಲಾ ಗುಡಿಯ ಮುಂದಿನ ಬೇವಿನ ಮರಕ್ಕೇ ನೇಣು ಹಾಕಿಕೊಂಡಿದ್ದಳು. ಅವಳ ನಾಲಿಗೆ ಆಚೆ ಬಂದು ಇಡೀ ಊರನ್ನು ನೋಡುತ್ತಿತ್ತು.

ಅದರ ಹಿಂದೆಯೇ ಬಂದ ಇನ್ನೊಂದು ಸುದ್ದಿ ಊರಿನ ಜನರನ್ನು ಅನುಮಾನಕ್ಕೆ ಈಡು ಮಾಡಿತ್ತು..

ಇಡೀ ಊರು, ಅಕ್ಕಪಕ್ಕದ ಊರಲ್ಲೂ ಹುಡುಕಿದರೂ ಪೂಜೇರಿ ಬಾಲನ ಸುಳಿವಿರಲಿಲ್ಲ.. ನಾಪತ್ತೆಯಾಗಿದ್ದ!

ಓಕುಳಿ..

ಅಂದು ರಾತ್ರಿ ಗುಡಿಯ ಹಜಾರದಲ್ಲಿ ಚೆಲ್ಲಿದ್ದ ರಕ್ತದ ಓಕುಳಿಗೆ ದೇವರೇ ಕನಲಿ ಹೋಗಿದ್ದ. ಆ ದೇವರ ಹಣೆಗೆ ಎಂದೂ ತೊಳೆಯಲಾಗದ ಓಕುಳಿ ಕಲೆಯೊಂದು ಅಂಟಿತ್ತು. ಊರಿನ ಯಾರೊಬ್ಬರಿಗೂ ತಿಳಿಯದ ಈ ಓಕುಳಿಯಾಟಕ್ಕೆ ಆ ರಾತ್ರಿ ಹನುಮಪ್ಪ ಮೂಕ ಸಾಕ್ಷಿಯಾಗಿದ್ದ.

ಕಲೆ..

ಮಾಲಾಳ ಸಾವು ಮತ್ತು ಪೂಜೇರಿ ಬಾಲ ನಡೆದುಕೊಂಡ ರೀತಿಗೆ ಶಿವಿಗೆ ಜುಗುಪ್ಸೆ ಬಂದಿತ್ತು. ಒಂದು ರಾತ್ರಿ ಅಜ್ಜಿಗೂ ಹೇಳದೆ ಊರು ಬಿಟ್ಟಳು. ಇಲ್ಲಿಂದ ಜಿಗಿದರೆ ತಾನೊಂದು ಹೊಸ ಲೋಕಕ್ಕೆ ಹೋಗಿ ಬೀಳಬಹುದು ಎಂದು ತನಗೆ ತಾನೇ ಹೇಳಿಕೊಂಡು ಒಂದು ಕೈ ಚೀಲ ಹಿಡಿದು ಊರಿನಿಂದ ಹೊರಡುವ ಕೊನೆಯ ಬಸ್ಸು ಹತ್ತಿದ್ದಳು.

ಪುಟ್ಟ ಪಟ್ಟಣ ಸೇರಿ ಕೆಲಸಕ್ಕಾಗಿ ಯಾರದೋ ಒಂದು ಮನೆಯ ಬಾಗಿಲು ತಟ್ಟಿದಳು. ಬಾಗಿಲು ತೆರೆದು ಅವರು ಹೇಳಿದ ಮಾತು ಚೇಜಪ್ಪನ ಮೇಲೆ ಬಂದ ಹನುಮಪ್ಪ ಹೇಳಿದ ಮಾತುಗಳಂತೆಯೇ ಕೇಳಿಸಿದವು. ಅವರ ಕಣ್ಣಲ್ಲಿ ಅವಿತುಕೊಂಡ ಓಕುಳಿ ಕಾಣಿಸುತ್ತಿತ್ತು. ಶಿವಿ ಬೆಚ್ಚಿ, ಅಲ್ಲಿಂದ ಎದ್ದು ಬಂದಿದ್ದಳು.

ಬಸ್ಸಿನಲ್ಲಿ ಪರಿಚಯವಾದ ಹೆಂಗಸೊಬ್ಬಳು ಶಿವಿಯನ್ನು ಗಾರ್ಮೆಂಟ್ಸ್‌ಗೆ ಸೇರಿಸಿದಳು. ಸೇರಿದ ಎರಡೇ ದಿನಕ್ಕೆ ಅವಳ ಟೀಮಿನ ಲೀಡರ್ ಮನುವಿನ ಮಾತಲ್ಲಿ ಚೇಜಪ್ಪನ ದನಿ ಕೇಳಿಸತೊಡಗಿತು. ಸ್ವಲ್ಪ ದಿನದಲ್ಲೇ ಆ ಮಾತಿನ ಹಿಂದೆ ಒಬ್ಬ ಪೂಜೇರಿ ಬಾಲ ಇರುವುದೂ ಅವಳಿಗೆ ಗೊತ್ತಾಯಿತು. ಗಾರ್ಮೆಂಟ್ಸಿನ ನಟ್ಟನಡುವೆ ಪ್ರತಿಷ್ಠಾಪಿಸಿರುವ ದೇವರು ಹನುಮಪ್ಪನೇ ಅನ್ನುವುದು ತಿಳಿದಾಗ ಎಂದೊ ಒಂದಿನ ಇಲ್ಲೂ ಓಕುಳಿ ನಡೆದೀತು ಎಂದು ಅನುಮಾನಿಸಿದ್ದಳು. ಹನುಮಪ್ಪ ಅವಳ ಅನುಮಾನ ನಿಜಗೊಳಿಸಿದ.

ಅವತ್ತೊಂದಿನ ರಾತ್ರಿ ಅವಳು ಮಾಲೀಕನ ಮನೆಯಿಂದ ಹೊರಗೆ ದಢಾರನೇ ಓಡಿ ಬಂದಳು. ಅವಳ ಮೈ ನಡುಗುತ್ತಿತ್ತು. ಕೂದಲು ಕೆದರಿತ್ತು. ತೊಟ್ಟ ಬಟ್ಟೆ ಅಸ್ತವ್ಯಸ್ತ. ಬೆದರಿದ್ದಳು ಕೂಡ. ನುಗ್ಗಿ ಬರುತ್ತಿರುವ ಓಕುಳಿಯ ಅಲೆಯಿಂದ ತಪ್ಪಿಸಿಕೊಳ್ಳಲೊ ಎಂಬಂತೆ ಸತ್ತು ಬಿದ್ದಿದ್ದ ರಸ್ತೆ ಹಿಡಿದು ಓಡತೊಡಗಿದಳು. ಆ ರಸ್ತೆಯ ತುದಿಯಲ್ಲಿದ್ದ ಕಡು ಕತ್ತಲು ಅವಳನ್ನು ತಬ್ಬಿಕೊಂಡಿತು.

10

ಚೆಕ್‌ಔಟ್...

"ದೇಖಿಯೇ ಯಹೀ ಕಮರಾ ಹೈ, ಠಿಕ್ ಲಗೇ ತೋ ನೀಚೆ ಚೆಕ್ ಇನ್ ಕರಾ ದೀಜಿಯೆ.." ಎಂದು ಹೇಳಿ ಗಿರಾಕಿಯನ್ನು ಕೆಳಗೆ ಕಳುಹಿಸಿ ಅವನು ಅಲ್ಲಿಯೆ ನಿಂತ. ಕೆಳಗೆ ತನ್ನದೆ ವಯಸ್ಸಿನ ಹುಡುಗಿಯನ್ನು ನಿಲ್ಲಿಸಿ ಇವನು ಮಾತ್ರ ರೂಮು ನೋಡಲು ಮೇಲೆ ಬಂದಿದ್ದ ಆ ಗಿರಾಕಿ ಬೆದರಿದಂತೆ, ತುಸು ಬೆವೆತಂತೆ ಕಾಣುತ್ತಿದ್ದ. ರಾತ್ರಿಯಿಡೀ ಪಯಣಿಸಿದ ದಣಿವು ಅವನ ಕಣ್ಣಲ್ಲಿ ಕಾಣಿಸುತ್ತಿತ್ತು.

ಕೊರಳಿನಲ್ಲಿ ನೇತಾಡುತ್ತಿದ್ದ ಹೆಡ್ಫೋನಿನ ವೈರೊಂದನ್ನು ಕಿವಿಗೆ ತೂರಿಸಿಕೊಂಡು ಅಲ್ಲೇ ನಿಂತ. ಕುರುಚಲು ಗಡ್ಡ, ತೆಳು ಮೀಸೆ, ಎಡಗಣ್ಣಿನ ಮೇಲ್ಭಾಗದಲ್ಲಿ ಒಂದು ಹಳೆ ಗಾಯದ ಕಲೆ ಗುರುತು ಅವನಿಗೊಂದು ಲಕ್ಷಣ ಕರುಣಿಸಿದ್ದವು. ಬಸ್ಸಿನಲ್ಲಿ ಕೇಳಿಸಿಕೊಂಡ ತುಂಡು ಹಾಡು ದಿನಪೂರ್ತಿ ನಮ್ಮೊಳಗೆ ಅಡಗಿ ಇಷ್ಟಿಷ್ಟೇ ಹೊರಬಂದು ಕೆಣಕುವಂತೆ ಅವನೊಳಗಿನ ಯಾವುದೊ ವಿಷಾದವೊಂದು ಕಣ್ಣಿನ ಬಾಗಿಲಿಗೆ ಬಂದು ಜೀಕುತ್ತಿತ್ತು.

ರೂಮು ತೋರಿಸಲು ಮೆಟ್ಟಿಲು ಹತ್ತುವಾಗಲೇ ಒಮ್ಮೆ ಅವನ ಅಮ್ಮನ ದನಿ ಕೇಳಿಸಿದಂತಾಗಿ ತಿರುಗಿ ನೋಡಿದ್ದ. ಊರು ಬಿಡುವಾಗ ಮೊದಲ ಬಾರಿ ಕೇಳಿಸಿದ ಅಮ್ಮನ ಬಿಕ್ಕಳಿಕೆಯ ದನಿ ಅವನನ್ನು ತುಸು ಗಲಿಬಿಲಿಗೊಳಿಸಿತ್ತು. ಎಲ್ಲಿಂದ ಬರುತ್ತದೆ ಎಂದು ವಿಚಲಿತನಾಗಿ ಆ ಕಡೆ ಈ ಕಡೆ ನೋಡಿ, ಬಸ್ಸು ಇಳಿದು ಹುಡುಕಾಡಿದ್ದ. ಇಲ್ಲದ ಅಮ್ಮ ಅವನಿಗೆ ಸಿಕ್ಕುವುದಾದರೂ ಹೇಗೆ ಸಾಧ್ಯವಿತ್ತು? ಅವನು ಮೆಜೆಸ್ಟಿಕ್ಕಿಗೆ ಬಂದು ಇಳಿದು ಕಂಗಾಲಾದಾಗಲೂ ಅಮ್ಮನ ದನಿ ಅವನಿಗೆ ಕೇಳಿಸಿತ್ತು. ಅದು ಗೋಣಗಾಟವಲ್ಲ, ಚೀರಾಟವೂ ಅಲ್ಲ.. ಆ ದನಿಗೆ ಅರ್ಥವಿರುತ್ತಿರಲಿಲ್ಲ. ಈ ಕೆಲಸ

ಬಿಟ್ಟು ಹೋಗಬೇಕೆಂದು ಅವನು ವಾರದಿಂದ ಚಡಪಡಿಸಿದ್ದ.

ಹುಲಿಗೆ ಸಿಕ್ಕಿ ಹಾಕಿಕೊಂಡ ಜಿಂಕೆಯೊಂದು ತಪ್ಪಿಸಿಕೊಳ್ಳಲು ಓಡಿ ದಾರಿ ತಪ್ಪಿ ಮತ್ತೆ ಹುಲಿಯ ಎದುರಿಗೆ ಬಂದು ಬೀಳುವಂತೆ ಅವನು ಲಾಡ್ಜಿನಲ್ಲಿ ರೂಮ್‌ಬಾಯ್ ಆಗಿ ಕೆಲಸಕ್ಕೆ ಸೇರಿಕೊಂಡಿದ್ದ. ಊರು ಬಿಡುವಾಗ ತಾನೆಲ್ಲಿ ಕೆಲಸಕ್ಕೆ ಸೇರಬಾರದು ಅಂದುಕೊಂಡಿದ್ದನೋ ಕೊನೆಗೆ ಅಲ್ಲೇ ಕೆಲಸ ಮಾಡುವಂತಾಗಿತ್ತು. ಹೋಟೆಲಿನಲ್ಲಿ ಸರ್ವರ್ ಕೆಲಸ ಮಾಡಿಕೊಂಡಿದ್ದ ಅವನನ್ನು ಹೋಟೆಲ್ ಮ್ಯಾನೇಜರ್ ಅವರದೇ ಇನ್ನೊಂದು ಹೋಟೆಲ್ ಕಮ್ ಲಾಡ್ಜ್ ಇರುವ ಇಲ್ಲಿಗೆ ವರ್ಗಾಯಿಸಿದ್ದರು. ಜನರ ಮಾತು ಇವನಿಗೆ ಅರ್ಥವಾಗುತ್ತಿರಲಿಲ್ಲ. ಇವನಿಗೆ ಮಲಯಾಳಿ ಮತ್ತು ತುಸು ಹಿಂದಿ ಬಿಟ್ಟರೆ ಬೇರೆ ಬರುತ್ತಿರಲಿಲ್ಲ. ಕನ್ನಡ ಕಲಿಯುವ ಯಾವ ಉತ್ಸಾಹವೂ ಇರಲಿಲ್ಲ. ಒಮ್ಮೊಮ್ಮೆ ಹಿಂದಿಯಲ್ಲಿ, ಒಮ್ಮೊಮ್ಮೆ ಮಲಯಾಳಿಯಲ್ಲಿ ಏನೇನೊ ಹೇಳುತ್ತಿದ್ದ.

ಗಿರಾಕಿಗಳಿಗೆ ರೂಮು ತೋರಿಸುವುದು, ರೂಮಿನಿಂದ ಕಾಲ್ ಬಂದಾಗ ಅಟೆಂಡ್ ಮಾಡಿ ಅವರಿಗೆ ಊಟ, ತಿಂಡಿ ವ್ಯವಸ್ಥೆ ಮಾಡುವುದು ಇವನ ಕೆಲಸವಾಗಿತ್ತು. ನಿಧಾನಕ್ಕೆ ಕೆಲಸಕ್ಕೆ ಒಗ್ಗಿಕೊಳ್ಳತೊಡಗಿದ್ದ. ಕಾಲದ ಅಸಲಿ ಗುಣವೇ ಅದು. ಬೇಡವಾದದ್ದನ್ನು ಕೂಡ ಕ್ರಮೇಣ ಸಹ್ಯಗೊಳಿಸುತ್ತಾ ಹೋಗುತ್ತದೆ.

***

ಸುಮಾರು ಇಪ್ಪತ್ತೈದು ವರ್ಷದ ಜಯಸೂರ್ಯನ್ ಕೇರಳದ ಮಲಪ್ಪುರಮ್‌ನ ಕಳಾವ್ ಬಿಟ್ಟಾಗ ಅವನ ಬಳಿ ಎರಡು ಜೊತೆ ಬಟ್ಟೆ, ನಾಲ್ಕು ಸಾವಿರ ರೂಪಾಯಿ ಮತ್ತು ಸತ್ತ ಅಮ್ಮನ ನೆನಪು ಮಾತ್ರ ಇತ್ತು. ಜನ ಗೊತ್ತಿಲ್ಲದ, ಭಾಷೆ ಗೊತ್ತಿಲ್ಲದ ಊರಿಗೆ ಹೋಗಿ ಬದುಕಬೇಕು ಅನ್ನುವ ಉದ್ದೇಶದಿಂದಲೇ ಊರು ತೊರೆದಿದ್ದ. ಬಸ್ಸು ಹತ್ತಿ ಕೂತಾಗ 'ಸೂಕ್ಷಿಕ್ಕಣೊ ಮೋನೆ..' ಅನ್ನುವ ಅಮ್ಮನ ದನಿಯೊಂದು ಅವನಿಗೆ ಕೇಳಿಸಿತ್ತು. ಎದ್ದು ಆ ದನಿಗಾಗಿ ಹುಡುಕಾಡಿದ್ದ. ತನಗೇನೊ ಭ್ರಮೆ ಇರಬೇಕೆಂದು ಸುಮ್ಮನಾಗಿದ್ದ.

ಬಸ್ಸು ಕಳಾವ್‌ನಿಂದ ಹೊರಟು ಮುಖ್ಯ ರಸ್ತೆಗೆ ಬಂದು ಎಡಕ್ಕೆ ಹೊರಳುವಾಗ ಒಮ್ಮೆ ಕಿಟಕಿಯ ಮೂಲಕ ಅವಳ ಮನೆಯ ಕಡೆ ನೋಡಿದ. ಬಾಗಿಲು ಹಾಕಿತ್ತು. ಕಿಟಕಿಯಿಂದ ತಪ್ಪಿಸಿಕೊಂಡ ಬೆಳಕು ರಸ್ತೆ ಮೇಲೆ ಚೆಲ್ಲಿತ್ತು. ಅವಳನ್ನೊಮ್ಮೆ ನೋಡಬೇಕು ಅನಿಸಿತ್ತಾದರೂ ಅಂದು ಅವಳಾಡಿದ್ದ "ನೋಕು ಜಯ, ಎಲ್ಲಾಂ ಮರಕ್ಕು, ಎನ್ನೆಯಂ. ಎಂದಿನೆನ್ನು ಎನ್ನೋಡು ಚೋದಿಕ್ಕರುದು" ಅಂದ ಅವಳ ನೆನಪಾಯಿತು. ಎದೆಗೆ ತಿವಿದಂತಾಯ್ತು. ಅವಳು ತನ್ನನ್ನು ಬಿಟ್ಟಿದ್ದು ಯಾಕೆ ಎಂಬುದು ಅವನಿಗೇನು ಒಗಟಾಗಿ ಉಳಿದಿರಲಿಲ್ಲ. ಅಪ್ಪನ ಘಟನೆ ನಡೆದ ಮರುಕ್ಷಣಕ್ಕೆ ಅವಳು ಬಿಡುವ ಮಾತಾಡಿದ್ದಳು. ಅವನಿಗೆ ಅವಳ ಮೇಲೆ ಯಾವುದೇ

ದೂರುಗಳಿರಲಿಲ್ಲ. ಎಷ್ಟೋ ಬಾರಿ ಅವನಿಗವನೇ ದೂರಿಕೊಳ್ಳುತ್ತಿದ್ದ. ಅಂದು ಅವಳ ಕಣ್ಣಲ್ಲಿ ನೀರಿತ್ತು. ಅವಳು ಅವನನ್ನು ಮಸುಕು ಮಸುಕಾಗಿಯೆ ನೋಡಿದ್ದಳು. ಅವಳ ಕಣ್ಣಿನ ನೀರಿನ ಜೊತೆ ಅವನೂ ಉದುರಿ ಹೋಗಿದ್ದ. ಅವನು ಒಂದೂ ಮಾತಾಡಿರಲಿಲ್ಲ. ಅವನ ಮಾತು ಸತ್ತುಹೋಗಿತ್ತು. ಕಣ್ಣಿನಲ್ಲಿ ಅದರ ಕಳೇಬರ ಕಾಣಿಸುತ್ತಿತ್ತು. ಗುಟ್ಟಾಗಿಯೇ ಶುರುವಾಗಿದ್ದ ಅವರ ಪ್ರೇಮ ಹೀಗೆ ಗುಟ್ಟಾಗಿಯೇ ಒಡೆದು ಹೋಗಿತ್ತು.

ಅದಾದ ತಿಂಗಳಲ್ಲೆ ಅವಳಿಗೆ ಮದುವೆಯೂ ಆಯಿತು. ಪಕ್ಕದ ಊರಿನಲ್ಲಿದ್ದ ಅವಳ ಅಮ್ಮನ ದೂರದ ಸಂಬಂಧಿಯೊಬ್ಬನನ್ನು ಮದುವೆಯಾದಳು. ಇವನು ಮತ್ತಷ್ಟು ಒಂಟಿಯಾದ. ಅವತ್ತು ಎಲ್ಲವನ್ನೂ ಹೇಳಿಕೊಂಡು ಹಗುರಾಗಲು ಅವನ ಬಳಿ ಅಮ್ಮನೂ ಇರಲಿಲ್ಲ. ಬದುಕಿನಲ್ಲಿ ಒಂಟಿಯಾದ. ಅಪ್ಪ ಮನೆ ತೊರೆದದ್ದು, ಅಮ್ಮ ಹೊರಟು ಹೋದದ್ದು ಈ ಎರಡೂ ಅವನನ್ನು ಇನ್ನಿಲ್ಲದಂತೆ ಹಣಿದು ಹಾಕಿದ್ದವು.

ಅದೆಲ್ಲವೂ ನೆನಪಾಗಿ ಎದೆಯೊಳಗೆ ಯಾರೊ ಕೈಹಾಕಿ ಕಲೆಸಿದಂತಾಗಿತ್ತು. ಒಂದಾದರೂ ಹನಿ ಉದುರಬಹುದೆಂದು ಕಾದಿದ್ದ. ಅವನ ಕಣ್ಣೊಳಗೆ ಬರಗಾಲವಿತ್ತು. ಕಣ್ಣು ಮುಚ್ಚಿಕೊಂಡು ಕೂತಿದ್ದ. ಬಸ್ಸು ಹೊರಟಿತ್ತು.

ಹತ್ತು ಹದಿನೈದು ನಿಮಿಷದ ತರುವಾಯ ಬಸ್ಸು ಮಲಪ್ಪುರಮ್ ನಿಲ್ದಾಣಕ್ಕೆ ಬಂದಾಗ ಜಯ ಬಸ್ಸು ಇಳಿದು ಹೋಗಿ ಒಂದು ನೀರಿನ ಬಾಟಲು ಕೊಂಡು ಬಸ್ ಹತ್ತುವಾಗ ಬಸ್ಟ್ಯಾಂಡಿನಲ್ಲಿ ನಿಂತಿದ್ದ ಅಪ್ಪನ ಗೆಳತಿ ವಸುಂಧರ ಕಾಣಿಸಿದ್ದಳು. ಅವಳನ್ನು ನೋಡಿದ್ದೇ ಅವನ ಎದೆ ಬಡಿತ ಜೋರಾಗಿತ್ತು. ಅಲ್ಲಿ ಎಲ್ಲಾದರೂ ಅಪ್ಪ ಇರಬಹುದಾ ಅಂತ ಹುಡುಕಾಡಿದ್ದ. ಅಪ್ಪ ಕಾಣಿಸಿರಲಿಲ್ಲ. ಇವಳು ಇಲ್ಲಿ ಒಬ್ಬಳೇ ಏನಕ್ಕೆ ನಿಂತಿರಬಹುದು? ಅಪ್ಪ ಎಲ್ಲಿ ಹೋಗಿರಬಹುದು ಎಂಬ ಯೋಚನೆಯಲ್ಲಿರುವಾಗಲೇ ಬಸ್ಸು ಹೊರಟಿತ್ತು. ಹತ್ತಿ ಕೂತುಕೊಂಡಿದ್ದ. ಅಪ್ಪ ಎಲ್ಲಾದರೂ ಕಾಣಿಸಬಹುದಾ ಅಂತ ಕಿಟಕಿ ಮೂಲಕ ಕಣ್ಣು ಹಾಯಿಸಿ ಹುಡುಕತೊಡಗಿದ್ದ. ಬಸ್ಸು ತನ್ನ ವೇಗ ಹೆಚ್ಚಿಸಿಕೊಂಡಿತ್ತು. ತಿರುಗಿ ನೋಡಿದ ಊರು ಸಣ್ಣದಾಗಿತ್ತು. ಜನರೂ ಸಣ್ಣವರಾಗಿದ್ದರು. ದೂರದ್ದು ಯಾವತ್ತೂ ಸಣ್ಣದೆ. ಮತ್ತೊಮ್ಮೆ ಅವನಿಗೆ ಅಮ್ಮನ ನರಳುವ ದನಿ ಕೇಳಿಸಿತ್ತು. ಸುತ್ತಾ ಕಣ್ಣು ಹಾಯಿಸಿದ್ದ. ಅಮ್ಮ ಕಾಣಿಸಿರಲಿಲ್ಲ. ಬಸ್ಸಿನ ಕಿಟಕಿ ತೆರೆದಿತ್ತು. ಹೊರಗೆ ಸುರಿಯುತ್ತಿರುವ ಕತ್ತಲಿತ್ತು. ತೊರೆಯುವವರು ಕತ್ತಲಲ್ಲೆ ತೊರೆಯಬೇಕು. ಹಗಲಿಗೆ ಕಣ್ಣುಗಳು ಜಾಸ್ತಿ. ಸಾಯುವವರೆಗೂ ಹಗಲು ಸಾಕ್ಷಿ ನುಡಿಸುತ್ತದೆ. ಕಿಟಕಿಯಿಂದ ನುಗ್ಗುವ ಗಾಳಿಗೆ ಮುಖವೊಡ್ಡಿದ. ಬಸ್ಸು ಓಡತೊಡಗಿತ್ತು.

***

ಏಳೆಂಟು ದಿನಗಳು ಕಳೆದವು. ಲಾಡ್ಜ್ ಒಗ್ಗತೊಡಗಿತು. ನೋವೂ ಒಂದು ವ್ಯಸನವಾಗುವಂತೆ ಈಗ ಬೇಡದ ಲಾಡ್ಜಿನ ಕೆಲಸವೂ ಅವನಿಗೆ ಹೊಂದಿಕೊಂಡಿತ್ತು. ಮೆಜೆಸ್ಟಿಕ್ಕಿನ ಉಪ್ಪಾರಪೇಟೆ ಪೊಲೀಸ್ ಸ್ಟೇಷನ್ ಕಟ್ಟಡದ ಪಕ್ಕದ ಓಣಿಯಲ್ಲಿ ತುಸು ದೂರ ನಡೆದರೆ ಬಲಗಡೆಯ ದೊಡ್ಡ ಕಟ್ಟಡಕ್ಕೆ 'ಸೂರ್ಯಸಾಗರ ರೆಸಿಡೆನ್ಸಿ' ಅನ್ನುವ ಫಲಕ. ಹಗಲಿನಲ್ಲಿ ಕೆಂಪಾಗಿ ರಾತ್ರಿಯಲ್ಲಿ ಬಣ್ಣ ಬಣ್ಣದಾಗಿ ಕಾಣುವ ಫಲಕವದು. ಅದೇ ಜಯಸೂರ್ಯನ್ ಕೆಲಸ ಮಾಡುವ ಲಾಡ್ಜ್. ಮೆಜೆಸ್ಟಿಕ್ ತುಂಬಾ ಹತ್ತಿರವೇ ಇರುವ ಈ ಲಾಡ್ಜ್‌ಗೆ ಬೆಳ್ ಬೆಳಗ್ಗೆ ಅದೆಷ್ಟು ಜನ ಬರ್ತಾರೆ. ಬೆಂಗಳೂರಿಗೆ ಕೆಲಸಕ್ಕೆಂದು ಬರುವವರ ದೊಡ್ಡ ದಂಡೇ ಇರುತ್ತದೆ. ಆಟೋದವರು ಕರೆದುಕೊಂಡು ಬಂದು ರೂಮು ಕೊಡಿಸಿ ಮಾಮೂಲಿ ಪಡೆದು ಹೊರಟು ಹೋಗುತ್ತಾರೆ.

ಸುಮಾರು ಒಂದು ವಾರದಿಂದ ಅಲ್ಲಿದ್ದ ಜಯನಿಗೆ ಲಾಡ್ಜ್‌ಗೆ ಬರುವವರ ಮುಖಗಳು ಗೊತ್ತಾಗತೊಡಗಿದ್ದವು. ಇಲ್ಲಿನ ಭಾಷೆ ಅರ್ಥವಾಗುವುದಿಲ್ಲ. ಇವರೆಲ್ಲಾ ಏನು ಮಾತಾಡಿಕೊಳ್ಳುತ್ತಾರೆ ಎಂಬುದು ಅವನಿಗೆ ತಿಳಿಯುವುದಿಲ್ಲ. ತಿಳಿಯಬಾರದೆಂದೇ ಅವನು ಇಲ್ಲಿನ ಭಾಷೆಯನ್ನು ಕಲಿಯಲು ಹೋಗಿಲ್ಲ. ಮ್ಯಾನೇಜರ್ ಆಗಾಗ ರೇಗುತ್ತಾರೆ "ಅರೆ ಯಾರ್ ಕಿತನೇ ದಿನ್ ಹೋಗಯೇ ಆಪಕೋ ಯಹಾ ಆಕರ್, ಯಹಾ ಕಾ ಭಾಷಾ ಸಮಝುಮೇ ನಹೀ ಆಯಾ ಮತಲಬ್ ಕೈಸೆ?" ಅನ್ನುತ್ತಾರೆ. "ಆಪಕೀ ಭಾಷಾ ಮುಷ್ಕಿಲ್ ಹೈ ಭೈಯಾ.." ಒಂದು ನೆವ ಹೇಳಿ ಸುಮ್ಮನಾಗುತ್ತಾನೆ ಜಯ. ಹೋಟೆಲ್‌ನಲ್ಲಿದ್ದಾಗ ಇಲ್ಲಿನ ಮಾತುಗಳನ್ನು ಕಲಿಯಬೇಕು ಅಂತ ಅನಿಸಿದ್ದರೂ ಈ ಲಾಡ್ಜ್‌ಗೆ ಬಂದ ಮೇಲೆ ಮಾತುಗಳು ಅರ್ಥವಾಗುವುದೇ ಬೇಡವೆಂದು ಸುಮ್ಮನಾಗಿದ್ದ "ಫ್ರೆಂಡ್ ಮನೆಗೆ ಹೋದೆ ಅಂತ ನಂಬಿಸಿ ಬಂದೆ ಕಣೋ, ಅಯ್ಯೋ ಗೊತ್ತಾದರೂ ಏನ್ ಮಾಡ್ತಾರೆ ಬಿಡೋ.." ಇಂತಹ ಮಾತುಗಳನ್ನು ಕೇಳಿಸಿಕೊಳ್ಳುವುದು ಅವನಿಗೆ ಅತೀ ಕಷ್ಟದ್ದು.

ಲಾಡ್ಜ್‌ಗೆ ಬರುತ್ತಿದ್ದ ಹತ್ತು ಜನರಲ್ಲಿ ನಾಲ್ಕು ಜನಕ್ಕೆ ಬೇರೆಯದೇ ಉದ್ದೇಶ ಇರುತ್ತದೆ ಎಂದು ಜಯಗೆ ಈಗೀಗ ಅನಿಸತೊಡಗಿದೆ. ಕೆಲವರಂತೂ ಬಂದು ಒಂದೇ ಗಂಟೆಗೆ ಚೆಕ್‌ಔಟ್ ಆಗುತ್ತಿದ್ದರು. ಕೆಲವರು ಎರಡ್ಮೂರು ದಿನ ಇದ್ದು ಹೋಗುತ್ತಿದ್ದರು. ಒಂಟಿಯಾಗಿ ಯಾವುದೋ ಕೆಲಸದ ಮೇಲೆ ಬಂದವರು, ಫ್ಯಾಮಿಲಿ ಸಮೇತ ಬಂದವರು, ಮಕ್ಕಳೊಂದಿಗೆ ಬಂದವರು, ಒಂಟಿಯಾಗಿ ಬಂದ ಹುಡುಗಿಯರು, ಒಂಟಿಯಾಗಿ ಬಂದ ಮಧ್ಯ ವಯಸ್ಕರು.. ಹೀಗೆ ಜಯ ಒಂದು ವಾರದಲ್ಲಿ ಎಲ್ಲಾ ತರಹದ ಜನರನ್ನೂ ನೋಡಿಬಿಟ್ಟಿದ್ದ. ಎಲ್ಲಿಂದಲೋ ಬಂದವರಿಗೆ ಮನೆಯಂತೆ ಸಲುಹುವ ಈ ರೂಮುಗಳ ಬಗ್ಗೆ ಅವನಿಗೆ ಒಂದು ಅಭಿಮಾನವೂ ಇತ್ತು.

ಆದರೆ ಅವನನ್ನು ತುಂಬಾ ಕಾಡುತ್ತಿದ್ದದ್ದು ಕೆಲವು ಗಂಟೆ ಮಾತ್ರ ಇದ್ದು ಹೋಗುತ್ತಿದ್ದ ಜನರದ್ದು. ಬರುವಾಗ ಅವನಲ್ಲಿ ಹುರುಪು ಇರುತ್ತಿತ್ತು, ಅವಳಲ್ಲಿ ಭಯ ಇರುತ್ತಿತ್ತು. ದಂಪತಿಗಳಂತೆ ನಟನೆ ಇರುತ್ತಿತ್ತು. ಏನೇನೊ ಪಿಸಿ ಪಿಸಿ ಮಾತು, ಅಂಜಿಕೆ, ದೂರ ದೂರ ನಿಲ್ಲುವುದು, ಆಟೋದವನು ಇವರು ನಮ್ಮವರೇ ಅಂತ ಶಿಫಾರಸು ಮಾಡುವುದು ಇವೆಲ್ಲವನ್ನು ನೋಡುತ್ತಿದ್ದ. ಆರಂಭದಲ್ಲಿ ಇವರೆಲ್ಲಾ ದಂಪತಿಗಳೇ ಇರಬಹುದು ಅಂದುಕೊಂಡಿದ್ದ ಜಯ. ಆದರೆ ಒಮ್ಮೆ ಅಂತಹ ರೂಮುಗಳಲ್ಲಿ ವೀರ್ಯ ತುಂಬಿದ ಕಾಂಡೋಮು ಮತ್ತು ಒಡೆದು ಬಿದ್ದ ಬಳೆಯ ಚೂರುಗಳು, ಅಲ್ಲಲ್ಲಿ ಸುರಿದು ಬಿದ್ದ ಹೆಂಗಸರ ತಲೆ ಕೂದಲುಗಳು, ಮದ್ಯದ ಬಾಟಲಿಗಳು, ಸಿಗರೇಟು ತುಂಡುಗಳು ಅವನಿಗೆ ಬಂದು ಹೋದವರ ಉದ್ದೇಶವನ್ನು ಸ್ಪಷ್ಟವಾಗಿ ಅರ್ಥ ಮಾಡಿಸುತ್ತಿದ್ದವು. ಆ ಕ್ಷಣದಲ್ಲಿ ಅವನಿಗೆ ಅವನ ಅಪ್ಪ ನೆನಪಾಗುತ್ತಿದ್ದ, ಹಿಂದಿನಿಂದ ಅಮ್ಮನ ನರಳುವಿಕೆ ಕೇಳಿಸುತ್ತಿತ್ತು. ತಲೆ ಸಿಡಿದಂತಾಗಿ ಅಲ್ಲಿಂದ ಎದ್ದು ರೆಸಿಡೆನ್ಸಿಯ ಕೊನೆ ಮಹಡಿ ತಲುಪಿ ರಸ್ತೆಯಲ್ಲಿ ಓಡಾಡುತ್ತಿದ್ದ ಜನರನ್ನು ನೋಡುತ್ತಾ ಸುಮ್ಮನೆ ನಿಂತುಕೊಳ್ಳುತ್ತಿದ್ದ. ಎದೆ ತುಂಬಿದಂತಾಗುತ್ತಿತ್ತು. ಲಾಡ್ಜ್ ಬಿಟ್ಟು ಓಡಿ ಹೋಗಬೇಕು ಅನಿಸುತ್ತಿತ್ತು. ಆದರೆ ಅವನಿಗೆ ಬೇರೊಂದು ಕೆಲಸ ಸುಲಭಕ್ಕೆ ಸಿಗುವಂತಿರಲಿಲ್ಲ.

ರೆಸಿಡೆನ್ಸಿಗೆ ಬಂದು ಹೋದವರ ಮನೆಯ ಚಿತ್ರಣ ಕಲ್ಪಿಸಿಕೊಳ್ಳಲು ಪ್ರಯತ್ನಿಸುತ್ತಿದ್ದ. ಅವನಿಗೆ ಕಷ್ಟವಾಗುತ್ತಿತ್ತು. ಬಂದು ಹೋದ ಹುಡುಗಿಯ ತಂದೆ, ಸಹೋದರ ಅಥವಾ ಗಂಡ, ಹಾಗೆ ಕರೆದುಕೊಂಡು ಬಂದವನ ಹೆಂಡತಿ, ಅವನ ಮಗಳು, ಅವನ ಮಗ.. ಹೀಗೆ ಎಲ್ಲರೂ ಕಣ್ಣು ಮುಂದೆ ಬರುತ್ತಿದ್ದರು. ಅವರಲ್ಲಿ ತನ್ನನ್ನೇ ನೋಡಿಕೊಂಡಂತೆ, ತನ್ನಲ್ಲಿ ಅವರನ್ನೆ ಕಂಡುಕೊಂಡಂತೆ ಅನಿಸುತ್ತಿತ್ತು. ಅವನಿಗೆ ಗೊತ್ತಿಲ್ಲದೆ ಕಣ್ಣುಗಳು ಹನಿಗೂಡುತ್ತಿದ್ದವು. ಅಮ್ಮನ ದನಿ ಮತ್ತೆ ಮತ್ತೆ ಕೇಳಿಸುತ್ತಿತ್ತು.

***

ಮಲಪ್ಪುರಮ್ ಬಿಟ್ಟು ಬಸ್ಸು ಓಡುತ್ತಿತ್ತು. ಜಯ ಕಣ್ಣು ಮುಚ್ಚಿಕೊಂಡು ಕೂತಿದ್ದ. ಕಣ್ಣೊಳಗೆ ಬಸ್ಟ್ಯಾಂಡಿನಲ್ಲಿ ನಿಂತಿದ್ದ ವಸುಂಧರ ಪ್ರತ್ಯಕ್ಷವಾದಳು. ಅವನಿಗೆ ಅವಳ ಮೇಲೆ ದೂರುಗಳಿಲ್ಲ. ದೂರುಗಳೇನಿದ್ದರೂ ಅಪ್ಪನ ಮೇಲೆ. ಅಮ್ಮನನ್ನು ಹಂತ ಹಂತವಾಗಿ ಕೊಂದು ಹಾಕಿದ ಅಪ್ಪನನ್ನು ಅವನು ಕ್ಷಮಿಸುವುದಾದರೂ ಹೇಗೆ?

ವಸುಂಧರಳ ಜೊತೆ ಅಪ್ಪನ ವಿಕಾರ ರೂಪವೂ ಅವನ ಕಣ್ಣೊಳಗೆ ಮೂಡಿತು. ಅಮ್ಮ ಸತ್ತ ದಿನ ಅಪ್ಪ ಅವಳನ್ನು ನೋಡಲು ಬಂದಿದ್ದ. ಜಯ ಕೂಗಾಡಿ ಅಪ್ಪನನ್ನು ಮನೆಯಿಂದ ಆಚೆ ಕಳುಹಿಸಿದ್ದ. "ಎಂಡೆ ಜೀವನ ಭಕ್ಷಿಚ್ಚಿಟ್ಟು ಎಂದಿನಾಣ್

ಶರೀರತ್ತಿನಾಯಿ ವನ್ನದ್? ನೀ ಅವಳುಡೆ ಭರ್ತಾವುಂ ಅಲ್ಲ ಎಂಡೆ ಅಚ್ಚನುಂ ಅಲ್ಲ ಪೋಯ್‌ಕೋಳ್" ಎಂದು ಜೋರಾಗಿ ಅರಚಿ ಆಚೆ ನೂಕಿ ಒಳಗೆ ಬಂದು ಅಮ್ಮನ ಹೆಣದ ಮುಂದೆ ಬಿಕ್ಕಳಿಸಿ ಬಿಕ್ಕಳಿಸಿ ಅತ್ತಿದ್ದ. ಅಮ್ಮ, ಅಪ್ಪನಿಂದ ಮತ್ತು ತನಗೆ ಅಂಟಿಕೊಂಡಿದ್ದ ಕೆಸರಿನಿಂದ ಶಾಶ್ವತ ಬಿಡುಗಡೆ ಪಡೆದು ನಿದ್ರಿಸುತ್ತಿದ್ದಳು. ಅವಳ ಮುಖದಲ್ಲಿ ಬಿಡುಗಡೆ ಕಾಣುತ್ತಿತ್ತು. ಜಯನನ್ನು ಸಮಾಧಾನಿಸಲು ಯಾರೂ ಇರಲಿಲ್ಲ. ಅನಾಥ ಅಳುವಿಗೆ ನೋವೇ ಸಮಾಧಾನಿ.

ಅಪ್ಪನಿಗೆ ವಸುಂಧರಳ ಸಹವಾಸ ಹೇಗೆ ಶುರುವಾಯಿತೋ ಏನೋ ಜಯನಿಗೆ ಗೊತ್ತಿರಲಿಲ್ಲ, ಅವನ ಅಮ್ಮನಿಗೂ ಗೊತ್ತಿರಲಿಲ್ಲ. ಆ ಒಂದು ಘಟನೆಯಾಗುವವರೆಗೂ ಇವನ ಅಪ್ಪನ ಸುತ್ತ ಅಂತಹ ಅನುಮಾನವೂ ಇರಲಿಲ್ಲ. ವಸುಂಧರ ಗಂಡನನ್ನು ಕಳೆದುಕೊಂಡು ಒಂಟಿಯಾಗಿ ದುಡಿದು ಉಣ್ಣುತ್ತಿದ್ದ ಹೆಣ್ಮಗಳೆಂದು ಊರು ಮಾತಾಡುತ್ತಿತ್ತು. ಜಯನ ಕಿವಿಗೂ ಅದು ಬಿದ್ದಿತ್ತು, ವಸುಂಧರಳ ಮೇಲೆ ಅವನಿಗೊಂದು ಗೌರವವೂ ಇತ್ತು.

ಆದರೆ ಇತ್ತೀಚಿಗೆ ಮನೆಯಲ್ಲಿ ಅಪ್ಪ ಅಮ್ಮನ ನಡುವೆ ಸಣ್ಣಪುಟ್ಟ ಜಗಳಗಳಾಗುತ್ತಿದ್ದದ್ದು ಜಯನಿಗೆ ಗೊತ್ತಾಗಿದ್ದರೂ ಗಂಡ–ಹೆಂಡತಿಯರ ಜಗಳವಿದು ಎಂದು ಸುಮ್ಮನಾಗಿದ್ದ. ಅವನ ಅಮ್ಮನಿಗೆ ತನ್ನ ಗಂಡನ ಅಡ್ಡದಾರಿಯ ವಾಸನೆ ಸಿಕ್ಕಿತ್ತೋ ಏನೋ ಗಂಡನೊಂದಿಗೆ ಸದಾ ಜಗಳವಾಡುತ್ತಿದ್ದಳು. ಹೆಂಡತಿಯರಿಗೆ ಗಂಡನ ಸಣ್ಣ ಬದಲಾವಣೆಯೂ ಬೇಗ ಗಮನಕ್ಕೆ ಬಂದುಬಿಡುತ್ತದೆ. ಒಮ್ಮೆ ಜಯನೂ ಅಪ್ಪನ ಪರ ವಹಿಸಿಕೊಂಡು ಅಮ್ಮನಿಗೆ ಬೈದಿದ್ದ. ಯಾಕಮ್ಮ ಮನೆಯಲ್ಲಿ ಅಪ್ಪನಿಗೆ ಒಂದೇ ಸುಮ್ಮನೆ ಬೈತೀಯ ಅಂದಾಗ ಅವನ ಅಮ್ಮ ಏನೊಂದೂ ಹೇಳದೆ ಮೂಲೆಯಲ್ಲಿ ಕೂತು ಬಿಕ್ಕಿದ್ದಳು. ಅವನ ಅಪ್ಪ ಎಂದೋ ಮನೆಗೆ ಬರುವುದು, ಬರದೇ ಇರುವುದು ಸಾಮಾನ್ಯವಾಗಿತ್ತು.

ಅದೊಂದು ದಿನ ಬೆಳಗ್ಗೆ ಅವರ ಮನೆಗೆ ಬಾರಿಸಿದ ಸಿಡಿಲು ಮನೆಯನ್ನು, ಜಯನನ್ನು ಮತ್ತು ಅವನ ಅಮ್ಮನನ್ನು ಸುಟ್ಟು ಹಾಕುತ್ತದೆಯೆಂದು ಯಾರೂ ಊಹಿಸಿರಲಿಲ್ಲ.

ಜಯನ ಅಪ್ಪ ಮತ್ತು ವಸುಂಧರ ಮಲಪ್ಪುರಮ್ ಲಾಡ್ಜ್‌ವೊಂದರ ರೂಮಿನಲ್ಲಿ ಬೆತ್ತಲಾಗಿರುವಾಗ ಪೊಲೀಸರ ಕೈಗೆ ಸಿಕ್ಕಿ ಬಿದ್ದಿದ್ದರು. ಇಂತಹ ಅದೆಷ್ಟು ರಾತ್ರಿಗಳನ್ನು ಅಲ್ಲಿ ಕಳೆದಿದ್ದ ಆ ಇಬ್ಬರೂ ಅಂದು ಪೊಲೀಸರ ವಶವಾಗಿದ್ದರು. ಯಾವುದೋ ವೈಶ್ಯಾವಾಟಿಕೆಯ ಬೆನ್ನುಹತ್ತಿ ಹೋದ ಪೊಲೀಸರಿಗೆ ಸಿಕ್ಕಿದ್ದು ಇವರು.

ಠಾಣೆಗೆ ಕರೆದುಕೊಂಡು ಬಂದು ಇಬ್ಬರನ್ನೂ ಕೂರಿಸಿಕೊಂಡು ವಿಚಾರಿಸಿದರು. ಮೊದ ಮೊದಲು ಈ ವಸುಂಧರ ತನ್ನ ಹೆಂಡತಿಯೆಂದೂ ಮತ್ತು ತಾನು ದೂರದ

ಊರಿನವನೆಂದೂ, ಯಾವುದೋ ಕೆಲಸದ ನಿಮಿತ್ತ ಬಂದವನೆಂದೂ ಹೇಳುತ್ತಿದ್ದ ಅವನ ಅಪ್ಪ ಪೊಲೀಸರು ಕೊಟ್ಟ ಎರಡು ಏಟಿಗೆ ಸತ್ಯ ಬಾಯಿ ಬಿಟ್ಟಿದ್ದ.

"ತನಗೊಬ್ಬ ಮಗ ಇದ್ದಾನೆ. ಹೆಂಡತಿಯೂ ಇದ್ದಾಳೆ. ತನ್ನ ಊರು ಕಳಾವ್.. ಇವಳು ತಾನು ಇಟ್ಟುಕೊಂಡ ಗೆಳತಿಯೆಂದು ಸತ್ಯ ಒಪ್ಪಿಕೊಂಡಿದ್ದ. ವಸುಂಧರ ಮುಖಮುಚ್ಚಿಕೊಂಡು ನಿಂತಿದ್ದಳು. ಇಂತಹದೊಂದು ದಿನ ಬರುತ್ತದೆಯೆಂದು ಅವಳೆಂದೂ ಭಾವಿಸಿದಂತಿರಲಿಲ್ಲ. ಪೊಲೀಸರು ಅವಳಿಗೆ "ಏನಮ್ಮಾ ನಿನಗೂ ಗೊತ್ತಾಗಲ್ವ? ಅಷ್ಟೊಂದು ತೆವಲಾ? ಕಂಡ ಕಂಡಲ್ಲಿ ಮಲಗೋಕೆ ನಾಚಿಕೆ ಆಗಲ್ವ.." ಎಂದು ಹಿಗ್ಗಾ ಮುಗ್ಗಾ ಜಾಡಿಸಿದ್ದರು.

ಈ ಸುದ್ದಿ ಏಕಾಏಕಿ ಕಳಾವ್‌ಗೆ ಹಬ್ಬಿಬಿಟ್ಟಿತು. ವಸುಂಧರಾಳ ಜೊತೆ ಜಯನ ಅಪ್ಪ ಲಾಡ್ಜ್‌ನಲ್ಲಿ ಸಿಕ್ಕಿಹಾಕಿಕೊಂಡಿದ್ದನಂತೆ. ಪೊಲೀಸ್ ಹಿಡ್ಕೊಂಡು ಹೋದ್ರಂತೆ ಅನ್ನುವ ಸುದ್ದಿ ಕಾಳ್ಗಿಚ್ಚಿನಂತೆ ಹರಡಿತು. ಈ ಬಗ್ಗೆ ಸಣ್ಣ ಅನುಮಾನವನ್ನೂ ಹೊಂದಿರದ ಊರಿನ ಜನರಲ್ಲಿ ಅಚ್ಚರಿ ಹುಟ್ಟಿತು. ಊರಿನ ಜನ ಅವರ ಬಗ್ಗೆ ಒಬ್ಬೊಬ್ಬರೂ ಒಂದೊಂದು ಮಾತಾಡತೊಡಗಿದರು.

ಜಯನ ಅಮ್ಮನ ಮೇಲೆಯೇ ಹೆಚ್ಚಿನವರ ಮಾತುಗಳಿದ್ದವು. "ಅವಳು ಸರಿಯಾಗಿ ಸುಖ ಕೊಟ್ಟಿದ್ರೆ ಅವನ್ಯಾಕೆ ಇನ್ನೊಬ್ಬಳ ಹತ್ರ ಹೋಗ್ತಿದ್ದ.. ಅವಳಿಗೆ ಇನ್ಯಾರ ಜೊತೆ ಸಂಬಂಧ ಇತ್ತೋ ಏನೋ ಅದು ಗೊತ್ತಾಗಿ ಇವ್ನು ವಸುಂಧರಳ ಬೆನ್ನು ಹತ್ತಿರಬೇಕು... ಅವಳಿಗೆ ಏನೋ ಸಮಸ್ಯೆ ಅಂತೆ ರಾತ್ರಿ ಗಂಡನ ಜೊತೆ ಮಲಗಲ್ವಂತೆ.. ಬೆಳೆದ ಮಗ ಇದ್ದಾನೆ ಆವಯ್ಯನಿಗೆ ಚೂರಾದರೂ ಮರ್ಯಾದೆ ಬೇಡ್ವ ಹೆಣ್ಣು ಕಾಣಿಸಿದ ತಕ್ಷಣ ಚಡ್ಡಿ ಕಳ್ಚೋದಾ?.. ವಸುಂಧರಾಗೆ ಇವ್ನು ಎಷ್ಟನೆಯವನೋ.. ಹೇಳೋರು, ಕೇಳೋರು ಯಾರೂ ಇಲ್ಲ ಅಂದ್ರೆ ಹೀಗೆ" ಮಾತುಗಳು ಊರಿನ ತುಂಬಾ ಹರಿದಾಡಿದವು.

ಜಯನ ಅಮ್ಮನಿಗೆ ನಿಜಕ್ಕೂ ಸಿಡಿಲು ಬಡಿದಂತಾಗಿತ್ತು. ರೂಮಿನ ಬಾಗಿಲಿಕ್ಕಿಕೊಂಡು ಗೋಳಾಡಿ ಅತ್ತು ಬಿಟ್ಟಳು. ಜಯನಿಗೆ ಏನು ಮಾತಾಡಬೇಕೆಂದು ತೋಚಲಿಲ್ಲ. ಅವನಿಗೆ ಮನೆಯಿಂದ ಹೊರ ಹೋಗುವುದು, ಜನರಿಗೆ ಎದುರಾಗುವುದು ಸಾಧ್ಯವಾಗಲಿಲ್ಲ. ಜನ ತನ್ನನ್ನು ನೋಡಿ ನಗಬಹುದು ಎನಿಸಿತ್ತು. ದುಃಖ ತುಂಬಿಕೊಂಡು ಮನೆಯಲ್ಲೆ ಕೂತ.

ಸಂಜೆ ಹೊತ್ತಿಗೆ ಅವನ ಅಪ್ಪ ಮನೆಗೆ ಬಂದ. ಬೀದಿಯಲ್ಲಿ ಬರುವಾಗ ಜನ ಅವನನ್ನೇ ನೋಡುತ್ತಿದ್ದರು. ಮನೆಗೆ ಬಂದು ನಡುಮನೆಯಲ್ಲಿ ಸುಮ್ಮನೆ ಕೂತ. ಎಷ್ಟೋ ಹೊತ್ತಿನ ಬಳಿಕ ರೂಮಿನಲ್ಲಿದ್ದ ಅವನ ಅಮ್ಮ ಹೊರಗೆ ಬಂದು.. ತುಂಬಿದ ಕಣ್ಣುಗಳಿಂದ ಗಂಡನನ್ನು ನೋಡಿದಳು. ಅವನು ತಲೆ ತಗ್ಗಿಸಿ ಕೂತಿದ್ದ.

"ನೀವು ಅವಳನ್ನು ಕರೆದುಕೊಂಡು ಬಂದು ಇದೇ ಮನೆಯಲ್ಲಿಟ್ಟುಕೊಂಡು ನನ್ನ ಮುಂದೆಯೆ ಮಲಗಿದ್ದರೆ ನನಗಿಷ್ಟು ನೋವಾಗ್ತಿರಲಿಲ್ಲ.. ನಿಮಗೆ ಕಿವಿ, ಮನಸು ಇದ್ದರೆ ಹೊರಗಿನ ನಾಲ್ಕು ಜನರ ಮಾತು ಕೇಳಿಸಿಕೊಳ್ಳಿ. ಈ ಅಪವಾದಾನ ನಾನು ಹೇಗೆ ಹೊರಲಿ? ಇನ್ನೊಮ್ಮೆ ನೀವು ಈ ಮನೆಗೆ ಬಂದರೆ ನನ್ನ ಹೆಣ ನೋಡುತ್ತೀರಿ. ಹೊರಟು ಹೋಗಿ..." ಇದುವರೆಗೂ ತಡೆದಿದ್ದ ತನ್ನೆಲ್ಲಾ ನೋವನ್ನು ಚೆಲ್ಲಿ ತುಂಬಿದ ಗಂಟಲಲ್ಲಿ ಕೂಗಿ ಕೂಗಿ ಅತ್ತಳು. ಹೊರಗೆ ಜನ ಸೇರಿತ್ತು. ಜಯ ಏನೊಂದು ಮಾತಾಡದೆ ಸುಮ್ಮನೆ ಕೂತಿದ್ದ.

ಜಯನ ಅಪ್ಪ ಮನೆಗೆ ಹೇಗೆ ನಡೆದು ಬಂದಿದ್ದನೋ ಹಾಗೆ ಎದ್ದು ನಡೆದು ಹೋಗಿಬಿಟ್ಟ. ಜಯನೂ ಎಲ್ಲಿಗೆಂದು ಕೇಳಲಿಲ್ಲ.. ಮೂಲೆ ಹಿಡಿದು ಕೂತು ಬಿಕ್ಕಳಿಸುತ್ತಿದ್ದ ಅಮ್ಮನೂ ಕೇಳಲಿಲ್ಲ. ಎದ್ದು ಹೋದ ಅವನ ಮುಖದಲ್ಲಿ ಏನಿತ್ತು? ಇಬ್ಬರಿಗೂ ನೋಡಲಾಗಲಿಲ್ಲ. ಅವನು ಹೊರಗೆ ಬಂದು ಒಮ್ಮೆ ಮನೆಯ ಕಡೆ ತಿರುಗಿ ನೋಡಿ ನಡೆದು ಬಿಟ್ಟ. ದಾರಿಯಲ್ಲಿ ಜನ ಅವನನ್ನೇ ನೋಡುತ್ತಿದ್ದರು. ಅಡ್ಡದಾರಿಯಲ್ಲಿ ಪಡೆವ ಸುಖಕ್ಕೆ ಕಂದಾಯ ಹೆಚ್ಚು.

ಇತ್ತ ಈ ಮನೆಯಲ್ಲಿ ಅಮ್ಮ ಮಗ ಎಷ್ಟೋ ಹೊತ್ತಿನವರೆಗೂ ಕೂತೇ ಇದ್ದರು. ಕಣ್ಣಿನ ರೆಪ್ಪೆ ಆಡಿಸಲೂ ಕೂಡ ಬೇಡವಾಗಿತ್ತು. ಜಯ, ಅಮ್ಮನನ್ನು ಸಮಾಧಾನಿಸಲು ನೋಡಿದ. ಆಗಲಿಲ್ಲ. ಅದು ಸಮಾಧಾನಗೊಳ್ಳುವಂತಹ ವಿಷಯವೂ ಆಗಿರಲಿಲ್ಲ. ಊಟ ಸರಿಯಿಲ್ಲ ಅಂದರೆ ಸಮಾಧಾನಿಸಿ ತಿನ್ನಿಸಬಹುದು. ಊಟವೇ ಬೇಡವೆಂದು ಎದ್ದವರನ್ನು ಹೇಗೆ ಒಪ್ಪಿಸುವುದು. ಅಮ್ಮನನ್ನು ಮಾತಾಡಿಸಲು ನೋಡಿದ. ಅವಳು ಮಾತಾಡಲಿಲ್ಲ. ದಿನಪೂರ್ತಿ ಅಮ್ಮ, ಮಗ ಕೂತೇ ಇದ್ದರು. ಸಂಜೆ ಹೊತ್ತಿಗೆ ಜಯ ಅಮ್ಮನನ್ನು ಬಿಟ್ಟು ತಾನು ಹೊರ ನಡೆದ. ಯಾವುದೋ ತುರ್ತು ಕೆಲಸಕ್ಕಾಗಿ ಅವನು ಎದ್ದು ಹೋದಂತಿತ್ತು.

ಏಳು ಗಂಟೆಯ ಸುಮಾರಿಗೆ ನಿತ್ಯ ಕಲ್ಯಾಣಿಯ ಬಳಿ ಲತಿಕಾ ಬರುತ್ತಿದ್ದಳು. ಲತಿಕಾ ಎಂದರೆ ಜಯನಿಗೆ ಪ್ರಾಣ. ಅವಳು ಅವನದೇ ಬೀದಿಯಲ್ಲಿ ಕಿರಾಣಿ ಅಂಗಡಿ ಇಟ್ಟುಕೊಂಡಿರುವ ಪೃಥ್ವಿರಾಜ ಅವರ ಮಗಳು. ಪದವಿ ಓದಲು ಮಲಪ್ಪುರಮ್‌ಗೆ ಹೋಗಿ ಬರುತ್ತಿದ್ದ ಅವಳನ್ನು ಜಯ ಮೆಚ್ಚಿಕೊಂಡಿದ್ದ. ತುಂಬಾ ಚೆಂದದ, ಸಣ್ಣ ಮೈಕಟ್ಟಿನ, ಒಂದು ಸಣ್ಣ ಕೋರೆ ಹಲ್ಲಿರುವ ಲತಿಕಾಳನ್ನು ಜಯ ಪ್ರೀತಿಸುತ್ತಿದ್ದ. ಅವನನ್ನು ಕಾಡಿಸಿ ಕಾಡಿಸಿ ಕೊನೆಗೂ ಅವಳು ಕೂಡ ಅವನ ಪ್ರೀತಿಗೆ ಒಪ್ಪಿಗೆಯಿತ್ತಿದ್ದಳು.

ಇಬ್ಬರೂ ಎರಡ್ಮೂರು ವರ್ಷದಿಂದ ಪ್ರೀತಿಸುತ್ತಿದ್ದರು. ಮದುವೆಯಾಗಬೇಕು ಅಂದುಕೊಂಡಿದ್ದರು. ಜಯ ಅವಳೊಂದಿಗೆ ಏನಾದ್ರೂ ಮಾತಾಡುವುದಿದ್ದರೆ ಕಲ್ಯಾಣಿಯ ಬಳಿ ಏಳು ಗಂಟೆಗೆ ಹಾಜರಿರುತ್ತಿದ್ದ. ಇಂದು ಜಯ ಅಪ್ಪನ

ವಿಚಾರವಾಗಿ ಲತಿಕಾಗೆ ಮುಟ್ಟಿರುವ ವಿಚಾರದ ಬಗ್ಗೆ ಮಾತಾಡಲು ಬಯಸಿ ಹೊರಟು ಬಂದಿದ್ದ. ಸರಿಯಾಗಿ ಏಳು ಗಂಟೆಗೆ ಕಲ್ಯಾಣಿಯ ಬಳಿ ಲತಿಕಾ ಬಂದಳಾದರೂ ಜಯನ ಕಡೆ ನೋಡದೆ ಹೋಗಿ ಬಿಟ್ಟಳು. ಜಯನ ಎದೆಗೆ ಬೆಂಕಿಯಿಟ್ಟಂತಾಯ್ತು. ಎಂದೂ ಕೂಡ ಉಪೇಕ್ಷೆ ಮಾಡದ ಲತಿಕಾಳ ಈ ನಡೆಯಿಂದ ಅವನು ಕಂಗಾಲಾಗಿ ಹೋದ. ಅವನಿಗೆ ಏನು ಮಾಡಬೇಕೆಂದು ಈ ಕ್ಷಣಕ್ಕೆ ತಿಳಿಯಲಿಲ್ಲ, ಕಂಗಾಲಾದ. ಇದುವರೆಗೂ ಅಪ್ಪನ ಬಗ್ಗೆ ಬರೀ ತಿರಸ್ಕಾರವಿದ್ದ ಅವನಿಗೆ ಈಗ ಲತಿಕಾಳ ನಡೆಯಿಂದ ಅವನ ಮೇಲೆ ದ್ವೇಷವೂ ಹುಟ್ಟಿಕೊಂಡಿತು.

ಹೇಗೆ ಹೋಗಿದ್ದನೋ ಹಾಗೆಯೇ ಮನೆಗೆ ವಾಪಸು ಬಂದ. ತಂದೆಯ ವಿಚಾರ ಅವಳನ್ನು ಮುಟ್ಟಿದೆ. ಖಂಡಿತ ಅದರಿಂದ ಅವಳಿಗೆ ಕಸಿವಿಸಿ ಆಗಿದೆ. ಅರಗಿಸಿಕೊಳ್ಳಲು ಕಷ್ಟವಾಗಿದೆ. ಇಂತಹ ಕನಿಷ್ಠ ವ್ಯಕ್ತಿಯ ಮಗನನ್ನು ನಾನು ಪ್ರೀತಿಸಬೇಕಾ ಎಂಬ ತಿರಸ್ಕಾರವೂ ಅವಳಲ್ಲಿ ಮೂಡಿರಬೇಕು ಎಂದು ಅಂದಾಜಿಸಿದ. ಯಾಕೋ ಮನಸಿಗೆ ತುಂಬಾ ಸಂಕಟವಾಯಿತು. ಅಪ್ಪನ ಮೋಸ, ಅಮ್ಮನನ್ನು ತಿನ್ನುತ್ತಿರುವ ನೋವು, ಲತಿಕಾಳ ಸಂಜೆಯ ವರ್ತನೆ ಅವನನ್ನು ಸತತವಾಗಿ ಹಣಿಯತೊಡಗಿದವು. ಇದನ್ನು ಅವಳೊಟ್ಟಿಗೆ ಮಾತಾಡಿ ಸರಿಪಡಿಸಬೇಕು. ಇಲ್ಲದಿದ್ದರೆ ಇದು ಕೆಟ್ಟು ಹೋಗುತ್ತದೆ ಅನಿಸಿತು. ಲತಿಕಾ ಕೈಬಿಟ್ಟು ಹೋಗುತ್ತಾಳಾ? ಅವನಿಗೆ ಭಯವಾಗತೊಡಗಿತು. ನಡುಗಿ ಹೋದ. ಹಣೆಯ ಮೇಲೆ ಬೆವರ ಸಾಲುಗಳು.

ಮನೆಗೆ ಬಂದಾಗ ಒಳಗೆ ಕತ್ತಲೆ. ಅಮ್ಮ ದೀಪ ಹಚ್ಚಿರಲಿಲ್ಲ. ಇವನೇ ದೀಪ ಹಚ್ಚಿದ. ಅಮ್ಮ ಅಲ್ಲಿರಲಿಲ್ಲ. ಗಾಬರಿಯಿಂದ ಹುಡುಕಾಡಿದ, ಕಾಣಿಸಲಿಲ್ಲ. ಕೂಗಿ ಕರೆದ. ಅಮ್ಮನಿಂದ ಪ್ರತಿಕ್ರಿಯೆ ಬರಲಿಲ್ಲ. ದಡಬಡಾಯಿಸಿ ರೂಮಿಗೆ ಹೋಗಿ ನೋಡಿದ. ಮಲಗಿದ್ದರು. ತುಸು ಸಮಾಧಾನವಾಯಿತು. ಮಾತಾಡಿಸಲು ನೋಡಿದ. ಅಮ್ಮ ಮಾತಾಡಲಿಲ್ಲ. ಮತ್ತೆಂದೂ ಮಾತಾಡುವುದಿಲ್ಲವೊ ಎಂಬಂತೆ ಅವಳು ಗಾಢ ಮೌನದಲ್ಲಿದ್ದಳು. ಊಟಕ್ಕೆ ಕರೆದ. ಅಮ್ಮ ಎದ್ದೇಳಲಿಲ್ಲ. ಮತ್ತೆ ತಾನು ಜೀವನದಲ್ಲಿ ಎದ್ದು ಕೂರಬೇಕು ಎನ್ನುವ ಯಾವ ಹುರುಪು ಕೂಡ ಅವಳಿಗಿರಲಿಲ್ಲ. ತಾನೇ ಊಟ ತೆಗೆದುಕೊಂಡು ಹೋದ. ಅಮ್ಮ ಏಳಲಿಲ್ಲ. ತಾನೂ ಕೂಡ ಊಟ ಮಾಡದೆ ಹಾಗೆಯೇ ಮಲಗಿಬಿಟ್ಟ, ಮನೆ ಮತ್ತೆಂದೂ ಸರಿಯಾಗದಂತೆ ಕೆಟ್ಟು ಹೋಗಿತ್ತು.

ಅಂದಿನಿಂದ ಅವನ ಅಮ್ಮ ಮಾತು ಬಿಟ್ಟಳು. ಊಟ ಬಿಟ್ಟಳು. ರೂಮಿನಿಂದ ಆಚೆಯೂ ಬರದೆ ಅಲ್ಲಿಯೇ ಉಳಿದರು. ಮಗನ ಯಾವ ಮಾತನ್ನೂ ಅವಳು ಕೇಳಲಿಲ್ಲ. ಅಂದು ಹೊರಟು ಹೋದ ಅವನ ಅಪ್ಪ ಮತ್ತೆಂದೂ ವಾಪಸು ಬರಲಿಲ್ಲ. ಜನ ಅವನು ವಸುಂಧರಳ ಜೊತೆ ಮಲಪ್ಪುರಮ್‌ನಲ್ಲಿ ವಾಸವಿದ್ದಾನೆ ಎಂದು ಮಾತಾಡಿಕೊಳ್ಳುತ್ತಿದ್ದರು. ಇದು ಜಯನಿಗೆ ಗೊತ್ತಾಗಿತ್ತು ಆದರೆ

ಅದನ್ನು ಅವನು ಅಮ್ಮನ ಬಳಿ ಹೇಳಿಕೊಂಡಿರಲಿಲ್ಲ. ಊಟ ಬಿಟ್ಟ ಅಮ್ಮ ದಿನೇ ದಿನೇ ಕೃಶವಾಗತೊಡಗಿದರು. ಜಯ ಬಲವಂತ ಮಾಡಿ ಗಂಜಿ, ಎಳನೀರು ಕುಡಿಸತೊಡಗಿದ.

ಇದಾದ ವಾರದವರೆಗೂ ಲತಿಕಾ ಅವನಿಗೆ ಸಿಗಲಿಲ್ಲ. ಅವಳು ಕಲ್ಯಾಣಿ ಬಳಿಯೂ ಬರಲಿಲ್ಲ. ಮನೆಯಲ್ಲಿ ಅಮ್ಮ ಕೊರಗುತ್ತಾ ಕೂತಿದ್ದಾಳೆ. ಆಚೆ ಲತಿಕಾ ತಪ್ಪಿಸಿಕೊಂಡು ಓಡಾಡುತ್ತಿದ್ದಾಳೆ. ಈ ಎರಡರ ಮಧ್ಯೆ ಜಯ ನವೆದು ಹೋದ. ಒಮ್ಮೊಮ್ಮೆ ಅವನಿಗೆ ಸತ್ತು ಹೋಗುವ ಯೋಚನೆಯಾಗುತ್ತಿತ್ತು. ಅಮ್ಮನ ಮುಖ ನೋಡಿ ದುಃಖವಾಗುತ್ತಿತ್ತು. ಅಮ್ಮ ಒಂದಾದರೂ ಮಾತಾಡಲಿ ಎಂಬ ಆಸೆ ಅವನಿಗೆ. ಅವತ್ತು "ಅವಳನ್ನು ಮನೆಗೆ ಕರೆದುಕೊಂಡು ಬಂದು ನನ್ನ ಮುಂದೆಯೇ ಮಲಗಿಸಿಕೊಂಡಿದ್ದರೂ ನನಗೆ ನೋವಾಗುತ್ತಿರಲಿಲ್ಲ.." ಎಂಬ ಮಾತೇ ಅವನ ಅಮ್ಮ ಆಡಿದ ಕೊನೆಯ ಮಾತು.

ವಾರದ ಬಳಿಕ ಲತಿಕಾಳನ್ನು ಹಿಡಿದು ನಿಲ್ಲಿಸಿ ಮಾತಾಡಿಸಿದ್ದ. ಅವಳು ಒಂದೇ ಮಾತಿನಲ್ಲಿ ಇಡೀ ಸಂಬಂಧವನ್ನು ಕತ್ತರಿಸಿ ಹಾಕಿದ್ದಳು. ಒಮ್ಮೆಯೂ ಕೂಡ ತಿರುಗಿ ನೋಡದೆ ಹೊರಟು ಹೋಗಿದ್ದಳು. ಇವನು ಮಾತ್ರ ನಿಂತ ಹಾಗೆಯೇ ನಿಂತಿದ್ದ. ಅವಳ ಮುಂದೆ ಗೋಗರೆಯುವುದು, ಒಪ್ಪಿಸುವುದು, ಕ್ಷಮೆ ಕೇಳುವುದನ್ನು ಅವನು ಮಾಡಲಿಲ್ಲ. ಅವಳನ್ನು ಅವಳ ಪಾಡಿಗೆ ಹೋಗಲು ಬಿಟ್ಟು ನಿಂತಿದ್ದ. ಸಾಧ್ಯವಾದರೆ ಅವಳು ಹೋಗುವ ದಾರಿಯಲ್ಲಿ ಮುಳ್ಳುಗಳೇನಾದರೂ ಇದ್ದರೆ ತೆಗೆದು ಹಾಕಬೇಕು ಅನಿಸಿತು ಅವನಿಗೆ. ಒತ್ತಿ ಬಂದ ದುಃಖವನ್ನು ಹಾಗೇ ಉಳಿಸಿಕೊಂಡು ಬಂದು ಅಮ್ಮನ ಮುಂದೆ ಕೂತು ಬಿಕ್ಕಳಿಸಿದ್ದ. ಅವನ ಅಮ್ಮ ಆಗಲೂ ಮಾತಾಡದೆ ಕೇವಲ ಕಣ್ಣೀರು ಸುರಿಸಿದ್ದರು.

ಅವನ ಅಮ್ಮ ದಿನೇ ದಿನೇ ಕೊರಗುತ್ತಾ, ಸಣ್ಣಗಾಗುತ್ತಾ ಸವೆದು ಹೋಗಿ ತಿಂಗಳ ನಂತರ ಒಂದು ದಿನ ಸತ್ತೇ ಹೋದರು. ಜಯ ಅಂದು ಬೋರಿಟ್ಟು ಅತ್ತ. ನೋಡಲು ಬಂದ ಅಪ್ಪನನ್ನು ಹೊರಹಾಕಿದ. ಅಮ್ಮನ ಅಂತ್ಯ ಸಂಸ್ಕಾರ ಮಾಡಿ ಮುಗಿಸಿದ. ಆದರೆ ಅದೇ ದಿನ, ಅದೇ ಊರಲ್ಲಿ ಪಕ್ಕದ ಊರಿನ ದೂರದ ಸಂಬಂಧಿ ಜೊತೆ ಲತಿಕಾಳ ಮದುವೆಯೂ ಅಯಿತು. ಲತಿಕಾಳ ಗಂಡನನ್ನು ಜಯ ದೂರದಿಂದ ನೋಡಿದ್ದ. ಲತಿಕಾಗೆ ಅವನು ಅಷ್ಟೇನು ಜೋಡಿಯಲ್ಲ ಅನಿಸಿತ್ತು. ಲತಿಕಾ ತುಂಬಾ ಅವಸರಪಟ್ಟಳೋ ಅಥವಾ ತನ್ನ ಮೇಲಿನ ಜಿದ್ದಿಗಾಗಿ ಮದುವೆಯಾಗಿಬಿಟ್ಟಳೋ ಅವನಿಗೆ ಅರ್ಥವಾಗಲಿಲ್ಲ. ಅಂದೇ ಊರು ತೊರೆಯುವ ನಿರ್ಧಾರ ಮಾಡಿ ಮರುದಿನ ರಾತ್ರಿ ಮನೆಬಿಟ್ಟಿದ್ದ.

***

ಜಯಗೆ ದಢಾರನೆ ಎಚ್ಚರವಾಯಿತು. ಏನೊ ಅಸ್ಪಷ್ಟ ಕನಸು. ಲತಿಕಾ ಬಂದಂತಿತ್ತು ಕನಸಲ್ಲಿ. ಅವನನ್ನು ಬಿಟ್ಟು ಹೋದ ಮೇಲೆ ಅವಳೆಂದೂ ಅವನ ಕನಸಲ್ಲೂ ಸುಳಿದಿರಲಿಲ್ಲ. ಇಂದು ಕನಸಲ್ಲಿ ಕಾಣಿಸಿದ್ದಳು. ಮುಖ ಮಾತ್ರ ಅವಳದು, ದೇಹ ಪಕ್ಷಿಯದು. ಅವಳು ಹಾರಿ ಹಾರಿ ಹೋಗುತ್ತಿದ್ದಳು. ಇನ್ನೊಂದು ಯಾವುದೋ ಪಕ್ಷಿ ಅವಳನ್ನು ಹಿಂಬಾಲಿಸಿಕೊಂಡು ಬಂದು ಅವಳನ್ನು ಕುಕ್ಕಲು ನೋಡುತ್ತಿತ್ತು. ಇವಳು ತಪ್ಪಿಸಿಕೊಳ್ಳಲು ಹೋರಾಡುತ್ತಿದ್ದಳು. ಎಚ್ಚರವಾಯಿತು. ಎದ್ದು ಕೂತ. ಇದೇನು ಕನಸು ಇಷ್ಟೊಂದು ವಿಚಿತ್ರವಾಗಿದೆಯಲ್ಲಾ ಅನ್ನುವ ಸಣ್ಣ ಭಯವೂ ಆಯಿತು. ಅವಳಿಗೇನಾಗಿದೆಯೊ ಎಂಬ ಕಾಳಜಿಯೂ ಹುಟ್ಟಿತು.

ಹಾಸಿಗೆಯಿಂದ ಎದ್ದು, ಮುಖ ತೊಳೆದು, ಕಾಫಿ ಕುಡಿದು ಬಂದ. ಹೊತ್ತು ಆರನ್ನು ಮೀರಿ ಹೋಗಿತ್ತು. ಈ ಹೊತ್ತಿನಲ್ಲಿ ಲಾಡ್ಜ್‌ಗೆ ಗಿರಾಕಿಗಳು ಜಾಸ್ತಿ. ಕೆಲಸಕ್ಕೆ ಸಜ್ಜಾಗಿ ನಿಂತ. ಎಂದಿನಂತೆ ಜನ ಬಂದು ರೂಮು ತೆಗೆದುಕೊಂಡು ಒಳಗೆ ಸೇರಿಕೊಳ್ಳುತ್ತಿದ್ದರು. ಇಷ್ಟು ದಿನದ ಅವನ ಅನುಭವದಲ್ಲಿ ಯಾರು ಅಸಲಿ ಜೋಡಿಗಳು, ಬರೀ ಮಲಗಲು ಬಂದವರ್‍ಯಾರೆಂದು ಅವನಿಗೆ ಬರೀ ಕಣ್ಣಳತೆಯಲ್ಲೇ ತಿಳಿಯುತ್ತಿತ್ತು.

ಸ್ವಲ್ಪ ಹೊತ್ತಿನ ನಂತರ ಒಂದು ಜೋಡಿ ಬಂತು. ಜಯ ಅಲ್ಲೆಲ್ಲೋ ಕೂತಿದ್ದ. ಮ್ಯಾನೇಜರ್ ಕರೆದು ರೂಮು ತೋರಿಸಲು ಹೇಳಿದರು. ಆ ಜೋಡಿಯಲ್ಲಿದ್ದ ಗಂಡಸನ್ನು ನೋಡಿದ್ದೇ ಅವನಿಗೆ ಇದು ಯಾವುದೊ ಪರಿಚಿತ ಮುಖವೆನಿಸಿತು. ಈ ಮೊದಲು ಆ ಮುಖವನ್ನು ಎಲ್ಲೊ ನೋಡಿದ ನೆನಪು ಅನಿಸುತಿತ್ತು. ಆದರೆ ಅವನ ಜೊತೆ ಇರುವ ಅವಳ ಪರಿಚಯವಿಲ್ಲ. ಇವನ್ಯಾರು ಹಾಗಾದರೆ? ಯೋಚಿಸುತ್ತಲೇ ಅವರೊಂದಿಗೆ ನಡೆದು ಹೋಗಿ ಅವರಿಗೆ ರೂಮು ತೋರಿಸಿದ. ತೋರಿಸುವಾಗ ಒಮ್ಮೆ ಅವನ ಮುಖವನ್ನು ಗಮನವಿಟ್ಟು ನೋಡಿದ.

ಅಮ್ಮನ ದನಿ ಒಮ್ಮೆ ನರಳಿ ನರಳಿ ಮಾಯವಾಯಿತು.

ಅವನನ್ನು ನೋಡಿ ಜಯಗೆ ಒಮ್ಮೆಲೆ ಎದೆ ದಸಕ್ ಎಂದಿತು.

"ಓಹ್, ಇವನು ಲತಿಕಾಳ ಗಂಡ.." ನೆನಪು ಚಿಮ್ಮಿ ಬಂತು. ಹಾಗಾದರೆ ಇವಳು ಯಾರು? ಮದುವೆಯಾಗಿ ಎರಡು ತಿಂಗಳಾಗಿಲ್ಲ. ಇವನ್ಯಾಕೆ ಬೇರೆಯವರ ಜೊತೆ ಬಂದಿದ್ದಾನೆ?

ಅವರನ್ನು ರೂಮಿನಲ್ಲಿ ಬಿಟ್ಟು ದಡದಡ ಮೆಟ್ಟಿಲಿಳಿದು ಕೆಳಗೆ ಬಂದ. ಯಾವುದೋ ಸಂಕಟವೊಂದು ಆವರಿಸಿದಂತಾಯ್ತು. ಲತಿಕಾಳ ಅಮಾಯಕ ಮತ್ತು ಮುದ್ದು ಮುಖ ನೆನಪಾಯಿತು. ಅವಳಿಗೆ ಮೋಸವಾಗುತ್ತಿದೆ. ಅಲ್ಲೇ ಕರೆದುಕೊಂಡು ಮಲಗಿದ್ದರೆ ಗೊತ್ತಾಗಿ ಬಿಡಬಹುದೆಂಬ ಯೋಚನೆಯಿಂದ ಇಲ್ಲಿಯವರೆಗೂ ಬಂದನೇ?

ಅಪ್ಪನ ವಿಷಯಕ್ಕೆ ತನ್ನನ್ನು ಬಿಟ್ಟು ಹೋದ ಲತಿಕಾ ಸ್ವತಃ ಗಂಡನೇ ಅಂಥವನಾಗಿರುವಾಗ ಅದನ್ನು ಹೇಗೆ ಸ್ವೀಕರಿಸುತ್ತಾಳೆ?

ಇದನ್ನು ಲತಿಕಾಗೆ ತಿಳಿಸಲೇ ಈಗಲೇ?

"ನೋಡು.. ಈಗ ಏನಂತೀಯ?" ಎಂದು ಅವಳನ್ನು ಮೂದಲಿಸಲೆ?

ತನಗೇನು ಗೊತ್ತೇ ಇಲ್ಲ ಎಂಬಂತೆ ಸುಮ್ಮನಿರಲೆ? ಸುಮ್ಮನಿರುವುದು ಕೂಡ ನಾನು ಅವಳಿಗೆ ಮಾಡುವ ಮೋಸವಾಗಬಹುದಾ?

ತಿಳಿಸಿದರೂ ಕಷ್ಟ ತಿಳಿಸದಿದ್ದರೂ ಕಷ್ಟ.. ಇಕ್ಕಟ್ಟಿನಲ್ಲಿ ಸಿಲುಕಿ ಕೂತ.

ಒಮ್ಮೆ ಮೇಲೆ ಬಂದು. ಅವರ ರೂಮಿನ ಬಳಿ ನಿಂತ. ರೂಮು ಮುಚ್ಚಿಕೊಂಡಿತ್ತು. ಅವನನ್ನು ಹೊರಗೆ ಕರೆದು "ಹೆಂಡತಿಗೆ ಮೋಸ ಮಾಡ್ತಿಯೇನೊ ಲೋಫರ್.." ಎಂದು ನಾಲ್ಕು ಬಾರಿಸಲೇ ಅನಿಸಿತು. ಮನಸು ಬರಲಿಲ್ಲ.

ಇದರಲ್ಲಿ ಅವನೊಬ್ಬನ ಬದುಕು ಮಾತ್ರ ಇರಲಿಲ್ಲ. ಅವನೊಂದಿಗೆ ಬಂದ ಆ ಹೆಂಗಸಿನ ಜೀವನವೂ ಇದೆ. ಅವಳ ಗಂಡ, ಅವಳ ಮಗ, ಅವಳಿಗಿರಬಹುದಾದ ಅವಳದೇ ಒಂದು ನಂಬಿಕಸ್ಥ ಕೋಟೆ ಇದೆ. ಅದೆಲ್ಲವೂ ಇದೊಂದು ಘಟನೆಯಿಂದ ಒಡೆದುಹೋಗಬಹುದು. ಆದರೆ ಲತಿಕಾಳ ಜೀವನ?

ಬರೀ ದೇಹಕ್ಕಾಗಿ ಬಂದರೆ ಅಡ್ಡಿಯಿಲ್ಲ.. ದೇಹದ ಹಸಿವು ತೀರಿದ ಮೇಲೆ ಊರು ಸೇರುತ್ತಾರೆ. ಆದರೆ ಮನಸಿನ ಹಸಿವಿಗಾಗಿ ಬಂದಿದ್ದರೆ ಇವರು ಮರಳಿ ಹೋದರೂ.. ಮರಳಿ ತಮ್ಮ ತಮ್ಮ ಸಂಸಾರಗಳಲ್ಲಿ ಉಳಿದು ಹೋಗುತ್ತಾರಾ? ಅವನಿಗೆ ಇದೊಂದು ಬಿಡಿಸಲಾಗದ ಒಗಟಾಯಿತು.

ನನಗೆ ಗೊತ್ತಿದೆ ನಿಜ.. ನಾನು ಅದನ್ನು ಮುಚ್ಚಿಹಾಕಬಹುದು. ಆದರೆ ನಾಳೆ ಬೇರೆಯವರಿಗೆ ಗೊತ್ತಾಗಿ ಅದು ಲತಿಕಾಗೆ ಹೋಗಿ ತಲುಪಿದರೆ ಅವಳ ಮನಸ್ಸು ಏನಾಗಬೇಡ..?

"ಜಯಾ, ಏಕ್ ಮಿನಟ್ ದೇಕ್ತೇ ರಹೋ, ಆಯಾ.." ಎಂದು ಮ್ಯಾನೇಜರ್ ಎದ್ದು ಹೋದ.

ತನ್ನ ಯೋಚನೆಗಳಿಂದ ತಪ್ಪಿಸಿಕೊಂಡು ಜಯ ಕೆಳಗೆ ಬಂದು ಕೂತ.

ಅಮ್ಮನ ಅರ್ಥವಾಗದ ಆ ಅಸ್ಪಷ್ಟ ದನಿ ಮತ್ತೊಮ್ಮೆ ಅವನಿಗೆ ಕೇಳಿಸಿತು. ಆ ದನಿ ಬಂದಾಗಲೆಲ್ಲಾ ಜಯ ಗೆಲುವಾಗುತ್ತಾನೆ.

ಮ್ಯಾನೇಜರ್ ಜಾಗದಲ್ಲಿ ಬಂದು ಕೂತ ಎರಡ್ಮೂರು ನಿಮಿಷಕ್ಕೆ ರೆಸಿಡೆನ್ಸಿಯ ಮುಂದೆ ಪೊಲೀಸ್ ಜೀಪೊಂದು ಬಂದು ಗಕ್ಕನೆ ನಿಂತಿತು. ಮೊನ್ನೆಯಷ್ಟೇ ಇಲ್ಲಿನ

ಹುಡುಗರು ಲಾಡ್ಜ್‌ಗೆ ಪೊಲೀಸರು ಬಂದಾಗ, ಇಲ್ಲಿ ಸಿಕ್ಕಿ ಬೀಳುವವರ ಪಡಿಪಾಟಲ ಬಗ್ಗೆ ಹೇಳಿದ್ದರು.

ಪೊಲೀಸ್ ಜೀಪ್ ಬಂದಿದ್ದೆ.. ಇವನ ಕಣ್ಣ ಮುಂದೆ ಬಂದದ್ದು ಲತಿಕಾ ಮತ್ತು ಅವಳ ಗಂಡ. ಲತಿಕಾಳ ಗಂಡ ಯಾರೊಂದಿಗೂ ಮಲಗಿರುವ ವಿಷಯ ಈಗ ಪೋಲಿಸರಿಗೆ ಸಿಗಬಹುದು. ಅದು ಊರಿಗೆ ತಲುಪಿಯೇ ತಲುಪುತ್ತದೆ. ಏನು ಮಾಡುವುದೆಂದು ಯೋಚಿಸಲು ಅವನ ಬಳಿ ತುಂಬಾ ಸಮಯ ಇರಲಿಲ್ಲ. ಪೊಲೀಸರು ಇನ್ನೇನು ಲಾಡ್ಜಿನ ಒಳಗೆ ಬರಬೇಕು ಅನ್ನುವಾಗಲೇ ಜಯ ಓಡಿಹೋಗಿ. ರೂಮು ರಿಜಿಸ್ಟರ್ ತೆಗೆದು ಲತಿಕಾಳ ಗಂಡ ಇರುವ ರೂಮು ನಂಬರ್ 17 ರ ಮುಂದೆ ಚೆಕ್ ಔಟ್ ಅಂತ ಬರೆದು. ಆ ರೂಮಿನ ಇನ್ನೊಂದು ಕೀ ಎತ್ತಿಕೊಂಡು ಓಡಿ ಹೋಗಿ ಆ ರೂಮಿನ ಬೀಗವನ್ನು ಹೊರಗಡೆಯಿಂದ ಹಾಕಿ ದಡದಡ ಇಳಿದುಬಿಟ್ಟ.

'ಇಂಥದೊಂದು ಬೀಗವನ್ನು ಅಪ್ಪನ ರೂಮಿಗೆ ಯಾರಾದರೂ ಹಾಕಿದ್ದರೆ..?' ಅವನ ಮನಸಿನಲ್ಲಿ ಪ್ರಶ್ನೆಯೊಂದು ಚಿಮ್ಮಿತು.

ಈಗವನಿಗೆ ಅಮ್ಮನ ದನಿ ಕೇಳಿಸಲಿಲ್ಲ.

ಅದೇ ಕೊನೆ ಮತ್ತೆಂದೂ ಅವನಿಗೆ ಅಮ್ಮನ ದನಿ ಕೇಳಿಸಲಿಲ್ಲ.

❋

www.ingramcontent.com/pod-product-compliance
Lightning Source LLC
LaVergne TN
LVHW090419051026
849518LV00006B/2387